பிரபல கொலை வழக்குகள்

SP. சொக்கலிங்கம்

சென்னை உயர் நீதிமன்றத்தில் 15 ஆண்டுகளாக வழக்கறிஞராக இருக்கிறார். அறிவுசார் சொத்துரிமை தொடர்பான வழக்குகளில் தனிகவனம் செலுத்தி வருகிறார். 'மெட்ராஸ் லா ஜர்னல்' எனும் சட்ட இதழில் அறிவுசார் சொத்துரிமை குறித்து கட்டுரை எழுதி வருகிறார். தொழில், வர்த்தகம் சம்பந்தப்பட்ட கூட்டங்களில் விரிவுரையாற்றி வருகிறார்.

பிரபல கொலை வழக்குகள்

SP. சொக்கலிங்கம்

கிழக்கு

பிரபல கொலை வழக்குகள்
Prabhala Kolai Vazhakkugal
by SP. Chockalingam ©

First Edition: December 2012
200 Pages
Printed in India.

ISBN: 978-81-8493-787-9
Title No. Kizhakku 730

Kizhakku Pathippagam
177/103, First Floor,
Ambal's Building, Lloyds Road,
Royapettah, Chennai 600 014.
Ph: +91-44-4200-9601

Email : support@nhm.in
Website : www.nhm.in

Author's Email: chockalingam.sp@gmail.com

Cover Image: Wikimedia Commons

Kizhakku Pathippagam is an imprint of New Horizon Media Private Limited

சமர்ப்பணம்

என்னுடைய சீனியரும்,
சிறந்த குற்றவியல் வழக்கறிஞருமான
திரு. எஸ்.ரகுநாதன் அவர்களுக்கு.

உள்ளே

முன்னுரை

சென்ற நூற்றாண்டில் தொடங்கி இன்றுவரை, பல பிரபலமான வழக்குகள் இந்திய நீதிமன்றங்களில் விசாரணைக்கு வந்திருக் கின்றன. இப்படிக் கூடவா நடந்திருக்கும் என்று ஆவலைத் தூண்டும் விதத்தில் பல வழக்குகளின் சம்பவங்கள் நடை பெற்றிருக்கின்றன. சம்பவங்களால் புகழ்பெற்ற வழக்குகள் பல உண்டு. பிரபலமானவர்கள் குற்றச் சம்பவங்களில் ஈடுபட்டதால் வழக்குகள் பிரபலமானதும் உண்டு.

காலப்போக்கில் பிரபலம் என்று கருதப்பட்ட பல வழக்குகள், மக்களின் நினைவைவிட்டே அகன்றுவிட்டன. இன்றைய தலை முறையினர் அந்த வழக்குகளைப் பற்றி கேள்விப்பட்டிருப் பார்கள். ஆனால், அவர்கள் அந்த வழக்குகளில் இடம்பெற்ற சுவாரஸ்யமான சம்பவங்களைப் பற்றி தெரிந்திருக்கும் வாய்ப்பு கள் அரிது. அதை ஈடு செய்யும் பொருட்டே இந்தப் புத்தகம்.

பிரபலமான வழக்குகள் பல இருக்கின்றன. ஒவ்வொரு காலக் கட்டத்தில் வெவ்வேறு வகையான வழக்குகள் நீதிமன்றத்தில் விசாரணைக்கு வந்துள்ளன. ஆங்கிலேயர்கள் இந்திய அரசர் களின்மீது சுமத்திய வழக்குகள்; ஆங்கிலேயர்களை எதிர்த்த விடுதலைப் போராளிகள்மீது போடப்பட்ட சதி வழக்குகள்; ராஜ்ஜியத்தையும், ஜமீனையும் தனக்கே சொந்தமாக்கிக் கொள்ள நினைத்த சகோதரர்களுக்கு இடையே உண்டான பகைமை, அதன் காரணமாக, நூதனமுறையில் நடைபெற்ற கொலை வழக்கு; மோகத்தால் விளைந்த கொலை, அதனால் ராஜ்ஜி யத்தைத் துறக்க நேர்ந்த அரசரது வழக்கு; கல்லூரிக்குப் படிக்கச்

சென்ற ராஜகுமாரர்கள் கல்லூரியின் தலைமை ஆசிரியரையே கொன்றதாக அவர்கள்மீது சுமத்தப்பட்ட வழக்கு; இந்தியா சுதந்தரமடைந்த பிறகு, பிரபலங்கள் ஈடுபட்ட அரசியல் தொடர் புடைய கொலை முயற்சி வழக்குகள், சினிமா பிரபலங்கள் சம்பந்தப்பட்ட வழக்குகள்; பேராசையினால் குறுக்கு வழியில் பணம் சம்பாதிக்கவேண்டும் என்ற நோக்கில் செய்யப்பட்ட கொள்ளைகள், கொலைகள் சம்பந்தப்பட்ட வழக்குகள்; மனைவியைக் கவர்ந்ததால் கணவன் ஆத்திரமடைந்து கள்ளக் காதலனைக் கொன்ற வழக்கு, அந்த வழக்கின்போது கணவ னுக்கு மக்களிடமிருந்த அனுதாபம் மற்றும் ஆதரவு, மேலும், குற்றவாளித் தரப்பிலும், பாதிக்கப்பட்டவரின் தரப்பிலும் நிகழ்ந்த அரசியல் தலையீடுகள்; ஒரு பெரிய ஜமீனில் ஏற்பட்ட ஆள் மாறாட்ட வழக்கு எனப் பல சுவாரஸ்யமான வழக்குகளைப் பற்றி அனைவரும் தெரிந்து கொள்ள வேண்டும் என்ற நோக்குடன் நான் 'தமிழ்பேப்பர்' என்ற இணையத்தளத்தில் கட்டுரைகளாக எழுதிவந்தேன். அந்தக் கட்டுரையின் தொகுப்பே இந்தப் புத்தகம்.

பிரபலமான வழக்குகள் இவ்வளவுதானா என்றால், இல்லை. இன்னும் நிறைய இருக்கின்றன. வரும் நாள்களில் அவற்றைப் பற்றியும் எழுதி, அவையும் புத்தக வடிவில் வரும் என்று நம்பிக்கை கொண்டுள்ளேன். ஏனைய வழக்குகளில் வழக்குச் சமாச்சாரங்கள் மட்டுமின்றி அன்றைய சமூகம், அன்றைய ஆட்சி யாளர்கள், மக்களின் வாழ்வியல், சரித்திர நிகழ்வுகள் என வழக்குக்குத் தொடர்புடைய விவரங்களையும் தந்துள்ளேன். படிப்பவர்கள் அந்தக் காலத்தின் நிகழ்வுகளைத் தொடர்பு படுத்திக் கொள்வதற்கு ஏதுவாக வழக்குகளைக் (மர்ம சந்நியாசி வழக்கு நீங்கலாக) காலவரிசைப்படி கொடுத்துள்ளேன்.

இந்தத் தொகுப்பில் மொத்தம் 10 வழக்குகள் இடம் பெற் றுள்ளன. அவற்றில் பெரும்பான்மை, கொலை வழக்குகள். மற்றவை - கொலை முயற்சி வழக்கு, தேசத் துரோக வழக்கு போன்றவை. இந்தத் தொகுப்பில் உள்ள ஒரே சிவில் வழக்கு மற்றும் நீண்ட பக்கங்களைக் கொண்ட வழக்கு, மர்ம சந்நியாசி வழக்கு. காலவரிசையில் முன்னதாக நடந்திருப்பினும் இந்த வழக்கை கடைசியில் கொடுத்திருக்கிறேன். ஒரு பிரமாண்ட மான வழக்கை எப்படி நடத்தவேண்டும் அல்லது எப்படி நடத்தக்கூடாது என்பதற்கு நல்ல உதாரணம், மர்ம சந்நியாசி

வழக்கு. மர்ம சந்நியாசியில் பிரமிக்க வைக்கக்கூடிய பல சம்பவங்கள் நடைபெற்றிருக்கின்றன.

படித்து மகிழுங்கள். தவறைச் சுட்டிக்காட்டுங்கள், திருத்திக் கொள்கிறேன். உற்சாகம் தாருங்கள். இன்னும் பல படைப்பு களைத் தர முனைகிறேன்.

SP. சொக்கலிங்கம்

1. ஆஷ் கொலை வழக்கு

மணியாச்சி சந்திப்பில் ரயில் வந்து நின்றது. முதல் வகுப்புப் பெட்டி, அந்த ரயிலிலிருந்து கழற்றப்பட்டது. அதில், ஆங்கி லேய துரை ஆஷ் மற்றும் அவருடைய மனைவி இருந்தனர். ஊர் மக்கள், ஆஷ் துரையைக் காண வந்திருந்தனர். அந்த ஊரில், ஏன் அந்த ஜில்லாவிலே ஏதாவது நடக்க வேண்டுமென்றால், அதற்கு துரை மனது வைத்தால்தான் முடியும்.

ஆஷ் துரை வந்த ரயிலின் பெட்டியை, போட் மெயில் ரயிலோடு இணைக்க வேண்டும். துரையும், அவரது மனைவியும் கொடைக்கானலில் இருந்த தங்களுடைய நான்கு குழந்தை களையும் பார்க்கச் செல்வதற்காக இந்த ஏற்பாடு.

போட் மெயில் வருவதற்குப் பத்து நிமிடங்கள் இருந்த நிலை யில், இரண்டு வாலிபர்கள், துரை இருந்த ரயில் பெட்டிக்குள் நுழைந்தனர். ஒருவன் நன்றாக எடுப்பான தோற்றத்துடன் காணப்பட்டான். தன்னுடைய நீண்ட தலை முடியைச் சீவி, கொண்டை போட்டிருந்தான். மற்றொருவன் வேஷ்டி, சட்டை உடுத்தியிருந்தான். துரை தன்னுடைய மனைவி மேரியுடன் ஆர்வமாக ஏதோ பேசிக் கொண்டிருந்தார். மேரியும் துரையும் எதிரெதிராக அமர்ந்திருந்தனர். ரயில் பெட்டிக்குள் இருவர் நுழைவதை துரை கவனிக்கவில்லை. வந்தவர்களில் ஒருவன், துரையின் அருகில் வந்து நின்றான். பெல்ஜியத்தில் தயாரிக்கப் பட்ட, பிரவுனிங் என்ற தானியங்கித் துப்பாக்கியை எடுத்தான். துரையின் நெஞ்சில் சுட்டான். துப்பாக்கிச் சூட்டின் சத்தம் கேட்டு, அமைதியாக இருந்த ரயில் நிலையம் அதிர்ந்தது. துரை

அவர் அமர்ந்திருந்த இடத்தில் அப்படியே சரிந்தார். அவருடைய மனைவி அதிர்ச்சியில் உறைந்தார்.

துரையைச் சுட்டவன், பிளாட்பாரத்தில் இறங்கி ஓடினான். ரயில் நிலையத்திலிருந்த மக்கள் அவனைத் துரத்திக்கொண்டு ஓடினார்கள். ஓடியவன் நேராக பிளாட்பாரத்திலிருந்த கழிவறையின் உள்ளே நுழைந்து தாழிட்டுக்கொண்டான். துப்பாக்கிச் சூடு நடத்தியவனுடன் வந்த மற்றவன், பிளாட்பாரத்தின் இன்னொரு பக்கம் ஓடி மறைந்தான். கழிவறையினுள் மறைந்த அந்த வாலிபன், தனது துப்பாக்கியால் தன்னைத்தானே சுட்டுக் கொண்டு தற்கொலை செய்து கொண்டான்.

துரையை, அவருடைய சிப்பந்திகள் திருநெல்வேலி மருத்துவ மனைக்குத் தூக்கிச் சென்றனர். ஆனால், போகும் வழியிலேயே துரையின் உயிர் பிரிந்தது. துரை கொலை செய்யப்பட்டு விட்டார்.

ஆஷ் துரையின் கொலை, மதராஸ் மாகாணம் மட்டுமல்லாமல் நாடு முழுவதும் பரபரப்பாகப் பேசப்பட்டது. இறந்தவர் சாதாரண ஆள் இல்லை. அவர், திருநெல்வேலி ஜில்லாவின் கலெக்டர். மேலும், ஆங்கிலேயர். அவரைச் சுட்டவன் ஓர் இந்தியன். கொலை நடந்த தேதி ஜுன் 17, 1911. இன்னும் 5 நாள்களில், இங்கிலாந்தின் 5-வது ஜார்ஜ் மன்னராக முடிசூடிக் கொள்ள இருந்தார்.

ஆங்கிலேய ஏகாதிபத்தியத்தை எதிர்த்துப் புரட்சிகரமான செயல்கள் பல, நாட்டில் நடந்து கொண்டிருந்தன. ஆனால், அனைத்துப் புரட்சிகர சம்பவங்களும், வட நாட்டில் அதுவும் குறிப்பாக வங்காளத்தில்தான் நடைபெற்றன. யாரும் தமிழகத்தில் இப்படியெல்லாம் நடக்கும் என்று எதிர்பார்க்கவில்லை. யார் இதைச் செய்திருப்பார்கள்? அவர்களுடைய பின்னணி என்ன? விசாரணையில் இறங்கியது, ஆங்கிலேய காவல் துறை.

துப்பாக்கிச் சூடு நடத்தியவன், ஓர் இளைஞன். அவனுக்குச் சுமார் 25 வயது இருக்கும். அவனுடைய சட்டைப்பையில் காவல் துறை எதிர்பார்த்தது கிடைத்தது. அது ஒரு துண்டுக் காகிதம். அதில்,

> ‘ஆங்கிலேய மிலேச்சர்கள் நம் நாட்டை பிடித்ததோடல்லாமல், நம்முடைய சனாத்தன தர்மத்தை இழிவுபடுத்தி அதை

அழிக்க முற்படுகிறார்கள். ஒவ்வொரு இந்தியனும் மிலேச்சர் களை விரட்டிவிட்டு , சுதந்தரம் பெற்று, சனாத்தன தர்மத்தை நிலைநிறுத்த போராடிக்கொண்டிருக்கிறான். ராமன், சிவாஜி, கிருஷ்ணன், குரு கோவிந்த சிங், அர்ஜுனன் வாழ்ந்த இந்தப் பாரதத்தில் பசு மாமிசத்தை உண்ணும், 5வது ஜார்ஜ் என்ற மிலேச்சனுக்கு மணிமகுடம் சூட்டுவதா? ஐந்தாவது ஜார்ஜ் மன்னன் இந்தியாவில் அடியெடுத்து வைத்தவுடனேயே, அவனைக் கொல்ல 3000 மதராசிகள் உறுதி மொழி எடுத்திருக்கின்றனர். அதை வெளிப்படுத்தும் விதமாகத்தான், அக்குழுவின் கடைநிலைத் தொண்டனாக இந்தக் காரியத்தை இன்று செய்தேன். பாரதத்தில் உள்ள அனைவரும் இப்படிச் செய்வதைத்தான் தங்களுடைய கடமையாக நினைக்க வேண்டும்'

என்று குறிப்பிட்டிருந்தது.

காவல் துறையினர், துப்பாக்கிச் சூடு நடத்தியது யார் என்று விரைவிலேயே கண்டுபிடித்து விட்டனர். வாஞ்சிநாத ஐயர்.

வாஞ்சிநாதனின் வீட்டில் காவல் துறை சோதனை நடத்தியது. அதில் அவர்களுக்குச் சில கடிதங்கள் கிடைத்தன. கடிதங்களில் கண்ட விவரங்களின் மூலம், ஆஷ் துரையைக் கொல்ல ரகசியக் குழு ஒன்று கூட்டுசதி செய்திருப்பது தெரியவந்தது. அக்கடிதங் களில் ஆறுமுகப்பிள்ளையின் பெயர் குறிப்பிடப்பட்டிருந்தது. காவல் துறை, ஆறுமுகப்பிள்ளையின் வீட்டை இரவோடு இரவாக முற்றுகையிட்டது. ஆறுமுகப்பிள்ளை கைது செய்யப் பட்டார். அவர் வீட்டிலும் சில கடிதங்கள் கிடைத்தன. காவல் துறை அவரை மேலும் விசாரித்ததில், சோமசுந்தரப்பிள்ளை என்ற இன்னொருவரைக் காட்டிக் கொடுத்தார். காவல் துறை சோமசுந்தரத்தைச் சுற்றி வளைத்தது. சோமசுந்தரமும் கைது செய்யப்பட்டார். ஆறுமுகப்பிள்ளையும், சோமசுந்தரமும் அரசுத் தரப்புச் சாட்சிகளாக (approver) மாறினர்.

ஆறுமுகப்பிள்ளையும், சோமசுந்தரமும் கொடுத்த வாக்கு மூலத்தை வைத்து, காவல் துறை, தென்னிந்தியா முழுவதும் தேடுதல் வேட்டையை நடத்தியது. பதினான்கு பேர் கைது செய்யப்பட்டனர்.

அவர்கள் பின்வருமாறு,

1) நீலகண்ட பிரம்மச்சாரி (முக்கிய குற்றவாளி) - தஞ்சாவூர் மாவட்டத்தில் பிறந்தவர். பத்திரிகையாளர். சூர்யோ தையம் என்ற பத்திரிகையை நடத்திவந்தார். ஆங்கிலேய அரசாங்கம் அப்பத்திரிகையைத் தடை செய்தது. அதன் பின்னர் பல பத்திரிகைகளைத் தொடங்கினார். ஆனால், ஆங்கிலேய அரசாங்கம் அவருடைய அனைத்துப் பத்திரிகைகளையும் முடக்கியது. ஆயுதப்புரட்சியில் நம்பிக்கையுடையவர். அரவிந்த கோஷைப் பின்பற்றி யவர். (அரவிந்த கோஷ், வங்காளத்தைச் சேர்ந்தவர். ஆங்கிலேயர்களை ஆயுதம் கொண்டு விரட்டமுடியும் என்று நம்பியவர். அலிப்பூர் குண்டு வெடிப்பில், குற்றம் சாட்டப்பட்டுப் பின்னர் விடுதலை செய்யப்பட்டார். விடுதலையான பிறகு, அரசியலை விட்டு விலகி, ஆன்மிகத்தில் ஈடுபட்டார். புதுச்சேரியில் குடி புகுந்தார்.)

2) சங்கரகிருஷ்ண ஐயர் (வாஞ்சிநாதனின் மைத்துனர்) - விவசாயம் செய்துவந்தார்.

3) மாடத்துக்கடை சிதம்பரம் பிள்ளை - காய்கறி வியா பாரம் செய்துவந்தார்.

4) முத்துகுமாரசாமி பிள்ளை - பானை வியாபாரம் செய்து வந்தார்.

5) சுப்பையா பிள்ளை - வக்கீல் அலுவலகத்தில் குமாஸ்தா வாக வேலை பார்த்து வந்தவர்.

6) ஜகனாதா அய்யங்கார் - சமையல் செய்யும் உத்தியோகம்

7) ஹரிஹர ஐயர் - வியாபாரி

8) பாபு பிள்ளை - விவசாயி

9) தேசிகாச்சாரி - வியாபாரி

10) வேம்பு ஐயர் - சமையல் செய்யும் உத்தியோகம்

11) சாவடி அருணாச்சல பிள்ளை - விவசாயம்

12) அழகப்பா பிள்ளை - விவசாயம்

13) வந்தே மாதரம் சுப்பிரமணிய ஐயர் - பள்ளிக்கூட வாத்தியார்

14) பிச்சுமணி ஐயர் - சமையல் செய்யும் உத்தியோகம்

கைது செய்யப்பட்டவர்களில் பலர், இருபது வயதிலிருந்து முப்பது வயதுக்குட்பட்டவர்கள். அவர்களைத் தவிர குற்றம் சாட்டப்பட்ட இருவர், தற்கொலை செய்து கொண்டனர். அவர்கள்,

1) தர்மராஜா ஐயர் - விஷம் குடித்துத் தற்கொலை செய்து கொண்டார்.

2) வெங்கடேச ஐயர் - கழுத்தை அறுத்துக்கொண்டு தற்கொலை செய்து கொண்டார்.

ஆங்கிலேய அரசு, ஆஷ் கொலை வழக்கு மற்றும் தேசத் துரோக நடவடிக்கைகளில், மேலும் சிலருக்குப் பங்கு இருக்கக்கூடும் என்று சந்தேகித்தது. அவர்கள்,

1) வி.வி.எஸ். ஐயர் - திருச்சியில் பிறந்த வரஹனேரி வெங்கடேச சுப்பிரமணியம் ஐயர், சட்டம் படித்துவிட்டு வழக்கறிஞராக பணியாற்றினார். பின்னர், பாரிஸ்டர் பட்டம் பெற லண்டனுக்குச் சென்றார். அங்கே அவருக்கு வினாயக் தாமோதர் சாவகர்கரின் தொடர்பு ஏற்பட்டது. (சாவர்கர், ஆங்கிலேயர்களுக்கு எதிராக புரட்சியில் ஈடுபட்டவர். ஹிந்துத்துவா கொள்கையை முன்மொழிந்தவர். ஆங்கிலேய அரசால் கைது செய்யப்பட்டு அந்தமான் சிறையில் அடைக்கப்பட்டார். பின்னாளில் மகாத்மா காந்தியைச் சுட்ட வழக்கில் கைது செய்யப்பட்டு, பின்னர் நீதிமன்றத்தால் நிரபராதி என்று அறிவிக்கப்பட்டு விடுதலை செய்யப்பட்டார்). ஆங்கிலேயர்களுக்கு எதிராக வி.வி.எஸ்.ஐயர் செயல்பட்டதால், அவரைப் பிடிக்க ஆங்கிலேயர்கள் வாரண்ட் பிறப்பித்தனர். இதையடுத்து இங்கிலாந்திலிருந்து தப்பித்த ஐயர், பாண்டிச்சேரியில் அடைக்கலம் புகுந்தார். புதுச்சேரியில் அவருக்கு பாரதியாருடனும், அரவிந்த கோஷுடனும் நட்பு ஏற்பட்டது. பின்னாளில், முதல் உலகப் போரின்போது ஜெர்மன் கப்பலான எம்டன், சென்னையில் குண்டு வீசித் தாக்குதல்

நடத்தியது. இதற்குக் காரணம் வி.வி.எஸ்தான் என்று கருதிய ஆங்கிலேய அரசாங்கம், அவரையும் அவரது சகாக்களையும், ஆப்பிரிக்காவுக்கு நாடு கடத்தும்படி பிரெஞ்சு அரசிடம் வலியுறுத்தியது. பிரெஞ்சு அரசு, வி.வி.எஸ் ஐயரின்மீது நிறைய குற்றங்களைச் சுமத்தி விசாரணை நடத்தியது. ஆனால், குற்றங்கள் எதுவும் நிரூபிக்கப்படாத சூழ்நிலையில், அவர் மீதான நட வடிக்கையைக் கைவிட்டது, பிரெஞ்சு அரசு.

2) சுப்பிரமணிய பாரதி - திருநெல்வேலி ஜில்லாவில் உள்ள எட்டயபுரத்தில் பிறந்தவர். சிறந்த கவிஞர், பெண் விடுதலைக்காகப் போராடியவர், சமூக சீர்திருத்தவாதி, சிறந்த கட்டுரையாளரும் கூட. சுதேசமித்திரன் பத்திரிகையைப் பதிப்பித்து வந்தார். ஆங்கிலேயர்களுக்கு எதிராக அப்போது போராடி வந்த காங்கிரஸ் கட்சியில் இரு வேறு நிலைப்பாடுகள் இருந்தன. கோபால கிருஷ்ண கோகலேவும் அவரைச் சார்ந்தவர்களும், அற வழியில்தான் ஆங்கிலேயர்களிடம் சுதந்தரம் பெற வேண்டும் என்ற கருத்து கொண்டிருந்தனர். பால கங்காதர திலகரும் அவரைச் சார்ந்தவர்களும், புரட்சிகரமான போராட்டங்களை நடத்தித்தான் சுதந்தரம் பெற வேண்டும் என்ற கருத்து கொண்டிருந்தனர். பால கங்காதர திலகரை ஆதரித்தார், சுப்பிரமணிய பாரதி. வ.உ.சிதம்பரம் பிள்ளையின்மீது போடப்பட்ட தேசத் துரோக வழக்கில் நீதிமன்றத்துக்குச் சென்று சாட்சியம் அளித்தார். மேலும், ஆங்கிலேயர்களுக்கு எதிராக, தன்னுடைய பத்திரிகையில் எழுதி வந்ததால் ஆங்கி லேய அரசாங்கம் அவரைக் கைது செய்ய முற்பட்டது. அதனால், புதுச்சேரியில் தஞ்சம் புகுந்தார். புதுச்சேரி யிலிருந்து அவருடைய இதழ்களை நடத்தி வந்தார். புதுச்சேரியில் அவருக்கு அரவிந்த கோஷ், வி.வி.எஸ் மற்றும் பல சுதந்தரப் போராளிகளுடன் தொடர்பு ஏற்பட்டது.

3) ஸ்ரீனிவாச ஆச்சாரி

4) நாகசாமி ஐயர்

5) மாடசாமி பிள்ளை

மேற்சொன்ன ஐவரையும் கைது செய்யுமாறு, ஆங்கிலேய அரசு பிடிஆணை (வாரண்ட்) உத்தரவைப் பிறப்பித்தது. ஆனால், வாரண்டை காவல் துறையால் நிறைவேற்ற முடியவில்லை. காரணம், முதல் நால்வர் புதுச்சேரியில் இருந்தனர். ஐந்தாமவர் மாடசாமி பிள்ளையைக் கடைசி வரைக்கும் கண்டுபிடிக்க முடியவில்லை. இந்த மாடசாமி பிள்ளைதான் ஆஷ் துரை சுடப்பட்டபோது, வாஞ்சிநாதனுடன் இருந்தவர்.

அன்றைய தேதிகளில் பல சுதந்தரப் போராளிகள், அரசியல் குற்றவாளிகள், ஆங்கிலேயர்கள் கெடுபிடியில் பாதிக்கப் பட்டவர்கள் போன்றோர் புதுச்சேரியில்தான் தஞ்சம் புகுந்தனர். காரணம், புதுச்சேரி, ஆங்கிலேயர்கள் கட்டுப்பாட்டில் இல்லை. பிரெஞ்சு அரசாங்கத்தின் கட்டுப்பாட்டின் கீழ் இருந்தது. ஆங்கிலேய காவல் துறை, பிரெஞ்சு ஆதிக்கம் உள்ள பகுதிக்குள் நுழைந்து ஒருவரைக் கைது செய்யமுடியாது. அப்படிச் செய்தால் மற்ற நாட்டின் இறையாண்மைக்குப் பங்கம் விளைவித்தாக ஆகும். ஆங்கிலேய அரசால் தேடப்படும் குற்றவாளி, பிரெஞ்சுப் பகுதியில் இருந்தால் அவரை Extradite செய்ய முயற்சி செய்ய வேண்டும். அதாவது, எங்கள் நாட்டில் தேடப்படும் குற்றவாளி உங்கள் நாட்டில் ஒளிந்திருக்கிறான். அவனை எங்களிடம் ஒப்படையுங்கள் என்று கேட்கவேண்டும். அந்த நாடும், இன்னொரு நாடு தன்னிடம் கேட்கிறது என்று குற்றவாளியைப் பிடித்து அப்படியே ஒப்படைத்துவிட முடியாது. தொடர்புடைய குற்றவாளியை அந்நிய நாட்டிடம் ஒப்படைக்கப்படவேண்டுமா அல்லது வேண்டாமா என்று அந்நாட்டின் நீதிமன்றம் முடி வெடுக்க வேண்டும். குற்றம் சாட்டப்பட்டவர்களை ஒப்படைப் பதில், நிறைய சட்டத்திட்டங்கள் இருக்கின்றன. எந்தவிதமான குற்றம் இழைத்தவரை ஒப்படைக்க வேண்டும் அல்லது ஒப்படைக்கக்கூடாது என்பதற்கான விதிகள் ஏராளம். பொது வாகவே, அரசியல் குற்றங்கள் புரிந்தவர்களை, ஒரு நாடு மற்ற நாட்டிடம் ஒப்படைக்காது.

அதனால், மேற்சொன்ன நபர்களைக் கைது செய்ய முடிய வில்லை. ஆனால், மற்ற விதத்தில் குடைச்சல் கொடுத்தார்கள். புதுச்சேரி எல்லையில், ஆங்கிலேய காவலாளிகள் எப்பொழுதும் தயார் நிலையிலேயே இருந்தனர். குற்றம் சாட்டப்பட்டவர்கள் எப்போது தங்கள் நாட்டு எல்லையில் காலடி எடுத்து வைக்கின் றனரோ, அப்பொழுதே அவர்களைக் கைது செய்வதற்கு.

சம்பந்தப்பட்டர்களின் நடவடிக்கைகளைக் கண்காணிப்பதற் கென்றே நிறைய உளவாளிகளை அமர்த்தி, அவர்களை வேவு பார்த்தது, ஆங்கிலேய அரசு. புதுச்சேரியில் இருந்த குற்றம் சாட்டப்பட்டவர்களுக்கு வரும் கடிதங்கள், மணி ஆர்டர்கள் (Money Order) ஆகியவற்றைக் கிடைக்க முடியாமல் செய்தது. புதுச்சேரியிலிருந்து அச்சிடப்பட்டு வெளியான புத்தகங்கள், பத்திரிகைகள் ஆகியவற்றை ஆங்கிலேய ஆட்சிக்கு உட்பட்ட பகுதிகளில் வினியோகிக்க முடியாமல் தடை செய்தது, ஆங்கிலேய அரசாங்கம்.

புதுச்சேரியில் தஞ்சம் புகுந்த குற்றவாளிகளைத் தவிர, கைது செய்யப்பட்ட ஏனைய குற்றவாளிகளின்மீது காவல் துறை குற்றப்பத்திரிகையைத் தாக்கல் செய்து, நீதிமன்றத்தில் வழக்குத் தொடர்ந்தது.

பொதுவாக, குற்றம் எந்த இடத்தில் விளைவிக்கப்பட்டதோ, அந்த இடத்தின்மீது அதிகார வரம்புள்ள (Jurisdiction) நீதி மன்றத்தில்தான் வழக்கு விசாரணை நடைபெறும். ஆஷ் துரை கொலை வழக்கு, திருநெல்வேலி அமர்வு நீதிமன்றத்தில்தான் நடைபெற்று இருக்கவேண்டும். ஆனால், வழக்கத்துக்கு மாறாக சென்னை உயர் நீதிமன்றம், ஆஷ் கொலை வழக்கைத் தானே விசாரணைக்கு எடுத்துக் கொண்டது. இதற்குக் காரணம், கொலை செய்யப்பட்டவர் ஓர் ஆங்கிலேயர், அதுவும் ஒரு ஜில்லா கலெக்டர்.

சென்னை உயர் நீதிமன்ற தலைமை நீதிபதியே (சர் ஆர்னால்ட் வைட்) விசாரணையில் பங்கு கொண்டார். அவருடன் விசா ரணையில் பங்கு கொண்ட மற்ற நீதிபதிகள் - நீதிபதி அய்லிங் மற்றும் நீதிபதி சங்கரன் நாயர்.

பொதுவாக, கொலை வழக்குகளில் ஜூரி நியமிக்கப்படும். ஜூரி என்றால் நடுவர் குழு. பொது மக்களில் பன்னிரெண்டு பேர் (வழக்குக்குத் தகுந்தாற்போல் 9 பேர் கொண்ட நடுவர்குழு கூட அமைக்கப்படும்) நடுவர் குழுவாக நியமிக்கப்பட்டு, அவர்கள் வழக்கு விசாரணையில் பங்கு கொள்வர். நடுவர் குழு வழக்கு விசாரணை முடிந்த பிறகு, குற்றம் சாட்டப்பட்டவர் குற்ற வாளியா அல்லது நிரபராதியா என்று முடிவைத் தெரிவிக்கும். அந்த முடிவை வைத்து நீதிபதி தகுந்த தீர்ப்பை அளிப்பார். இப்பொழுது இந்த நடுவர் குழு முறை நடைமுறையில் இல்லை.

ஆனால், ஆஷ் கொலை வழக்கில் ஜூரி அமைக்கப்படவில்லை. ஆஷ் கொலை, ஆங்கிலேயர்களுக்கும் இந்தியர்களுக்கும் இடையே நடைபெற்ற சண்டையாகத்தான் பார்க்கப்பட்டது. அதனால் ஜூரியில் இந்தியர்கள் இடம் பெற்றால் அவர்கள் குற்றம் சாட்டப்பட்டவர்களுக்குச் சாதகமாகத் தீர்ப்பு சொல்லலாம் என்றும், அதேபோல் ஜூரியில் ஆங்கிலேயர்கள் இடம்பெற்றால் குற்றம் சாட்டப்பட்டவர்களுக்கு எதிராகத் தீர்ப்பு கூறலாம் என்றும், அதனால் நடுநிலையாக வழக்கு விசாரணை நடக்காது என்றும் கருதிய நீதிமன்றம், ஜூரியை நியமிக்காமல் தன்னுடைய தீர்ப்புக்கு வழக்கை விட்டுவிட்டது.

அரசுத் தரப்பு வழக்கறிஞர்களாக, அப்போதைய பப்ளிக் பிராஸிக்யூட்டராக இருந்த நேப்பியர் மற்றும் அவருக்குத் துணையாக ரிச்மண்ட் மற்றும் சுந்தர சாஸ்திரி ஆகியோர் செயல்பட்டனர்.

குற்றம் சாட்டப்பட்டவர்கள் நிறைய பேர் இருந்ததால் அவர்களுக்காக வாதாட ஏராளமான வழக்கறிஞர்கள் ஆஜர் ஆனார்கள். அவர்களில் முக்கியமானவர்கள், ஜே.சி. ஆடம் என்ற பிரபல பாரிஸ்டர், ஆந்திர கேசரி என்று அழைக்கப்பட்ட பிரபல வழக்கறிஞர் தங்குதூரி பிரகாசம் (1946ம் ஆண்டு சென்னை மாகாணத்தின் முதலமைச்சராகப் பதவி வகித்தார்), எம்.டி.தேவதாஸ் (பின்னாளில் நீதிபதியாக ஆனார்), ஜெ. எல். ரொஸாரியோ, பி. நரஸிம்ம ராவ், டி.எம். கிருஷ்ணசாமி ஐயர் (பின்னாளில், திருவாங்கூர் உயர் நீதிமன்றத்தின் தலைமை நீதிபதியாக பதவி வகித்தார்), எல்.ஏ. கோவிந்தராகவ ஐயர், எஸ்.டி. ஸ்ரீனிவாச கோபாலாச்சாரி மற்றும் வி.ரையுரு நம்பியார்.

அரசுத் தரப்பு தங்களுடைய சாட்சிகளை விசாரித்தது. அரசுத் தரப்பின் முக்கிய சாட்சிகள், அப்ரூவர்களாக மாறிய ஆறு முகப்பிள்ளை மற்றும் சோமசுந்தரப்பிள்ளைதான். இவர்கள் கூண்டில் ஏற்றப்பட்டு விசாரிக்கப்பட்டனர். எதிர் தரப்பு, இவர்களைக் குறுக்கு விசாரணை செய்தது. இரு தரப்பிலிருந்தும் சுமார் 100 க்கும் மேற்பட்ட சாட்சிகள் விசாரிக்கப்பட்டனர். வழக்கு விசாரணையின்போது கடிதங்கள், டயரிகள் (நாள் குறிப்புகள்), பத்திரிகை வெளியீடுகள், அரசு ஆய்வறிக்கைகள் என நிறைய ஆவணங்களும் குறியீடு செய்யப்பட்டன.

நீதிமன்ற விசாரணையின்போது சாட்சிகள் சொன்ன வாக்கு மூலத்தின் அடிப்படையிலும், மேலும், இந்த வழக்கு

தொடர்பாகப் பத்திரிகைகளில் வெளியிடப்பட்ட செய்திகளி லிருந்தும் திரட்டப்பட்ட விவரங்கள் பின்வருமாறு,

வாஞ்சிநாதன், திருவாங்கூர் சமஸ்தானத்துக்கு உட்பட்ட செங்கோட்டையைச் சேர்ந்தவர். அவருடைய தந்தை ரகுபதி ஐயர், திருவாங்கூர் தேவஸ்தானத்தில் ஊழியராக வேலைபார்த்து ஒய்வு பெற்றவர். வாஞ்சிநாதன் திருவாங்கூர் சமஸ்தானத்தின் வனத்துறையில், புனலூர் என்ற இடத்தில் வேலைபார்த்து வந்தார். அவருக்குத் திருமணமாகி பொன்னம்மாள் என்ற மனைவி இருந்தாள். வாஞ்சிநாதனுக்கு ஒரு பெண் குழந்தை, பிறந்து இறந்துவிட்டது. வாஞ்சிநாதன், அலுவலகத்துக்கு விடுமுறை போட்டுவிட்டு மூன்று மாத காலம் எங்கோ சென்று விட்டுத் திரும்பியது, அவருடைய தந்தைக்குப் பிடிக்கவில்லை. வாஞ்சிநாதன் இறந்த பிறகுகூட, ஈமக் காரியங்கள் செய்ய அவருடைய தந்தை வரவில்லை.

வாஞ்சிநாதனுக்கு வ.உ.சியின்மீது (வ.உ.சிதம்பரம் பிள்ளை) பக்தியும், பற்றுதலும் இருந்ததது. வ.உ.சிக்குக் கப்பலோட்டிய தமிழன், செக்கிழுத்த செம்மல் என்ற வேறு பெயர்களும் உண்டு. வ.உ.சி, அவர் தந்தையைப்போல சட்டம் பயின்றுவிட்டு வழக்கறிஞராகப் பணியாற்றி வந்தார். சுதந்தரப் போராட்டத்தில் ஈடுபட்டார். காங்கிரஸில் சேர்ந்தார். அந்தச் சமயத்தில் (1903 -1905) காங்கிரஸ்காரர்களான பால கங்காதர திலகர், பிபின் சந்திர பால், லாலா லஜபதிராய் ஆகியோர் சுதேசி இயக்கத்தைத் தொடங்கி இருந்தனர்.

ஆங்கிலேயர்களின் பொருள்களை வாங்காமல் புறக்கணித்தால், ஆங்கிலேயர்களுக்குப் பொருளாதார இழப்பு ஏற்படும். அதனால் பலவீனமடையும் ஆங்கிலேயரை நாட்டை விட்டே விரட்டி விடலாம் என்றும் அவர்கள் நம்பினர்.

சுதேசி இயக்கம் தோன்றியவுடன், நாட்டின் பல பகுதிகளில் சுதேசிப் பொருள்கள் தயாரிக்கப்பட்டு விற்பனை செய்யப் பட்டன. ஆரம்பத்தில், சுதேசிப் பொருள்கள், நாம் அன்றாடம் உபயோகிக்கும் வீட்டு உபயோகப் பொருள்களாகத்தான் இருந்தன. ஆனால், யாரும் எதிர்பார்க்காத வகையில் வ.உ.சி, ஆங்கிலேயர்களுக்குப் போட்டியாகக் கப்பல் போக்குவரத்தைத் தொடங்கி வைத்தார். தமிழகத்தில், தூத்துக்குடி- கொழும்பு வழித்தடத்துக்கு, ஆங்கிலேயக் கப்பலான British Steam

Navigation Company ஏகபோக உரிமை கொண்டாடியது. கப்பல் வர்த்தகம் அமோகமாக நடந்து கொண்டிருந்தது. அதை முறியடிக்கும் பொருட்டு, வ.உ.சி ஏகப்பட்ட பொருள்செலவில் S.S.Geneli மற்றும் S.S.Lawoe என்ற இரண்டு கப்பல்களை வாங்கினார். Swadeshi Steam Navigation Company என்ற நிறுவனத்தைத் தொடங்கி, தூத்துக்குடி - கொழும்பு மார்க்கத்தில் கப்பல்களை இயக்கினார்.

வ.உ.சியின் போட்டியைத் தாங்கமுடியாத ஆங்கிலேய கம்பெனி நியாயமற்ற வர்த்தகத்தில் ஈடுபட்டது. தூத்துக்குடி யிலிருந்து கொழும்பு செல்வதற்கான பயணக் கட்டணத்தைத் தடாலடியாக 16 அனா (ஒரு ரூபாய்) என்று குறைந்தது. போட்டியைச் சமாளிக்க, வ.உ.சியும் தன்னுடைய கப்பல் கட்டணத்தை 8 அனாவாகக் (50 காசு) குறைத்தார். ஆங்கிலேய கம்பெனி இன்னும் ஒருபடி கீழிறங்கி, கப்பல் பயணத்துக்கான கட்டணத்தை மொத்தமாக ரத்து செய்தது. கப்பலில் பயணம் செய்பவர்களுக்கு இலவச குடை எல்லாம் கொடுத்தது. கேட்கவா வேண்டும் நம் மக்களை. பயணிகள் அனைவரும் ஆங்கிலேய கப்பலிலேயே பயணம் செய்தனர்.

மேலும், அப்பொழுது தூத்துக்குடி சப்-கலெக்டராக இருந்த ஆஷ், அவ்வப்போது தன் பங்குக்கு வ.உ.சியின் கப்பல் கம்பெனியின் அலுவலகத்துக்குச் சென்று சோதனை செய்தார். கணக்குவழக்குச் சரியில்லை என்று சொல்லி நெருக்கடி கொடுத்தார். ஒரு கட்டத்தில், வ.உ.சியின் கப்பல்கள் காலியாகத் தான் இலங்கைக்குச் சென்றுவந்தன. விளைவு, வ.உ.சியின் கப்பல் கம்பெனி விரைவிலேயே திவாலானது. இதனால் வ.உ.சிக்குப் பெருத்த நஷ்டம். இதில் கொடுமையான விஷயம், ஆங்கிலேய கம்பெனியே, வ.உ.சியின் இரண்டு கப்பல்களை யும் ஏலத்தில் எடுத்தது.

வ.உ.சி தன்னுடைய முயற்சியில் தளரவில்லை. தன்னுடைய போராட்டத்தின் ஒரு கட்டமாக, தூத்துக்குடியில் கோரல் மில்ஸ் கம்பெனியில் (ஆங்கிலேய கப்பல் கம்பெனியின் ஏஜென்டாக செயல்பட்டு வந்த ஏ அண்ட் எஃப் கம்பெனிதான் இந்த நூற் பாலையையும் நிர்வகித்து வந்தது) வேலை பார்த்த ஊழியர் களை ஒன்று திரட்டி, ஆங்கிலேய ஏகாதிபத்தியத்தின் தீமைகளை விளக்கினார். வ.உ.சியுடன், சுப்பிரமணிய சிவாவும் போராட் டத்தில் தோள் கொடுத்தார். (சுப்பிரமணிய சிவா, திண்டுக்கல்

மாவட்டத்தில் உள்ள வத்தலகுண்டில் பிறந்தார். சுப்பிரமணிய சிவா ஒரு தேச பக்தர், சிறந்த எழுத்தாளர் மற்றும் பேச்சாளரும் கூட. இவர் ஆங்கிலேய அரசுக்கு எதிராகப் பல போராட்டங்கள் நடத்தியதற்காக, பல முறை சிறை சென்றிருக்கிறார். தமிழகத் தில் ஆங்கிலேயர்களை எதிர்த்துச் சிறைக்குச் சென்ற முதல் தமிழர், இவர்தான். சிறையில் இவருக்குத் தொழுநோய் தொற்றிக்கொண்டது. தொழுநோயால் பாதிக்கப்பட்டதால் இவர் ரயிலில் செல்ல அனுமதி மறுக்கப்பட்டார். மனம் தளராத சிவா, பல ஆயிரம் மைல்கள் கால்நடையாகவே சென்று ஆங்கிலேயருக்கு எதிராகப் பிரசாரம் செய்தார். இதனால் இவர் உடல் முழுவதும் கொப்பளங்கள் தோன்றி மிகவும் வேதனைப் பட்டார்).

மில் ஊழியர்களும், ஆங்கிலேய முதலாளிகளுக்கு எதிராகப் பல கோரிக்கைகளை முன்வைத்துப் போராட்டத்தில் இறங்கினர். ஆஷ் துரை தொழிலாளிகளையும், முதலாளிகளையும் பேச்சு வார்த்தைக்கு அழைத்தார். பேச்சுவார்த்தையின்போது, தொழி லாளர்களின் கோரிக்கையை நிறைவேற்றும் நிலைக்கு முதலாளிகள் தள்ளப்பட்டனர். தொழிலாளர்கள் போராட்டம் வெற்றி பெற்றது. தொழிலாளர்கள் அடைந்த வெற்றி, ஆஷ் துரையை உறுத்திக்கொண்டே இருந்தது. இவற்றுக்கெல்லாம் காரணமாக இருந்த வ.உ.சிமீது கடும் கோபத்தில் இருந்தார், ஆஷ் துரை. தகுந்த சமயத்துக்காகக் காத்திருந்தார்.

பிபின் சந்திர பால், சுதந்தரப் போராட்ட வீரர், சுதேசி இயக்கத்தை வெற்றிகரமாக நடத்தியவர். அவர் சிறையிலிருந்து விடுதலை செய்யப்படும் நாளை சுதந்தர நாளாக கொண்டாட முடிவெடுத்தது, தூத்துக்குடி சுதேசி இயக்கம். ஆஷ் துரை வ.உ.சியையும், சுப்பிரமணிய சிவாவையும் கைது செய்தார். இதனால் திருநெல்வேலி ஜில்லா முழுவதும் கலவரம். கலவரத்தை இரும்புக் கரம் கொண்டு அடக்கினார் ஆஷ் துரை. மற்ற மாவட்டங்களிலிருந்து காவலர்கள் வரவழைக்கப் பட்டனர். துப்பாக்கிச் சூடு நடத்தப்பட்டதில் நால்வர் உயிரிழந் தனர். பலர் காயமடைந்தனர். ஊரடங்கு உத்தரவு அமல்படுத்தப் பட்டது.

வ.உ.சி மீதும், சுப்பிரமணிய சிவா மீதும் தேசத் துரோகம் செய்த தாகக் குற்றப்பத்திரிகை தாக்கல் செய்யப்பட்டு, நீதிமன்றத்தில் வழக்குத் தொடரப்பட்டது. இவை அனைத்துக்கும் பின்புலத்தி

லிருந்து ஆஷ் துரை செயல்பட்டார். வழக்கு விசாரிக்கப்பட்டு, வ.உ.சிக்கு 40 ஆண்டுகள் சிறைத் தண்டனை வழங்கப்பட்டது. இவை அனைத்தையும் வாஞ்சிநாதனால் சகித்துக்கொள்ள முடியவில்லை.

அந்தச் சமயத்தில்தான் வாஞ்சிநாதனுக்கு, தன்னுடைய மைத்துனன் சங்கரகிருஷ்ணன் மூலமாக நீலகண்ட பிரம்மச்சாரி யின் அறிமுகம் கிடைத்தது. 1910ம் வருட வாக்கில், நீலகண்ட பிரம்மச்சாரி தென்தமிழகத்தில் தென்காசி உள்ளிட்ட இடங் களில் சுற்றுப்பயணம் மேற்கொண்டார். அங்குள்ள இளைஞர் களைச் சந்தித்தார். வெள்ளைக்காரர்களை இந்தியாவைவிட்டு விரட்டவேண்டும் என்று பிரசாரம் செய்தார். போராளிக் குழுக்களைத் தயார்படுத்தினார். நீலகண்ட பிரம்மச்சாரியால் ஈர்க்கப்பட்டு, தன்னையும் போராட்டக் குழுவில் இணைத்துக் கொண்டார் வாஞ்சிநாதன். குழுவில் இடம்பெற்றவர்கள் ரகசியமாக சந்தித்துக்கொண்டனர்.

நீலகண்ட பிரம்மச்சாரியின் போராட்டக் குழுவில் இடம் பெற்றிருந்த ஆறுமுகப்பிள்ளை நீதிமன்றத்தில் பின்வருமாறு சாட்சி சொன்னார்:

'போராட்டக்காரர்கள் சந்தித்துக் கொள்ளும் இடத்தில் காளியின் படம் மாட்டப்பட்டிருக்கும். விபூதி, குங்குமம், பூ ஆகியவை வைக்கப்பட்டிருக்கும். குழுவில் இடம்பெற்றிருக்கும் நான்கு அல்லது ஐந்து நபர்கள் வரிசையாக உட்கார்ந்திருப்போம். நீலகண்ட பிரம்மச்சாரி சற்றுத் தொலைவில் உட்கார்ந்து காகிதங்களில் ஏதோ எழுதிக் கொண்டிருப்பார். காகிதத்தின் தலைப்பில் 'வந்தே மாதரம்' என்று எழுதப்பட்டிருக்கும். நாங்கள் குங்குமத்தைத் தண்ணீரில் கரைப்போம். பின்னர், நீலகண்ட பிரம்மச்சாரி எழுதி வைத்திருந்த காகிதத்தில் நாங்கள் ஒவ்வொருவராக குங்குமத் தண்ணீரைத் தெளிப்போம். காகிதத்தில் தெளிக்கப்பட்ட தண்ணீர்தான் ஆங்கிலேயர்களின் ரத்தம். குங்குமம் கலந்த தண்ணீரைப் பருகுவோம். வெள்ளைக் காரர்களின் ரத்தத்தைக் குடித்ததாக அர்த்தம். அனைத்து வெள்ளைக்காரர்களையும் கொல்வோம் என்று உறுதி பூணுவோம். இந்தக் காரியத்துக்காக எங்களுடைய உயிர், உடைமை அனைத்தையும் தியாகம் செய்வோம் என்று சத்தியப் பிரமாணம் செய்வோம். குழுவில் இடம்பெற்றிருக்கும் ஒவ்வொருவருக்கும் புனைப்பெயர்கள் உண்டு.

புனைப்பெயர்களை வைத்துதான் நாங்கள் ஒருவரையொருவர் அழைத்துக் கொள்வது வழக்கம். வந்தே மாதரம் என்று எழுதப்பட்ட காகிதத்தில் நாங்கள் எங்களுடைய கைவிரல்களைக் கீரி, அதிலிருந்து வெளிப்படும் ரத்தத்தைக் கொண்டு எங்களுடைய புனைப்பெயருக்கு எதிராக கையொப்பம் இடுவோம்.'

வாஞ்சிநாதன், மூன்று மாதம் அலுவலகத்துக்கு விடுமுறை போட்டுவிட்டு புதுச்சேரியில் வி.வி.எஸ்.ஐயரைச் சந்தித்தார். புதுச்சேரியில் பாரத மாதா என்ற அமைப்பைத் திறந்திருந்தார் வி.வி.எஸ் ஐயர். இந்த அமைப்பு சாவர்கர் ஆரம்பித்த அபினவ் பாரத் என்ற அமைப்பின் கிளையாகச் செயல்பட்டது. வாஞ்சி நாதன், பாரத மாதா அமைப்பில் தன்னை இணைத்துக் கொண்டார். புதுச்சேரியிலும், பரோடாவிலும் ஆயுதப்பயிற்சி எடுத்துக்கொண்டார். பின்னர், ஊருக்குத் திரும்பினார்.

திருநெல்வேலிக்கு வந்த வாஞ்சிநாதன், தன்னுடைய நண்பரான சோமசுந்தரப் பிள்ளையிடம் ஆஷ் துரையைக் கொல்ல வேண்டும் என்று சொன்னதாக அரசுத் தரப்பில் சொல்லப் பட்டது. அதை நிரூபிக்கும் பொருட்டு, சோமசுந்தர பிள்ளையின் சாட்சியம் நீதிமன்றத்தில் இவ்வாறு பதிவாகியது.

'ஆங்கிலேய ஆட்சி இந்திய நாட்டைச் சீரழித்துக் கொண்டிருக் கிறது. ஆங்கிலேய ஆட்சியை நீக்கவேண்டுமென்றால், இந்தியாவிலிருக்கும் அனைத்து ஆங்கிலேயர்களும் கொல்லப் படவேண்டும். அதற்கு முன்மாதிரியாக ஆஷ் கொல்லப்பட வேண்டும். ஏனென்றால் அவன்தான் ஜில்லா கலெக்டராக இருந்து, சுதந்தரப் போராட்ட வீரரான வ.உ.சி தோற்றுவித்த சுதேசி கப்பல் கம்பெனியை மூடச்செய்தவன் என்று வாஞ்சி நாதன் என்னிடம் தெரிவித்தான்.'

நீதிமன்றத்தில் குற்றம் சாட்டப்பட்டவர்களின் தரப்பில் வாதாடிய வழக்கறிஞர்கள், நீலகண்ட பிரம்மச்சாரி சார்பாக அலிபி (alibi) - வேறிட வாதத்தை முன்வைத்தனர். அதாவது, வாஞ்சிநாதனை நீலகண்ட பிரம்மச்சாரி செங்கோட்டையில் சந்தித்தாகச் சொல்வது தவறு, நீலகண்ட பிரம்மச்சாரி அந்தச் சமயத்தில் அங்கு இல்லை, வேறொரு ஊரில் இருந்தார் என்று வாதிட்டார்கள். மேலும், ஆறுமுகப்பிள்ளையும், சோமசுந்தரப் பிள்ளையும் காவல் துறையின் கட்டாயத்தின் பேரில்தான் குற்றம்

சாட்டப்பட்டவர்களுக்கு எதிராகப் பொய்சாட்சி சொல்கிறார்கள் என்ற வாதத்தை முன்வைத்தனர். குற்றத்துக்கு உடந்தையாக (Accomplice) இருந்தவர்களின் சாட்சியங்களை வைத்து மட்டுமே, குற்றம் சாட்டப்பட்டவர்களைத் தண்டிப்பது தவறு. குற்றத்துக்கு உடந்தையாக இருந்தவர்களின் சாட்சியங்களைத் தவிர, அந்தச் சாட்சியத்தை ஊர்ஜிதப்படுத்தும் (Corroborate) விதமாக தனிப்பட்ட சாட்சியங்கள் இருந்தால் ஒழிய, குற்றம் சாட்டப்பட்டவர்கள் குற்றம் இழைத்தவர்களாகக் கருதப்பட மாட்டார்கள் என்று, இந்திய சாட்சிய சட்டப் பிரிவு 114b-யைக் காட்டி குற்றவாளிகள் தரப்பில் வாதிடப்பட்டது. அதாவது, ஆறுமுகப் பிள்ளையும், சோமசுந்தரப் பிள்ளையும் குற்றத்தில் ஈடுபட்டவர்கள் என்று காவல் துறை குற்றப் பத்திரிகையில் தெரிவிக்கப்பட்டிருக்கிறது. ஆனால், அவர்கள் தங்கள் குற்றத்தை ஒப்புக்கொண்டதால் (Approver), அவர்களுக்குத் தண்டனையிலிருந்து விலக்கு அளிக்கப்பட்டிருக்கிறது. காவல் துறையின் தூண்டுதலாலும், கட்டாயத்தினாலுமே ஆறுமுகப் பிள்ளையும், சோமசுந்தரப் பிள்ளையும் அப்ரூவராக மாறியிருக் கிறார்கள். அவர்களது சாட்சிகளில் நம்பகத்தன்மை இல்லை. எனவே, அவர்களது சாட்சியங்களை நிராகரிக்க வேண்டும் என்று வாதிடப்பட்டது.

இதற்குப் பதில் அளிக்கும் வகையில் அரசுத் தரப்பில், இந்திய சாட்சிய சட்டப் பிரிவு 133, மேற்கோள் காட்டப்பட்டது. இந்தப் பிரிவின்படி, குற்றத்துக்கு உடந்தையாக இருந்தவர்களின் சாட்சியின் பேரில் மட்டுமே (அந்தச் சாட்சியத்தை ஊர்ஜிதப் படுத்த வேறு சாட்சியங்கள் இல்லாத சமயத்தில்கூட) ஏனைய குற்றவாளிகளைத் தண்டித்தால், அந்தத் தண்டனை செல்லாது என்று சொல்லமுடியாது என்று வாதாடினார்கள். மேலும், அப்ரூவர் சாட்சியங்கள் இல்லாமலே, மற்ற சாட்சியங்கள் மூலமாகவே குற்றம் நிரூபிக்கப்பட்டிருக்கிறது என்று வாதாடப் பட்டது.

வாதப் பிரதிவாதங்கள் முடிந்த பிறகு, அனைவரும் ஆவலுடன் எதிர்பார்த்த தீர்ப்பு வெளியிடப்பட்டது. நீதிபதி சர் அர்னால்ட் வைட்டும், நீதிபதி அய்லிங்கும் சேர்ந்து ஒரு தீர்ப்பை வெளி யிட்டனர். நீதிபதி சங்கரன் நாயர் தனியே தன் தீர்ப்பை வெளியிட்டார். நீதிபதி சங்கரன் நாயரின் தீர்ப்பு மிகவும் பாராட்டப்பட்டது. இவர் தன்னுடைய தீர்ப்பில், இந்திய சுதந்தரப்

போராட்ட வரலாற்றைப் பற்றி அலசி ஆராய்ந்திருந்தார். இவருடைய இந்தத் தீர்ப்பு, பின்னர் 'Role of Students in Freedom Movement with a Special Referencet to Madras Presidency' என்ற தலைப்பில் புத்தகமாகக்கூட வெளிவந்தது. மேலும் நீதிபதி, தன்னுடைய தீர்ப்பில், பாரதியாரின் 'என்று தனியும் இந்தச் சுதந்தரத் தாகம்' என்ற பாடலை ஆங்கிலத்தில் மொழி பெயர்த்து வெளியிட்டார். நீதிபதி சங்கரன் நாயர் தன்னுடைய தீர்ப்பில், குற்றம் சாட்டப்பட்டவர்களுக்கு எதிராகக் கொலைக்குற்றம் நிரூபிக்கப்படவில்லை என்றும், ஆனால், அரசாங்கத்துக்கு எதிராக நீலகண்ட பிரம்மச்சாரி மட்டும் செயல்பட்டிருக்கிறார் என்றும் தெரிவித்தார்.

நீதிபதிகளின் பெரும்பான்மையான (Majority) தீர்ப்பின்படி, நீலகண்ட பிரம்மச்சாரிக்கு ஏழு ஆண்டுகள் கடுங்காவல் தண் டனை விதிக்கப்பட்டது. சங்கர கிருஷ்ணனுக்கு 4 ஆண்டுகள் சிறைத் தண்டனை விதிக்கப்பட்டது. ஏனைய குற்றவாளி களுக்குக் குறைந்த தண்டனை வழங்கப்பட்டது.

இந்தத் தீர்ப்பை எதிர்த்து, சென்னை உயர்நீதிமன்றத்தில் குற்ற வாளிகளின் தரப்பில், மறு ஆய்வு மனு தாக்கல் செய்யப்பட்டது. முதல் விசாரணை, மூன்று நீதிபதிகள் முன்னர் நடைபெற்றதால், மறு ஆய்வு மனு ஐந்து நீதிபதிகள் அடங்கிய பெஞ்சில் விசாரணைக்கு வந்தது. ஐந்து நீதிபதிகள் பின்வருமாறு, 1) சர் ரால்ப் பென்சன் 2) ஜான் வாலஸ் 3) மில்லர் 4) அப்துல் ரஹிம் மற்றும் 5) பி.ஆர்.சுந்தர ஐயர்.

மறு ஆய்வு மனுவை விசாரித்த நீதிபதிகளில் சர் ரால்ப் பென்சன், ஜான் வாலஸ் மற்றும் மில்லர் ஆகிய மூவரும், மூன்று நீதிபதிகள் அடங்கிய பெஞ்ச், சரியான தீர்ப்பைத்தான் வெளியிட்டிருக் கிறது, அதனால் அதில் மறுஆய்வு செய்வதற்கு ஒன்றுமில்லை என்று தெரிவித்தனர். நீதிபதி அப்துல் ரஹிம் தன்னுடைய தீர்ப்பில், குற்றவாளிகளுக்கு எதிராகக் குற்றம் நிரூபிக்கப்பட வில்லை, எனவே, குற்றம் சாட்டப்பட்டவர்கள் அனைவரும் விடுதலை செய்யப்படவேண்டும் என்று தெரிவித்தார். நீதிபதி சுந்தர ஐயரோ தன்னுடைய தீர்ப்பில், குற்றவாளிகளுக்கு வழங்கப்பட்ட தீர்ப்பு செல்லுபடியாகுமா என்ற சந்தேகத்தைத் தெரிவித்தார். பெரும்பான்மையான தீர்ப்பின்படி, குற்றவாளி களின் சார்பில் தாக்கல் செய்யப்பட்ட மறு ஆய்வு மனு தள்ளுபடி செய்யப்பட்டு, குற்றவாளிகளுக்கு வழங்கப்பட்ட தண்டனை,

உறுதி செய்யப்பட்டது.

தமிழகத்தில் ஆங்கிலேயர்களுக்கு எதிராக நடந்த முதல் மற்றும் கடைசி அரசியல் கொலை இதுவே. கொலை நடந்து, சுமார் 100 வருடங்கள் ஓடிவிட்டன. கால ஓட்டத்தில், இந்த வழக்கில் சம்பந்தப்பட்டவர்களெல்லாம் கரைந்து போய்விட்டனர்.

வ.உ.சி - கோயம்புத்தூர் சிறையில் அடைக்கப்பட்ட வ.உ.சியை, செக்கு இழுக்க வைத்தனர், ஆங்கிலேயர்கள். கீழ் நீதிமன்றத்தில், தனக்கு விதிக்கப்பட்ட தண்டனையை எதிர்த்து சென்னை உயர் நீதிமன்றத்தில் மேல்முறையீடு செய்தார். சென்னை உயர் நீதிமன்றம், வ.உ.சிக்கு வழங்கப்பட்ட தீர்ப்பைக் குறைத்தது. வ.உ.சி, 1912ம் ஆண்டு விடுதலை செய்யப்பட்டார். கப்பல் கம்பெனியால் ஏற்பட்ட நஷ்டம் போக, அவர்மீது தொடுக்கப் பட்ட தேசத் துரோக வழக்கை நடத்துவதற்காக தன்னுடைய அனைத்துச் சொத்துகளையும் இழந்து மிகுந்த கடனுக்கு ஆட்பட்டார். தேசத் துரோக வழக்கில் தண்டிக்கப்பட்டதால், அவருடைய வழக்கறிஞர் உரிமம் ரத்து செய்யப்பட்டது. பல ஆண்டுகள் கழித்து, திருநெல்வேலியில் வ.உ.சியின் வழக்கை விசாரித்த நீதிபதி வாலஸ், பின்னர் சென்னை உயர் நீதிமன்றத்தின் தலைமை நீதிபதியாக ஆன பிறகு, வ.உ.சியின் வழக்கறிஞர் உரிமத்தை, அவர் திரும்பப் பெறும்படி செய்தார். இதற்கு நன்றி பாராட்டும் விதமாக, வ.உ.சி தன்னுடைய மகன்களில் ஒருவருக்கு வல்லேஸ்வரன் என்று பெயரிட்டார்.

இறுதிக் காலத்தை கோவில்பட்டியில் மிகவும் கஷ்டத்தில் கழித்தார். வ.உ.சி ஆசைப்பட்டபடி, அவருடைய உயிர், தூத்துக்குடி காங்கிரஸ் அலுவலகத்தில் 1936ம் ஆண்டு பிரிந்தது. வ.உ.சி, திருக்குறளுக்கு உரை எழுதினார், தொல்காப்பியர் இயற்றிய தமிழ் இலக்கணத்தைத் தொகுத்துப் பதிப்பித்தார். தன்னுடைய சுயசரிதையை எழுதினார். ஜேம்ஸ் அலனின் புத்தகங்களைத் தமிழில் மொழி பெயர்த்தார். மெய்யறிவு, மெய்யாரம் என்று இவர் எழுதிய புத்தகங்கள் மிகவும் புகழ்பெற்றவை. பல நாவல்களை எழுதி வெளியிட்டிருக்கிறார்.

சுப்பிரமணிய சிவா - தொழுநோயால் பாதிக்கப்பட்ட சுப்பிரமணிய சிவாவுக்கு, யாரும் உதவி செய்ய மறுத்தனர். காரணம். அவர் ஆங்கிலேய அரசை பகைத்துக் கொண்டதுதான்.

29

தொழுநோயால் பாதிக்கப்பட்ட அவர், 1925ம் ஆண்டு தன்னுடைய 40வது வயதில் உயிரிழந்தார்.

சுப்பிரமணிய பாரதி - புதுச்சேரியில் 10 ஆண்டுகள் இருந்த பிறகு, 1918ம் ஆண்டு ஆங்கிலேய ஆட்சிக்கு உட்பட்ட கடலூரில் நுழையும்போது கைது செய்யப்பட்டார். சிறையில் அடைக்கப் பட்டார். பின்னர், ஆங்கிலேய அரசு அவருக்குப் பொது மன்னிப்பு வழங்கியதை அடுத்து, அவர் சென்னைக்கு வந்தார். சென்னை திருவல்லிக்கேணியில் உள்ள பார்த்தசாரதி கோயில் யானைக்கு, பாரதி உணவு வழங்கும்போது, அந்த யானை அவரைத் தாக்கியது. இதனால் காயம் அடைந்து, பின்னர் நோய்வாய்ப்பட்டு, 1921ம் ஆண்டு தன்னுடைய 38வது வயதில் உயிரிழந்தார். அவரது இறுதிச் சடங்கில் வெறும் பதினான்கு பேர்தான் கலந்து கொண்டனர். பாரதியார், காலத்தால் அழியாத பல பாடல்களை எழுதி, மக்கள் மனதில் இன்றளவும் மகாகவியாக வாழ்ந்து வருகிறார்.

வி.வி.எஸ் ஐயர் - உலக யுத்தமெல்லாம் முடிந்த பிறகு, 1921ம் ஆண்டில், சென்னைக்குத் திரும்பினார் வி.வி.எஸ் ஐயர். தேசபக்தன் என்ற பத்திரிகையில் பதிப்பாசிரியராகப் பணியாற்றி னார். 1925ம் ஆண்டு பாபநாச அருவியில் குளிக்கும்போது மர்மமான முறையில் உயிரிழந்தார். இறக்கும்பொழுது அவருக்கு வயது, 44. கம்பராமாயணத்தைப் பற்றிய ஒரு ஆய்வுக் கட்டுரையை ஆங்கிலத்தில் எழுதினார். மேலும், அவர் திருக்குறளை ஆங்கிலத்தில் மொழி பெயர்த்துள்ளார்.

நீலகண்ட பிரம்மச்சாரி - ஆஷ் கொலை வழக்கில், நீதிமன்றம் தண்டனை விதித்தபோது நீலகண்ட பிரம்மசாரிக்கு வயது 21. ஏழாண்டுகள் கடுங்காவல் தண்டனை முடிந்த பிறகு, நீலகண்ட பிரம்மச்சாரி 1919ம் ஆண்டு விடுதலையானார். விடுதலையான பிறகும்கூட, அவர் ஆங்கிலேயர்களுக்கு எதிராக தன்னுடைய நடவடிக்கைகளைத் தொடர்ந்தார். இதன் பொருட்டு, நீலகண்ட பிரம்மச்சாரி 1922ம் ஆண்டு மறுபடியும் கைது செய்யப்பட்டுச் சிறையில் அடைக்கப்பட்டார். பின்னர், 8 ஆண்டுகள் கழிந்து 1930ம் ஆண்டு விடுதலை செய்யப்பட்டார். அதன் பின்னர், உலக வாழ்கையில் நாட்டமில்லாமல் துறவியானார். தேசம் முழுவதும் சுற்றித் திரிந்தார். 1936ம் ஆண்டு மைசூரில் உள்ள நந்தி மலையில் ஆஸ்ரமம் அமைத்துத் தங்கினார். சுற்றியிருந்த ஏழை

எளியவர்களுக்கு உதவி செய்து வந்தார். ஆன்மிகத்தில் கவனம் செலுத்தினார். நீலகண்ட பிரம்மச்சாரி, சத்குரு ஓம்கார் என்று அழைக்கப்பட்டார். அவர் தன்னுடைய 89வது வயதில் மரணமடைந்தார். கம்யூனிஸ்டாக தன்னுடைய வாழ்க்கையைத் தொடங்கி, பெரிய மகானாக இருந்து சமாதி அடைந்தார்.

ஆஷ் துரையின் மனைவி மேரி லில்லியன் பேட்டர்சன் - கணவர் இறந்த பிறகு, தன்னுடைய தாய்நாடான அயர்லாந்துக்குச் சென்றுவிட்டார். மறுமணம் எதுவும் செய்து கொள்ளவில்லை. அரசாங்கம் கொடுத்த ஓய்வூதியத்தில் வாழ்க்கையை நடத்தி வந்தார். 1954ம் ஆண்டு உயிரிழந்தார். ஆஷின் மூத்த மகன், இந்தியாவில் ராணுவத்தில் கர்னலாக பணியாற்றி, 1947ம் ஆண்டு ஓய்வு பெற்றார். இரண்டாம் மகன், இரண்டாம் உலக யுத்தத்தில் பங்குகொண்டு அதில் உயிரிழந்தார். மகள்கள் இருவரும் திருமணம் செய்து கொள்ளவில்லை.

ஆஷ் துரைக்கு நினைவுச் சின்னங்கள் - இந்தியாவில் ஆஷ் துரை சுட்டுக் கொலை செய்யப்பட்ட செய்தியைக் கேட்ட மிதவாதிகள் மற்றும் அரசாங்கத்துக்குப் பயந்தவர்கள், நாங்கள் அரசாங்கத்தின் பக்கம் இருக்கிறோம் என்று தங்கள் விசுவாசத்தைக் காட்ட, ஆஷ் துரையுடன் பணிபுரிந்த மற்ற ஆங்கிலேய அலுவலர்களுடன் சேர்ந்து, இரண்டு ஞாபகச் சின்னங்களை எழுப்பினர். பாளையங்கோட்டையில் ஆஷ் துரை எங்கு அடக்கம் செய்யப்பட்டாரோ, அங்கு ஒரு கல்லறைச் சிலையையும், தூத்துக்குடி நகராட்சி அலுவலகத்தில், எண்கோண வடிவம் கொண்ட ஒரு மணிமண்டபத்தையும் நிறுவினர். மணிமண்டபம் எழுப்ப அந்தக் காலத்திலேயே ரூபாய் 3,002 செலவாகியது. அந்தச் செலவை 38 இந்தியர்கள் ஏற்றுக்கொண்டனர். அதில் சிலர் வ.உ.சிக்குச் சாதகமாக நீதிமன்றத்தில் சாட்சியம்வேறு அளித்தவர்கள்.

எனில், வாஞ்சிநாதனுக்குச் சிலை? மணியாச்சி ரயில் நிலைய பிளாட்பாரத்தில் 'வாஞ்சி மணியாச்சி சந்திப்பு' என்று அமைக்கப்பட்ட பெயர் பலகை. வாஞ்சிநாதனின் மனைவி பொன்னம்மாள், 1967ம் ஆண்டு உயிரிழந்ததாக ஒரு தகவல் உண்டு.

இன்று, வாஞ்சிநாதனின் பெயர் பலருக்குத் தெரிந்திருக்காது. தெரிந்தவர்களுக்கு மறந்து போயிருக்கும். 100 வருடங்களுக்கு முன்னர் வாஞ்சிநாதன் செய்த செயலின் தன்மையை நம்மால்

உணர்ந்து கொள்ளமுடியாது. வாஞ்சிநாதன் நிகழ்த்திக் காட்டிய அந்தச் செயலை, 'Indian Home Rule Society' இயக்கத்தைத் தோற்றுவித்த மேடம் காமா தன்னுடைய பத்திரிகையான வந்தேமாதிரத்தில் பின்வருமாறு நெகிழ்ச்சியுடன் தெரிவிக் கிறார். 'அலங்கரிக்கப்பட்ட இந்திய அடிமைகள், லண்டன் நகரத்தின் தெருக்களில் ஜார்ஜ் மன்னரின் முடிசூட்டு விழாவில், சர்க்கஸ் நடனம் நடத்தி, தங்களுடைய அடிமைத்தனத்தை வெளிப்படுத்திய வேளையில், நம் தேசத்தின் இரண்டு இளைஞர் கள் மட்டும் தங்களுடைய தீர செயலால், இந்தியா இன்னும் உறங்கிக் கொண்டிருக்கவில்லை என்று உணர்த்தியிருக்கின் றனர். வாஞ்சிநாதனின் துப்பாக்கியிலிருந்து வெளிப்பட்ட குண்டு, நூற்றாண்டுகளாக அடிமைப்பட்டுக்கிடக்கும் இந்தத் தேசத்தை நிமிர்ந்து நிற்கச் செய்திருக்கிறது.'

2. சிங்கம்பட்டி கொலை வழக்கு

'தமிழர்களைக் காட்டுமிராண்டிகள் என்று சொன்ன அந்தத் துரைய கொன்னுடணும்' என்று கடம்பூர் சொன்னான். என்னையும் கட்டாயப்படுத்தி ஒரு துப்பாக்கியை எடுத்துக்கொள்ளச் சொன்னான். 'நான் சுட்டு, குறி தப்பிடுச்சுனா நீ துரைய சுடணும். நாம துரைய சுடறதுக்குள்ள, துரையோட மனைவி முழிச் சுட்டாங்கன்னா அவங்களையும் சுட்டுக் கொன்னுடணும். நம்மள தடுக்க யாராவது வந்தா அவங்களையும் சுட்டறனும். இதை நீ செய்யலைனா உன்னையும் கொன்னுடுவேன்' என்று என்னை கடம்பூர் மிரட்டினான். இவ்வாறு என்னிடம் சொல்லி விட்டு, துரை தூங்கிக் கொண்டிருந்த படுக்கை அருகே சென் றான், கடம்பூர். தூங்கிக் கொண்டிருந்த துரையின் தலையில் சுட்டான். பிறகு, நாங்கள் இருவரும் கொலை நடந்த இடத்தை விட்டு ஓடி விட்டோம். ஓடும் வழியில் ஜன்னலின் வெளியே துப்பாக்கியைத் தூக்கி எறிந்தோம். அது, கீழே விழுந்தது.'

இவ்வாறாக நீதிமன்றத்தில், சிங்கம்பட்டி சாட்சியம் அளித்தான்.

சுமார் 90 வருடங்களுக்கு முன்னர் 1919ம் ஆண்டு நடந்த ஒரு பிரபல கொலை வழக்கு. கொலை நடந்தது சென்னையில். ஆனால், வழக்கத்துக்கு மாறாக, வழக்கு விசாரணை பம்பாய் நீதிமன்றத்தில் நடைபெற்றது. காரணம், சென்னையில் வழக்கு நடத்த முடியாத சூழ்நிலை. இந்தக் கொலையைப் பற்றிதான் ஊரெங்கும் பேச்சு. கொலைக்கான காரணங்களும், புனைவு களும் மக்களிடையே வெவ்வேறாக பேசப்பட்டன. ஊடகங் களில் பலவிதமான கருத்துக்கள் தெரிவிக்கப்பட்டன. மக்கள்

சார்பு நிலையைக் கொண்டிருந்தனர். சாட்சிகளின் அடிப்படை யிலும், வாதப் பிரதிவாதங்களைக் கேட்டும் ஜூரி நடுநிலையான தீர்ப்பை வழங்க முடியுமா என்று சந்தேகித்த பிரிட்டிஷ் அரசு, வழக்கை சென்னையிலிருந்து பம்பாய்க்கு மாற்ற உத்தர விட்டது.

சிங்கம்பட்டி ஜமீனின் வாரிசுதான் மேலே குறிப்பிடப்பட்ட சாட்சியத்தை அளித்த, சிங்கம்பட்டி. இன்று சிங்கம்பட்டி ஜமீன், திருநெல்வேலி மாவட்டத்தில் உள்ள ஒரு கிராமமாகத்தான் அறியப்படுகிறது. ஆனால், 20ம் நூற்றாண்டின் தொடக்கத்தில் 320 சதுர கிலோ மீட்டர் பரப்பளவு கொண்ட, பல கிராமங்களை உள்ளடக்கிய, தனி நபரால்ஆட்சி செய்து, வரி வசூல் செய்யப் பட்டு, ஆங்கிலேய அரசின் கட்டுப்பாட்டில் இருந்த ஒரு ஜமீன்.

சிங்கம்பட்டி ஜமீன், அதிக வனப்பகுதியைக் கொண்ட பகுதி. இந்த சிங்கம்பட்டி ஜமீனுக்கு 900 ஆண்டு வரலாறு சொல்லப் படுகிறது. சிங்கம்பட்டி ஜமீனுக்குச் சொந்தக்காரர்கள் பாண்டியர் களின் வழித் தோன்றல்கள் என்றும், நாயக்கர் காலத்தில் சிங்கம்பட்டி பாளையமாக மாறியது என்றும், பின்னர் ஆங்கி லேயர் ஆட்சி காலத்தில் அது ஜமீனாக மாறியது என்றும் சொல்லப்படுகிறது. இந்த இடத்தில் இன்னொரு செய்தி. 18ம் நூற்றாண்டின் ஆரம்பத்தில் திருவாங்கூர் சமஸ்தானத்தைத் தோற்றுவித்த ராஜா மார்த்தாண்ட வர்மாவுக்கும், எட்டு வீட்டுப் பிள்ளைமார்களுக்கும் ஆட்சி அதிகாரத்தைப் பிடிக்க நடந்த போரில், சிங்கம்பட்டி ஜமீனைச் சேர்ந்தவர்கள் ராஜா பக்கம் நின்று போர் செய்து வெற்றி பெறச் செய்ததின் நன்றிக் கடனாக, ராஜா மார்த்தாண்ட வர்மன், தன்னுடைய ராஜ்ஜியத்திலிருந்து 74,000 ஏக்கர் வனப்பகுதியை சிங்கம்பட்டி ஜமீனுக்குக் கொடை செய்திருக்கிறார்.

இந்த வனப்பகுதியிலிருந்து, 8,374 ஏக்கர் நிலத்தை சிங்கம்பட்டி ஜமீன் மேற்சொன்ன வழக்கின் செலவுக்காக, 1919ம் ஆண்டு வாடியா குடும்ப நிறுவனமான பாம்பே பர்மா டிரேடிங் கம்பெனிக்குக் (பாம்பே டையிங் நிறுவனத்தைத் தொடங்கிய வர்கள்) கைமாற்றம் செய்தார். இந்தக் கைமாற்றம் செய்யப் பட்ட இடம், பின்னாளில் மாஞ்சோலை எஸ்டேட்டாக மாறி யது. இந்த மாஞ்சோலை எஸ்டேட்டில், கூலி வேலை செய்த வர்கள்தான் பத்து ஆண்டுகளுக்கு முன்னர், கூலி உயர்வு கேட்டுப் போராட்டம் நடத்தியபோது, காவல் துறையின் கடும்

தாக்குதலுக்கு உள்ளாகி, துப்பாக்கிச் சூட்டில் 17 பேர் பரிதாப மாக உயிரிழந்தனர்.

நாம், மறுபடியும் வழக்குக்கு வருவோம்.

ஆங்கிலேயர், இந்தியாவில் ஆட்சி செய்து கொண்டிருந்த அதே சமயத்தில், சுதந்தரமான 554 சமஸ்தானங்களும் இந்தியாவில் இருந்தன. இந்தச் சமஸ்தானங்களின் ராணுவம், தொலைத் தொடர்புத் துறை மற்றும் வெளி உறவுத் துறை ஆகியவை மட்டும் ஆங்கிலேயர்களின் கட்டுப்பாட்டில் இருந்தன. இவற்றைத் தவிர சமஸ்தான ராஜாக்களின் ஏனைய அதிகாரங் களில் ஆங்கிலேயர்கள் மூக்கை நுழைக்க முடியாது.

சமஸ்தான ராஜாக்கள், ஜமீன்தார்கள் போன்றோர் தங்கள் வாரிசுகளுக்கு ஆங்கில அறிவு, கலாசாரம் மற்றும் அனைத்து சிறப்புத் தகுதிகளையும் புகட்டப்படவேண்டும் என்ற விருப்பத் தால், மோகத்தினால் ஆங்கிலேயர்கள் இவர்களுக்கென ஆரம்பித்த பிரத்தியேக பள்ளிக்கூடங்களில் தங்கள் வாரிசுகளைச் சேர்த்தனர். இந்தச் சிறப்புப் பள்ளிக்கூடங்களில், பொது அறிவை ஊட்டும் பாடங்களைத் தவிர குதிரையேற்றம், துப் பாக்கிச் சுடுதல், பில்லியர்ட்ஸ் விளையாடுதல் என அனைத்துக் கூடுதல் தகுதிகளும் கற்றுக்கொடுக்கப்படும். பெரிய இடத்துப் பிள்ளைகள் தங்களுடைய அந்தஸ்துகளை எப்படித் தக்க வைத்துக்கொள்ள வேண்டும் அல்லது உயர்த்திக்கொள்ள வேண்டும், ஆங்கிலேய துரைகளுக்கு ஈடு இணையாக விளங்க வேண்டும் என்பதுதான் இந்தச் சிறப்புப் பள்ளிக்கூடத்தின் நோக்கம். அப்படி ஒரு பள்ளிதான், சென்னையில் செயல்பட்டு வந்த நியூயிங்டன் பள்ளி. தென் இந்தியாவிலேயே பெரிய இடத்துப் பிள்ளைகளுக்காக செயல்பட்டு வந்த ஒரே பள்ளி. இந்தப் பள்ளி எங்கே இருக்கிறது என்று நீங்கள் யோசிக்க வேண்டாம். இப்பொழுது இந்தப் பள்ளி இல்லை. இந்த வழக்கு முடிவுற்ற நிலையில் ஆங்கிலேய அரசு இந்தப் பள்ளியை இழுத்து மூடிவிட்டது. அதற்கு முன்னர் இந்தப் பள்ளி, இப் பொழுது தேனாம்பேட்டையில் செயல்படுகிற DMS – Directorate Medical Service அமைந்துள்ள இடத்தில் இயங்கி வந்தது.

இப்பள்ளிக்கு அந்தக் காலத்தில் மைனர் பங்களா என்ற ஒரு பெயரும் இருந்தது. சட்டப்படி வயதாகாத இளையவர்களைத்

தான் மைனர்கள் என்று அழைப்பார்கள். 18 வயது அடைந்தால் தான் ஒருவர் சட்டப்படி மேஜர், அதுவரை அவர் மைனர்தான். மைனர்களையும், அவரது சொத்துக்களையும் பாதுகாக்கும் பொருட்டு ஆங்கிலேய அரசாங்கம் பல சட்டங்களைக் கொண்டு வந்தது. இந்தச் சட்டங்கள் ஜமீன்தார்கள், பெரிய நிலச் சுவான்தார்களுடைய வாரிசுகளின் நலனுக்காகவே அதிக அளவில் பயன்பட்டு வந்தது. அதனால்தான் பெரிய இடத்து வாரிசுகளை மைனர் என்று அழைக்கும் பழக்கம் வந்ததோ என்னவோ?

சிங்கம்பட்டி, கடம்பூர் மற்றும் ஏனைய பெரிய இடத்துப் பிள்ளைகளும் மைனர் பள்ளிக்கூடத்தில் படித்து வந்த சமயத் தில், அந்தப் பள்ளியின் துணை முதல்வராக செயல்பட்டு வந்த ஆங்கிலேயர் டே லா ஹே (De La Haye). இந்த டே லா ஹே துரையின் சகோதரிதான், இந்தியாவில் அந்தக் காலத்தில் பெண்களின் கல்விக்காக பாடுபட்ட மிஸ் டார்த்தி டே லா ஹே. அவரின் முயற்சியில்தான் சென்னையில் ராணி மேரி கல்லூரி தோற்றுவிக்கப்பட்டது.

டே லா ஹே துரை, சகோதரி போல அவ்வளவு நல்லவர் இல்லை. குணங்கெட்டவர். இனவாதி. அவமரியாதையான வார்த்தைகளையெல்லம் பயன்படுத்துவார். இவர், தன் வயதுக்குப் பொருந்தாத சிறிய வயதுப் பெண்ணைத் திருமணம் செய்து கொண்டார். அவள் ஓர் ஆங்கிலேயப் பெண். அனை வரிடமும் நட்பாகப் பழகுவாள். அதற்கு மேலும்கூட. அவ ளுக்கு ஏகப்பட்ட மைனர்கள். இந்தச் சமயத்தில்தான் ஹே துரை, நடு இரவில் தூக்கத்திலேயே சுட்டுக் கொல்லப்பட்டுப் பரலோகம் அனுப்பப்பட்டார்.

துரை, மைனர்களைப் பார்த்து எப்பொழுதோ ஒருமுறை, தமிழர்கள் காட்டு மிராண்டிகள் என்று சொன்னது வாஸ்தவம் தான். ஆனால், அதுதான் துரையைக் கொலை செய்ததற்கு முக்கியமான காரணமாக போலீசாருக்குத் தோன்றவில்லை. இருப்பினும், கொலைக்கான வலுவான காரணம் காவல் துறைக்குக் கிடைக்கவில்லை. குற்றம் நடந்த இடத்தில் ஹேவின் மனைவி இருந்திருக்கிறாள். துப்பாக்கிச் சத்தம் கேட்டுத் தூங்கிக் கொண்டிருந்த அவள் அலறியிருக்கிறாள். யாரோ ஒரு மாணவன் (மைனர்) மருத்துவரைத் தொலைப் பேசியில் அழைத்திருக்கிறான். அரசு மருத்துவரும் பத்து

நிமிடத்தில் சம்பவம் நடந்த இடத்துக்கு ஆஜராகி விட்டார். துரை இறந்துவிட்டதை உறுதிப்படுத்தினார். துரையின் மனைவி பித்துப் பிடித்தவள் போல் இருந்தாள்.

கொலைக்குப் பிறகு துரையின் மனைவியை அரசாங்கம் இங்கிலாந்துக்கு அனுப்பிவிட்டது. இந்தச் செயல் பெரிய சர்ச்சையை ஏற்படுத்தியது. காரணம், கொலை நடந்த இடத்திலிருந்த ஒரே சாட்சி, துரையின் மனைவிதான். அவளை போலீசார் விசாரிக்காமல், ஏன் வெளிநாடு செல்ல அனுமதித்தனர்? எது எப்படியோ போலீசார் தொடர்ந்து நடத்திய விசாரணையில், சிங்கம்பட்டியின் மீதும் கடம்பூரின் மீதும் சந்தேகம் விழுந்தது.

துருவித் துருவி விசாரித்ததில், சிங்கம்பட்டி அப்ரூவர் ஆனான் என்று சொல்லி, அவனைச் சாட்சியாக்கி, கடம்பூரின்மீது கொலை செய்ததற்கான குற்றப்பத்திரிகை தாக்கல் செய்யப்பட்டது. வழக்கு விசாரணை சென்னையிலிருந்து பம்பாய்க்கு மாற்றப்பட்டது.

பொதுவாக கிரிமினல் வழக்குகளைத் தலைமை நீதிபதி விசாரணைக்கு எடுத்துக் கொள்ள மாட்டார். ஆனால், வழக்கத்துக்கு மாறாக, இந்த வழக்கை பம்பாய் நீதிமன்றத்தின் தலைமை நீதிபதி நார்மன் மெக்லாய்டே விசாரணைக்கு எடுத்துக் கொண்டார். அந்தச் சமயத்தில் செஷன்ஸில் (Sessions) கிரிமினல் வழக்குகளைப் பார்த்துக் கொண்டிருந்தவர், நீதிபதி கரம்ப். அந்தக் காலத்தில் கிரிமினல் வழக்கை விசாரிக்கும் போது, நீதிபதிகள் பழைய திரைப்படங்களில் பார்ப்பது போன்று பிரத்தியேக உடை, விக் (டோப்பா - தலை அங்கி), சிவப்பு நிற கவுன் (மேல் அங்கி), அரைக்கால் சட்டை, பட்டுக் காலுறை, பம்ப் காலணிகள் என்று தடல்புடலாக அணிந்து கொண்டு காட்சியளிப்பார்கள். தலைமை நீதிபதியும் அவ்வாறு நீதிமன்றத்தில் ஆஜராகி வழக்கு விசாரணையைத் தொடங்கினார்.

சென்னை மாகாணத்தின் பப்ளிக் பிராஸிக்யூட்டர் சிட்னி சிமித் மற்றும் பம்பாயைச் சேர்ந்த வெல்டன் இருவரும் அரசுத் தரப்பில் ஆஜராகினர். குற்றம் சாட்டப்பட்ட கடம்பூரின் சார்பாக பம்பாயைச் சேர்ந்த பிரபல வழக்கறிஞர் வாடியாவும், அவருக்குத் துணையாக சென்னையைச் சேர்ந்த பிரபல வழக்கறிஞர்கள் டாக்டர் சுவாமிநாதன் மற்றும் எத்திராஜ் ஆகியோரும் ஆஜரானார்கள். முக்கிய சாட்சியான சிங்கம்பட்டியின்

சார்பாக தாவர் என்ற வழக்கறிஞர் வாதாடினார். வழக்கு விசாரணைக்காக சிறப்பான நடுவர் குழு (ஜுரி) அமைக்கப் பட்டது.

வழக்கு விசாரணை தொடங்கியது. அரசுத் தரப்பினரால், சிங்கம்பட்டி கூண்டில் ஏற்றப்பட்டு சாட்சியம் சொல்ல வைக்கப் பட்டான். சிங்கம்பட்டி சாட்சிக் கூண்டில் சொன்னதைத்தான் இந்தத் தொகுப்பின் ஆரம்பத்தில் பார்த்தோம். சிங்கம்பட்டியை அடுத்து மற்ற மைனர்களும் சாட்சியம் அளித்தனர். அரசுத் தரப்பில் வாதிடப்பட்டதாவது, துரையைக் கொல்ல வேண்டும் என்று மைனர்கள் கூட்டுச் சதி செய்திருக்கின்றனர். அதன் விளைவாகத்தான் சிங்கம்பட்டியும், கடம்பூரும் துரையைக் கொலை செய்திருக்கிறார்கள்.

தலைமை நீதிபதி, மைனர்கள் அளித்த சாட்சியங்களின் உண்மைத் தன்மையை ஏற்க மறுத்தார். அவர், ஜுரியிடம் அரசுத் தரப்பின் முக்கிய சாட்சிகளில் ஒருவனான தலவான் கோட்டை பெரிய பொய் புழுகி என்று மற்ற மைனர்கள் தங்களது சாட்சியத்தில் கூறியிருப்பதை சுட்டிக் காட்டினார். மேலும் மைனர்களிடையே யார் பிரமாதமாக பொய் சொல்வார்கள் என்ற போட்டியெல்லாம் நடந்திருப்பதைப் பற்றி சாட்சியத்தில் பதிவாகியிருப்பதை, தலைமை நீதிபதி, ஜுரிக்கு மேற்கோள் காட்டினார்.

சப்தூர் என்ற மைனர் அளித்த சாட்சியம் நம்பக் கூடியதாக இருந்தாலும், அவன் தன்னுடைய சாட்சியத்தில் மைனர்களுக்கு இடையே துரையைக் கொல்ல கூட்டுச் சதி நடந்ததாகவோ அல்லது சிங்கம்பட்டியும் கடம்பூரும்தான் துரையைக் கொன்றார்கள் என்றோ அவன் குறிப்பிடவில்லை என்ற விவரத்தையும் தலைமை நீதிபதி ஜுரிக்கு எடுத்துக்கூறினார். சிங்கம்பட்டியின் சாட்சி, சந்தேகத்துக்கு இடமளிப்பதாகவும், உண்மையான நிலைப்பாட்டை வெளிப்படுத்தவில்லை என்ற கருத்தையும் தலைமை நீதிபதி முன்வைத்தார். சிங்கம்பட்டியின் கூற்று பொய் என்று நிரூபிக்க தலைமை நீதிபதி, கொலை செய்யப் பயன்படுத்தப்பட்ட துப்பாக்கியையும், துப்பாக்கிகளை உற்பத்தி செய்யும் பம்பாயைச் சேர்ந்த ஒரு பிரபல நிறுவனத்திலிருந்து, துப்பாக்கிகளைப் பற்றி நன்கு அறிந்த ஒரு வல்லுநரையும் நீதிமன்றத்துக்கு வரவழைத்தார். சம்பந்தப்பட்ட

துப்பாக்கியை அவரிடம் காட்டி, அந்த வல்லுநரின் சாட்சியத்தைப் பதிவு செய்தார்.

சிங்கம்பட்டி தன்னுடைய சாட்சியத்தில் கொலை நடந்த பிறகு, துப்பாக்கி தோட்டாக்களுடன் மாடியிலிருந்து ஜன்னலின் வழியே தூக்கி எறியப்பட்டதாகத் தெரிவித்திருந்தான். ஆனால், சம்பந்தப்பட்ட துப்பாக்கியை ஆய்வு செய்த வல்லுநர், தான் ஆய்வு செய்த துப்பாக்கியில் எந்த ஒரு சிராய்ப்புகளோ அல்லது கோடுகளோ இல்லை என்றும், 40 அடி உயரத்திலிருந்து சம்பந்தப்பட்ட துப்பாக்கியைத் தூக்கிப் போட்டிருந்தால், துப்பாக்கி துண்டு துண்டாக உடைந்து போயிருக்கும் என்று தெரிவித்திருந்தார். அதேபோல், தோட்டாக்களை மாடியிலிருந்து வீசியிருந்தால் அவை சிதறுண்டு போயிருக்குமே தவிர மொத்தமாக ஓர் இடத்தில் குவிக்கப்பட்டிருக்காது என்ற செய்தியையும் தெரிவித்தார். எனவே, நம்பகத்தன்மையில்லாத சாட்சிகளை வைத்து ஒருவர் குற்றவாளி என்று உறுதிபடுத்தமுடியாது என்ற வாதத்தைத் தலைமை நீதிபதி, ஜுரிக்குத் தெரியப்படுத்தினார்.

வாதப் பிரதிவாதம் எல்லாம் முடிந்த பின்னர் ஜுரி ஒன்றாகக் கூடி ஆலோசனை நடத்தி ஒரு முடிவுக்கு வந்திருந்தனர். தீர்ப்பு கூறும் நாளன்று, நீதிமன்றத்தில் பெரும் திரளான கூட்டம் கூடி இருந்தது. தலைமை நீதிபதியின் மனைவியும் வந்திருந்தார். ஜுரி, கடம்பூர் குற்றவாளியில்லை என்று தங்களது முடிவைத் தலைமை நீதிபதிக்குத் தெரிவித்தனர். நீதிமன்றத்தில் பெரிய கரகோஷம் எழுந்தது. தலைமை நீதிபதியின் மனைவிதான் முதல் முதலில் தன் கைகளைத் தட்டி சந்தோஷத்தை வெளிப்படுத்தினார்.

கடம்பூர் விடுதலை செய்யப்பட்டான். காவல் துறை இந்த வழக்கில் தன்னுடைய விசாரணையைச் சரியாக நடத்தவில்லை என்ற கருத்தை நீதிபதி வெளிப்படுத்தினார். யாரோ ஒருவன் பின்புலத்தில் இருந்துகொண்டு இந்தப் படுகொலையைச் செய்திருக்கக்கூடும். கொலை செய்தவன் சிங்கம்பட்டியையும், கடம்பூரையும் பகடைக் காயாகப் பயன்படுத்தியிருக்கவேண்டும் என்று தீர்ப்பு வெளியிடப்பட்டது.

மைனர்கள், போலீசார் போட்ட பொய் வழக்கிலிருந்து தப்பித்ததற்கு முக்கிய முதல் காரணம், சென்னையின் அப்போதைய

ஆளுநர் வில்லிங்டன் பிரபு. இவர் இந்த வழக்கை சென்னை யிலிருந்து பம்பாய்க்கு மாற்றாமல் இருந்திருந்தால் இப்படிப் பட்ட தீர்ப்பு வந்திருக்கக்கூடுமா என்பது சந்தேகம்தான். காரணம், மைனர்கள்தான் குற்றம் இழைத்திருப்பார்கள் என்ற பரவலான கருத்து சென்னையில் நிலவியதுதான். இரண்டாவ தாக, பம்பாய் நீதிமன்றத் தலைமை நீதிபதி நார்மன் மெக்லாய்ட் பாரபட்சமின்றி நல்ல முறையில் விசாரணையை நடத்தியது தான். எது எப்படியோ தமிழர்களைக் காட்டுமிராண்டிகள் என்று சொன்ன துரையை யார் கொன்றார்கள் என்ற விவரம் இன்றளவும் மர்மாகவே உள்ளது.

மைனர்கள் கல்லூரி வடநாட்டில் உள்ளதுபோல, ராஜ்குமார் கல்லூரி என்று பெரிய அளவில் மாற்றப்படும் என்று நினைத்த மைனர்களின் தகப்பனார்களுக்கு (சமஸ்தான ராஜாக்களுக்கு) பெருத்த ஏமாற்றம். அந்தக் கல்லூரி எதிர்பார்த்த அளவுக்கு மைனர்களிடம் படிப்பையோ, பண்பாட்டையோ வளர்க்க வில்லை. இப்படியொரு கல்லூரி வேண்டாம் என்று முடிவு செய்த ஆங்கிலேய அரசு, மைனர் கல்லூரியை மூடிவிட்டது.

3. பாவ்லா கொலை வழக்கு

ஆங்கிலேயர்கள், இந்திய துணைக் கண்டத்தை ஆட்சி செய்து கொண்டிருந்த அதே சமயத்தில் பல சுதந்தர ராஜாக்களும் இந்திய துணைக் கண்டத்தில் ராஜ்ஜியம் செய்து வந்தனர். சுதந்தரத்துக்கு முன்பாக 554 சமஸ்தானங்கள் இந்திய துணைக் கண்டத்தில் இருந்து வந்தன. இந்தியா சுதந்தரம் அடைந்த பிறகு அவை இந்தியாவுடன் இணைக்கப்பட்டன.

பாவ்லா கொலை வழக்கு, இந்தியா சுதந்தரம் அடைவதற்கு முன்னர் நடந்தது. வழக்குக்குக் காரணமாக இருந்தவர், இந்தூர் சமஸ்தானத்தை ஆட்சி செய்து வந்த ஹோல்கர் மகாராஜா - மூன்றாவது துக்கோஜி ராவ் ஹோல்கர். இவரது அந்தப்புரத்தில் ஓர் அழகான முஸ்லிம் நங்கை இருந்தாள். அவள் பெயர், மும்தாஜ் பேகம். மும்தாஜ் பிரமாதமான நாட்டியக்காரி. ஆனால், அவளுக்கு ஏனோ அந்தப்புரத்து வாழ்க்கை பிடிக்கவில்லை. தான் அந்தப்புரத்தில் சிறைப்பட்டிருப்பதாக உணர்ந்தாள். பத்தாண்டுகளாக மகாராஜாவுக்குச் சேவை செய்துகொண்டிருந்த மும்தாஜுக்கு இந்தோர் அரண்மனையிலிருந்து தப்பித்துச் செல்ல வாய்ப்பு கிடைத்தது. தப்பித்து விட்டாள்.

தப்பித்த மும்தாஜ் பல இடங்களில் சுற்றித் திரிந்தாள். கடைசியில் அவளுக்கு பம்பாயைச் சேர்ந்த அப்துல் காதர் பாவ்லா என்ற பெரும் செல்வந்தர் அடைக்கலம் கொடுத்தார். மும்தாஜ், பாவ்லாவிடம் மிகவும் விசுவாசமாக இருந்தாள். பாவ்லாவும் மும்தாஜைத் தன்னுடைய மனைவிபோல பாவித்து வந்தார்.

இந்தூர் ராஜ்ஜியத்தில் பெரும் கொந்தளிப்பு. அவளுக்கு எவ்வளவு வசதி செய்து தந்திருந்தார் ராஜா. ராஜாவை மதிக்காமல் தப்பித்துப் போக அவளுக்கு எவ்வளவு துணிச்சல் இருக்கும். இது ஒரு அவமரியாதை செயல். இதைக் கண்டிக்க வேண்டும். அப்படிச் செய்தால்தான் அரண்மனைக்கு ஏற்பட்ட கலங்கத்தைத் துடைக்க முடியும் என்று அரண்மனை முழுவதும் இதே பேச்சுதான். ராஜாவும் அதே மனநிலையில்தான் இருந்தார். ஒன்பது பேர் தயார் செய்யப்பட்டனர். அவர்களுக்கு இடப்பட்ட கட்டளை இதுதான். மும்தாஜை எங்கிருந்தாலும் தேடிக் கண்டுபிடியுங்கள். கண்டுபிடித்து அவளை அரண்மனைக்கு இழுத்து வாருங்கள். குறுக்கிடுபவர்கள் கொல்லப்படலாம்.

இந்த ஒன்பது பேர் கொண்ட கும்பல், மும்தாஜ் இருக்கும் இடத்தைத் தேடிக் கண்டுபிடித்துவிட்டது. திட்டம் தீட்டப் பட்டது.

1925ம் ஆண்டு, ஜனவரி 12ம் தேதி, இரவு சுமார் 7:30 மணி இருக்கும். அப்துல் காதர் பாவ்லாவும், மும்தாஜும் ஒரு காரில் சென்று கொண்டிருந்தனர். அவர்கள் மட்டும் தனியாகச் செல்லவில்லை. அவர்களுடன் காரில், பாவ்லாவின் மேலாளர் மாத்திவ், கார் ஓட்டுனர் மற்றும் க்ளீனரும் சென்றனர். கார், மலபார் ஹில்ஸ் பகுதியை நோக்கிச் சென்று கொண்டிருந்தது.

திடீரென்று ஒரு கார் பின்னாலிருந்து வந்து மோதியது. காரில் இருந்து கொலைகாரக் கும்பலைச் சேர்ந்த 7 நபர்கள் காரை விட்டு கீழே இறங்கினர். பாவ்லாவின் காரைச் சுற்றி வளைத்தனர். அவர்களிடம் கத்தி, கபடா, துப்பாக்கி மற்றும் இன்ன பிற ஆயுதங்களும் இருந்தன. மும்தாஜை காரிலிருந்து தூக்க முயற்சி செய்தனர். பாவ்லா அதைத் தடுத்தார். துப்பாக்கி வெடித்தது. பாவ்லா கீழே சாய்ந்தார்.

மும்தாஜ் காரை விட்டு வலுக்கட்டாயமாக வெளியே இழுக்கப் பட்டாள். வெளியே வர மறுத்த மும்தாஜின் அழகிய முகத்தில் நான்கு கத்திவெட்டுகள் விழுந்தன. கும்பல், மும்தாஜை காரி லிருந்து தூக்கியது. அப்போதுதான் ஓர் ஆச்சரியம் நிகழ்ந்தது.

சம்பவம் நடந்து கொண்டிருந்த இடத்தை நோக்கி ஒரு ராணுவ கார் வந்தது. அந்த காரில் ராணுவ அதிகாரி லெப்டினண்ட் சேகர்ட் மற்றும் அவருடைய நண்பர்கள் லெப்டினண்ட் பாட்லி,

லெப்டினன்ட் ஸ்டீபன் ஆகியோர் இருந்தனர். ஒரு பெண் அலறும் சத்தத்தைக் கேட்டு மூவரும் காரைவிட்டு இறங்கினர். மும்தாஜைக் காப்பாற்ற முயன்றனர். இதைச் சற்றும் எதிர்பாராத கொலைகாரக் கும்பல் ராணுவ அதிகாரிகளைத் தாக்கினர். லெப்டினன்ட் சேகர்ட் சுடப்பட்டார். தான் தாக்கப்பட்டதை பொருட்படுத்தாமல் கொலைகாரக் கும்பலை சேர்ந்தவர்களிட மிருந்து இரண்டு துப்பாக்கிகளைப் பிடுங்கி விட்டார். மும்தாஜைக் காப்பாற்றி தன்னுடைய காரில் ஏற்ற முயன்றார். அப்போது அவருடைய தோள்பட்டையில் கத்திக் குத்து விழுந்தது. அதை அவர் பொருட்படுத்தவில்லை. மும்தாஜைக் காப்பாற்றிய பிறகு, லெப்டினன்ட் சேகர்ட் மற்ற ராணுவ அதிகாரிகளுடன் சேர்ந்து கொலைகாரக் கும்பலைப் பிடிக்க முயன்றார். இத்தனைக்கும் லெப்டினன்ட் சேகர்ட்டிடம் இருந்தது கோல்ப் விளையாடப் பயன்படுத்தப்படும் மட்டை. அதையே அவர் தன்னுடைய தற்காப்புக்கும் பயன்படுத்தினார், தாக்குதலுக்கும் பயன்படுத்தினார்.

ராணுவத்தினர் கொலைகாரக் கும்பலுடன் சண்டையிட்டுக் கொண்டிருக்கும்போது அவர்களுக்குச் சாதகமாக, சம்பவம் நடந்த இடத்துக்கு மற்றுமொரு ராணுவ கார் வந்தது. அதிலும் ஒரு ராணுவ அதிகாரி - கர்னல் விக்ரி இருந்தார். நான்கு ராணுவ அதிகாரிகளுடனும் சண்டையிட முடியாமல் கொலைகாரக் கும்பல் தப்பியோட முனைந்தது.

ராணுவ அதிகாரிகள் அக்கூட்டத்தைச் சேர்ந்த இரண்டு நபர்களைப் பிடித்தனர். பிடிபட்டவர்களை ராணுவ அதிகாரிகள் போலீசாரிடம் ஒப்படைத்தனர்.

இதில் விசித்திரமான விஷயம் என்னவென்றால், ராணுவத்தி னர்கள் தினமும் கோல்ப் விளையாடிவிட்டு தங்கள் முகாமுக்குத் திரும்பி வரும் வழி, அதுவல்ல. ஆனால், சம்பவம் நடந்த நாள் அன்று, அவர்கள் எப்பொழுதும் வரும் வழியை விட்டுவிட்டு மாற்று வழியில் வந்திருக்கிறார்கள். அதனால்தான் அவர்கள் மும்தாஜைக் காப்பாற்ற முடிந்தது.

ராணுவத்தினர், அந்தக் கொலைகாரர்களை போலீசிடம் ஒப் படைத்தனர். அதனையடுத்து வெகுவிரைவிலேயே சம்பவத்தில் ஈடுபட்ட மற்றவர்களையும் போலீசார் கைது செய்தனர். சாட்சிகளிடம் வாக்குமூலம் பெற்ற போலீசார், நீதிமன்றத்தில் 9

நபர்கள்மீது பாவ்லாவைக் கொன்றதற்காகவும், மும்தாஜைக் கடத்தக் கூட்டுசதி செய்ததற்காகவும், கடத்தலுக்குத் தூண்டு தலாக இருந்ததற்காகவும், மும்தாஜைக் கடத்தியதற்காகவும், ராணுவ அதிகாரிகளையும் மும்தாஜையும் தாக்கி பெரும் காயம் ஏற்படுத்தியதற்காகவும் குற்றவழக்குத் தொடர்ந்தனர்.

பம்பாய் உயர் நீதிமன்றத்தில், வழக்கு விசாரணைக்கு வந்தது. அப்போது, அங்கு கிரிமினல் வழக்குகளை நடத்தி வந்தவர், நீதிபதி க்ரம்ப். அரசுத் தரப்பில் ஆஜரானவர்கள், அட்வகேட் ஜெனரல் காங்கா மற்றும் அவருக்குத் துணையாக கென்னத் கெம்ப். குற்றம் சாட்டப்பட்டவர்கள் அனைவரும் இந்தூர் சமஸ்தானத்தைச் சேர்ந்தவர்கள். அவர்களுக்காக வாதாட அப்போது பிரபலமாக இருந்த கல்கத்தாவைச் சேர்ந்த சென் குப்தா மற்றும் பம்பாயைச் சேர்ந்த வெலிங்கர் மற்றும் முகம்மது அலி ஜின்னா ஆகிய வழக்கறிஞர்களை நியமனம் செய்தது இந்தூர் சமஸ்தானம். வழக்கு விசாரணைக்காக 12 பேர் கொண்ட ஜூரி (நடுவர் குழு) அமைக்கப்பட்டது.

வழக்கு விசாரணை பல நாள்கள் நடைபெற்றது. வழக்கு விசாரணையைக் காண பெருந்திரளான கூட்டம் நீதிமன்றத்தில் திரண்டது.

விசாரணைக்கு எடுத்துக்கொள்ளப்பட்ட வழக்கு மிகவும் சிக்கலாக இருந்தது. நிறைய குற்றவாளிகள்; நிறைய சாட்சிகள்; பலதரப்பட்ட குற்றங்கள்; நடைபெற்ற குற்றத்தில் ஒவ்வொரு குற்றவாளியின் பங்கு; தங்கள் கண் முன்னே விரைவாக நடந்து முடிந்த, பலபேர் சம்பந்தப்பட்ட குற்றத்தைப் பல நோக்கில் பார்த்த சாட்சிகளின் வாக்குமூலத்தில் உள்ள முரண்பாடுகள்; பல பேர் ஈடுபட்ட பெரிய குற்றத்தில் ஒரு குற்றவாளியின் பங்கு சிறிதாக இருந்தாலும், அவனுக்குப் பெரிய குற்றம் விளைவித்த தற்கான தண்டனை வழங்கப்பட வேண்டுமா அல்லது குற்றத் தில் அவனுடைய பங்குக்கான தண்டனை மட்டுமே வழங்கப் படவேண்டுமா என பல சிக்கலான விவகாரங்கள் இருந்தன.

அரசுத் தரப்பின் முக்கிய சாட்சிகளாக மூன்று ராணுவ அதிகாரிகள் இருந்தனர். மற்ற சாட்சிகளை ஒப்பிடுகையில், ராணுவ அதிகாரிகள் தனித்தனியே விசாரிக்கப்பட்டாலும் அவர்களது சாட்சியங்களில் பெரிய வித்தியாசங்கள் எதுவும் இல்லை. ராணுவத்தில் அவர்களுக்கு வழங்கப்பட்டிருந்த பயிற்சியின்

காரணமாக, அவர்கள் எந்தச் சூழ்நிலையையும் பதற்ற மில்லாமல் கையாளும் திறன் பெற்றிருந்தனர். அனைத்து விவகாரங்களையும் உன்னித்துக் கவனமாகப் பார்த்துப் பழகிய வர்கள். தங்களுக்கு முன்னால் இருக்கும் பிரச்னையைத் தெளிவாகப் புரிந்துகொண்டு அதை லகுவாக கையாளும் திறன் படைத்தவர்கள். இவ்வளவு திறமைகளும் இருந்ததனால்தான் மும்தாஜைக் கடத்தல்காரர்களிடமிருந்து அவர்களால் காப்பாற்ற முடிந்தது. நடந்து முடிந்திருந்த சம்பவங்கள் அவர்கள் மனத்தில் தெள்ளத் தெளிவாக பதிந்திருந்தன. அதனால்தான் அவர்களால் நீதிமன்றத்தில், சம்பவம் நடந்து முடிந்து சில நாள்களாகியும் சம்பவத்தை பற்றித் தெளிவாக விவரிக்க முடிந்தது.

வழக்கில் ராணுவத்தினரின் சாட்சியங்கள் தெளிவாகவும் உறுதியாகவும் இருந்தாலும், குற்றவாளிகளுக்கு ஆஜரான வழக்கறிஞர்கள் முகமது அலி ஜின்னா உட்பட அனைவரும் நன்றாகப் போராடினார்கள். ஜின்னாவைப் பற்றி இங்கு ஒரு செய்தி சொல்லியாக வேண்டும். ஜின்னா, அன்றைய காலக்கட்டத்தில் ஒரு பிரபல வழக்கறிஞர். பால கங்காதர திலகர், தன்மீது ஆங்கிலேய அரசால் சுமத்தப்பட்ட ராஜ துரோக வழக்கை எதிர்த்து நீதிமன்றத்தில் வாதாட ஜின்னாவைதான் தன்னுடைய வழக்கறிஞராக நியமித்தார். திலகரே சட்டம் பயின்றவர்தான். இருப்பினும், அவருக்கு ஜின்னாவின்மீதுஅவ்வளவு நம்பிக்கை. திலகர் மட்டுமில்லை, அந்நாள்களில் பிரபல வழக்கறிஞரும் சமூக சீர்திருத்தவாதியுமான பிரோஷா மேத்தாவுக்கு ஆதரவாக ஆங்கிலேயர்களை எதிர்த்து நீதிமன்றத்தில் ஒரு பிரபல வழக்கை நடத்திய ஜின்னா அதில் வெற்றியும் பெற்றார். ஜின்னா அன்றைய இளைஞர்களுக்குப் பெரிய முன்மாதிரி. முற்போக்குச் சிந்தனை உடையவர். சிறந்த பேச்சாளர். தேசியவாதியும்கூட. கல்லூரி மாணவர்கள் தங்களது கல்லூரிகளில் நடக்கும் விழாக்களில், அவரைத் தலைமை தாங்கிப் பேச அழைப்பார்கள்.

குற்றவாளிகள் தரப்பில் முன்வைக்கப்பட்ட வாதங்கள்.

1. பாவ்லா, துப்பாக்கி வைத்திருந்தார். கடத்தல்காரர்கள் மும்தாஜைக் கடத்த நினைத்த தருவாயில், பாவ்லாதான் தன்னிடமிருந்த துப்பாக்கியை எடுத்து கடத்தல்காரர்கள் மீது முதலில் சுட்டார். அதன் பின்னர், தற்காப்புக் காகத்தான் கடத்தல்காரர்கள் பாவ்லாவைச் சுட்டார்கள். ஆனால், இந்த வாதம் அரசுத் தரப்பினால் முறியடிக்கப்

பட்டது. பாவ்லா துப்பாக்கி வைத்திருந்தது வாஸ்தவம் தான், ஆனால், அதைச் சம்பவம் நடந்த இடத்துக்கு பாவ்லா எடுத்து வரவில்லை. மேலும், பாவ்லாவின்மீது பாய்ந்த தோட்டாவும், லெப்டினண்ட் சேகர்ட்மீது பாய்ந்த தோட்டா வும், சம்பவ இடத்தில் சிதறிக் கிடந்த தோட்டாக்களும், லெப்டினண்ட் சேகர்ட் சம்பவம் நடந்த இடத்தில் குற்ற வாளிகளிடமிருந்து பறித்த துப்பாக்கிகளிலிருந்து வெளி யானவை என்று தகுந்த ஆதாரம் கொண்டு நிரூபித்தது அரசுத் தரப்பு. இதைத் தவிர, மும்தாஜ் தன்னுடைய வாக்கு மூலத்தில், கொலைகாரக் கும்பல் பாவ்லாவின் காரை வழி மறித்து முதலில் பாவ்லாவைச் சுட்டுவிட்டார்கள் என்று தெரிவித்திருந்தார்.

2. மும்தாஜ், இந்தூருக்குச் செல்ல ஆயத்தமாகத்தான் இருந் தார், ஆனால், அவரைப் போகவிடமால் பாவ்லா தடுத்தார் என்ற வாதத்தை முன்வைத்தது எதிர்தரப்பு. இந்த வாதமும் நீதிமன்றத்தில் எடுபடவில்லை. காரணம், கடத்தல் காரர்கள் மும்தாஜைத் தூக்கிச் செல்ல வந்தபோது, அவர் களிடமிருந்து தப்பிக்க மும்தாஜ் போராடியிருக்கிறாள். அதனால் அவளுக்கு முகத்தில் காயங்கள்கூட ஏற்பட்டிருக் கிறது. மேலும், கடத்தல்காரர்களிடமிருந்து தன்னைக் காப்பாற்றும்படி மும்தாஜ் அலறியிருக்கிறாள். மும் தாஜின் அலறலை கேட்டுத்தான் ராணுவ அதிகாரிகள் அவளைக் காப்பாற்ற சம்பவ இடத்துக்கு விரைந்தனர். இவற்றைத் தவிர அரசுத் தரப்பில் நரிமன் என்ற பிரபல கிரிமினல் வழக்கறிஞர் சாட்சியம் அளித்தார். அவர் அளித்த சாட்சியத்தில் சம்பவம் நடைபெறுவதற்குச் சில நாள்களுக்கு முன்னர், மும்தாஜ் தன்னிடம் ஆலோசனை கேட்க வந்ததாகவும், அப்போது மும்தாஜ் தன்னிடம், நான் கடலில் விழுந்து தற்கொலை செய்து கொள்வேனே தவிர, ஒருபோதும் இந்தூருக்குப் போகமாட்டேன்' என்று கூறியதாகவும் தெரிவித்தார்.

ஜின்னா மற்றும் பிற வழக்கறிஞர்களும் எவ்வளவு போராடிய போதும், சாட்சிகள் அனைத்தும் குற்றம் சாட்டப்பட்டவர் களுக்கு எதிராகவே இருந்தன. விசாரணை முடிவுற்ற நிலையில், நீதிபதி க்ரம்ப் வழக்கின் சாராம்சங்களைத் தொகுத்து வழங்கினார். ஜூரி முறை இருந்த சமயத்தில், பொதுமக்களில்

பலதரப்பட்டவர்களிலிருந்து 9 பேரை அழைத்து அவர்களை வழக்கு விசாரணையில் ஜூரியாக அரசாங்கம் நியமிக்கும். ஜூரி, பொறுப்பைத் தட்டிக் கழிக்க முடியாது. ஜூரியில் இடம் பெற்றிருப்பவர்களுக்கு அனைத்துச் சட்டங்களும் தெரிந்திருக்காது. தெரிந்திருக்க வேண்டும் என்ற அவசியமும் இல்லை. ஆனால் ஜூரி, வழக்கு விசாரணை முடிந்து சரியான தீர்ப்பு வழங்கவேண்டும். அதற்கு ஏதுவாக நீதிபதி வழக்கின் சாராம்சம், சம்பந்தப்பட்ட வழக்கில் எந்தவிதமான சட்டம் எப்படிப் பிரயோகிக்கப்பட்டிருக்கிறது, சட்டத்தின் விதிவிலக்குகள் என்னென்ன போன்ற விவரங்கள் அடங்கிய தொகுப்பை ஜூரிக்கு வழங்குவார். ஜூரி வழக்கைப் பற்றிய முடிவுக்கு வருவதற்கு நீதிபதி வழங்கும் தொகுப்பு மிகவும் உபயோகமாக இருக்கும்.

நீதிபதி க்ரம்ப், பாவ்லா வழக்கில் ஜூரி சரியான முடிவை எடுக்கும் பொருட்டு ஒரு தொகுப்பை வெளியிட்டார். 145 பக்கங்கள் கொண்ட அந்தத் தொகுப்பு (Summing Up) மிகவும் பிரபலமானது. நீதிபதி க்ரம்ப் அளித்தத் தொகுப்பின் முக்கிய குறிப்புகள் பின்வருமாறு…

1) குற்றவியல் விசாரணையின் தன்மை

2) குற்றவியல் விசாரணையில் நீதிபதி மற்றும் ஜூரியின் பங்கு

3) விசாரணையின்போது கருத்தில் கொள்ள வேண்டிய விவகாரங்கள், விவரங்கள்.

4) பாவ்லா வழக்கில், எந்தெந்த குற்றப் பிரிவுகளில் குற்றம் சாட்டப்பட்டவர்களின்மீது வழக்கு தொடரப்பட்டிருக் கிறது என்னும் விவரம்.

5) ஒவ்வொரு குற்றவாளியின் மீதும் என்னென்ன குற்றம் சுமத்தப்பட்டிருக்கிறது, அந்தக் குற்றங்களை நிரூபிக்க என்னென்ன காரணிகள், சாட்சிகள் தேவைப்படுகின்றன?

6) ஏராளமான சாட்சிகள் கொண்ட வழக்குகளில், ஒவ்வொரு சாட்சியின் சாட்சியங்களுக்கு இடையில் முரண்பாடுகள் இருப்பது சகஜம்தான். ஒவ்வொரு சாட்சியும் தன்னுடைய கண்ணோட்டத்தில் தான் பார்த்தவற்றைச் சொல்லும் சாட்சியத்திலிருந்து, அதே சம்பவத்தைப் பார்த்த

மற்றொரு சாட்சியின் கண்ணோட்டத்திலிருந்து சொல்லப் படும் சாட்சியிலிருந்து மாறுபட்டு இருப்பது இயல்பு தான். இம்மாதிரி வழக்குகளில் சாட்சியங்களில் சிறு சிறு முரண்பாடுகள் இருப்பதைப் பற்றி கவலைப்படாமல் அனைத்துச் சம்பவங்களையும் ஒருங்கிணைத்துப் பார்த்து, குற்றம் நிரூபிக்கப்பட்டிருக்கிறதா என்று பார்க்க வேண்டும்.

7) சாட்சியங்களில், நிகழ்விக்கப்பட்ட குற்றத்தின் சந்தர்ப்பச் சூழ்நிலையில் வேறுபாடுகள் தெரிந்தாலும் குற்றம் சம்பந்தமான நிகழ்வுகள் நடைபெற்றிருக்கிறதா என்று ஊர்ஜிதம் செய்து கொண்டால் போதும்.

நீதிபதி க்ரம்ப்பின் ஜூரிக்கான தொகுப்பு, அனைத்து நீதிபதி களுக்கும் நகல் எடுத்துக் கொடுக்கப்பட்டது.

வழக்கு முடிந்து இறுதியில் ஜூரி தங்கள் தீர்ப்பை வெளி யிட்டனர். தீர்ப்பின்படி, குற்றம் சாட்டப்பட்ட ஒன்பது பேர் களில் 1) ஷாபி அகமது நாபி அகமது, 2) புஷ்பஷீல் பல்வந்தராவ் போண்டே, 3) பகதூர் ஷா முகமது ஷா, 4) அக்பர் ஷா முகமது ஷா, 5) ஷாம்ராவ் ரேவ்ஜி டிக்ஹே, 6) அப்துல் லதீப் மொய்தீன், 7) சர்தர் ஆனந்தராவ் கங்காராம் பான்சே ஆகியோரின் குற்றம் நிரூபிக்கப்பட்டு, குற்றவாளிகள் என்று அறிவிக்கப்பட்டனர். மற்ற இருவர், குற்றம் எதுவும் இழைக்கவில்லை என்று தீர்ப்பு எழுதப்பட்டது.

குற்றம் நிரூபணம் ஆனவர்களுக்கு நீதிபதி க்ரம்ப் தண்டனை வழங்கினார். அதன்படி ஷாபி அகமது நாபி அகமது, புஷ்பஷீல் பல்வந்தராவ் போண்டே மற்றும் ஷாம்ராவ் ரேவ்ஜி டிக்ஹே ஆகிய மூவருக்கு மரணத் தண்டனை விதிக்கப்பட்டது. பகதூர் ஷா முகமது ஷா, அக்பர் ஷா முகமது ஷா மற்றும் அப்துல் லதீப் மொய்தீன் ஆகிய மூவருக்கும் ஆயுள் முழுவதும் நாடு கடத்தப் படவேண்டும் என்று தண்டனை வழங்கப்பட்டது.

குற்றவாளிகளில் இன்னும் மீதி இருப்பவர், சர்தர் ஆனந்தராவ் கங்கராம் பான்சே. இவர் பாவ்லாவின் கொலையில் ஈடுபட வில்லை, ஆனால், மும்தாஜைக் கடத்தும் கூட்டுச் சதியில் ஈடுபட்டார். மும்தாஜைக் கடத்தும் சம்பவத்துக்குத் தூண்டு தலாகவும் இருந்தார்.

குற்றம் செய்ய தூண்டுதல் புரிவதும் குற்றம்தான். அதை ஆங்கிலத்தில் abetment என்று சொல்வார்கள். ஒருவர் ஏதோ ஒரு குற்றம் நடக்கத் தூண்டுதலாக இருந்து, இழைக்கப்பட்ட குற்றம் கொலையில் முடிந்தால் குற்றம் செய்யத் தூண்டியவருக்குக் கொலைக்கான தண்டனைதான் வழங்கப்படும் (இந்திய தண்டனைச் சட்டம் 111வது பிரிவு). எனவே, பான்சேவுக்குக் கொலைக்குற்றம் செய்யத் தூண்டுதல் செய்ததற்கான தண்டனை தான் வழங்கப்படும். கொலை செய்யத் தூண்டியதற்கான தண்டனை, மரணம் அல்லது ஆயுள் முழுதும் நாடு கடத்தப்பட வேண்டியது. நீதிபதி க்ரம்ப்புக்கு, பான்சேவுக்குக் கொலை செய்ய தூண்டுதல் புரிந்ததற்கான தண்டனையை வழங்க மனமில்லை. இருந்தாலும், ஜுரியின் முடிவை அவரால் மாற்ற முடியாது. மேலும், பான்சேவின் வழக்கறிஞர் ஜின்னாவின் விடாப்பிடியான வலியுறுத்தலால், நீதிபதி க்ரம்ப் பான்சேவுக்குத் தூக்குத் தண்டனைக்குப் பதில் ஆயுள் தண்டனை விதித்தார். அரசுத் தரப்பிலும் அதை எதிர்க்கவில்லை.

தண்டிக்கப்பட்டவர்கள் ப்ரிவி கவுன்சிலில் மேல்முறையீடு செய்தனர். ப்ரிவி கவுன்சிலில் குற்றவாளிகளுக்காக ஆஜரானவர், சர் ஜான் சைமன். இவர் நமக்கு நன்கு அறிமுகம் ஆனவர்தான். பின்னாட்களில் பிரிட்டனிலிருந்து இந்தியாவுக்கு வந்த சைமன் கமிஷனின் தலைவர்தான் இவர். சைமனும் அவரால் முடிந்த வரை ப்ரிவி கவுன்சிலில் போராடிப் பார்த்துவிட்டார். பலனில்லை.

ப்ரிவி கவுன்சிலில் சைமன் பின்வரும் வாதங்களை முன் வைத்தார்.

1. ஊடகங்களில் இந்த வழக்கைப் பற்றி அதிகப்படியான விளம்பரம் செய்யப்பட்டதால் ஜுரிக்குத் தவறான அபிப்பிராயம் ஏற்பட்டது. இந்த வழக்கை பம்பாய் நீதிமன்றத்தில் நடத்தி இருக்கக்கூடாது. இந்த வழக்கை பம்பாய் மாகாண ஆளுநர், நாட்டின் வேறு பகுதியில் உள்ள நீதிமன்றத்துக்கு மாற்றி அங்கு விசாரணைக்கு ஆட்படுத்தியிருக்க வேண்டும். மேலும், நீதிபதி க்ரம்ப், ஜுரிக்குச் சரியாக வழிகாட்டவில்லை.

2. வெறும் ஆளைக் கடத்துவதற்கு ஒருவர் தூண்டுதல் செய்கிறார், ஆனால், ஆளைக் கடத்தச் சென்றவர்

கடத்தலில் ஈடுபடும்போது கொலையையும் செய்து விடுகிறார் என்றால் தூண்டுதல் செய்தவரைக் கொலைக் குற்றத்துக்காகத் தண்டிக்க முடியாது.

ஆனால், ப்ரிவி கவுன்சில் சைமனின் வாதத்தை எடுத்துக்கொள்ள மறுத்துவிட்டது. குற்றவாளிகளின் தண்டனையை உறுதி செய்தது.

சைமன் இந்தியாவுக்கு வருகை தந்தபோது, பம்பாய் வழக்கறிஞர் சங்கத்தின் சார்பாக அவருக்கு வரவேற்பு வழங்கப்பட்டது. அந்த வரவேற்பு நிகழ்ச்சியில் நீதிபதி க்ரம்ப்பும் கலந்து கொண்டார். நீதிபதி க்ரம்ப்பைச் சந்தித்த சைமன், அவர் பாவ்லா வழக்கில் ஜூரிக்கு வழங்கிய தொகுப்பை நினைவு கூர்ந்தார். ப்ரிவி கவுன்சிலில், தான் பாவ்லா வழக்கின் மேல்முறையீட்டை வாதிடும்போது, நீதிபதி க்ரம்ப், ஜூரிக்கு வழங்கிய தொகுப்பில் ஏதாவது ஓட்டையைக் கண்டுபிடித்து வழக்கில் ஜெயித்துவிடவேண்டும் என்று பார்த்தேன், ஆனால், என்னால் முடியவில்லை என்றார். அவ்வளவு பிரமாதமாக க்ரம்ப், ஜூரிக்கான தொகுப்பைத் தயார் செய்திருந்தார் என்று தன்னுடைய பாராட்டை க்ரம்ப்புக்குத் தெரிவித்தார் சைமன்.

தூக்குத் தண்டனை விதிக்கப்பட்டவர்களில், ஷாபி அகமது நாபி அகமது மற்றும் ஷாம்ராவ் ரேவ்ஜி டிக்ஹே ஆகியோர் தூக்கில் இடப்பட்டனர். புஷ்பஷீல் பல்வந்தராவ் போண்டே தனக்கு வழங்கப்பட்ட மரணத் தண்டனைத் தீர்ப்பைக் கேட்டுப் பைத்திய மாகிப் போனார். அதனால், அவரைத் தூக்கிலிடாமல் காவலி லேயே வைத்திருந்தது, அரசாங்கம்.

பாவ்லா கொலையும், அதன் வழக்கு விசாரணையும் மக்களால் சில ஆண்டுகள்வரை மறக்கவே முடியவில்லை. பத்திரிகை களும், பாவ்லாவின் கொலைக்குக் காரணமான மும்தாஜைப் பற்றிய தகவல்களை மக்களுக்கு அடிக்கடி தெரிவித்த வண்ணம் இருந்தன. மக்களும், மும்தாஜ் பேகம் பாவ்லா கொலைக்குப் பிறகு எங்கிருக்கிறாள், என்ன செய்து கொண்டிருக்கிறாள் என்ற தகவல்களைத் தெரிந்து கொள்வதில் ஆர்வம் காட்டினர்.

ஆங்கிலேயர்கள் ஆட்சிக்கு உட்பட்ட பகுதியில் இவ்வளவு தைரியமாகக் குற்றம் செய்ய விளைந்த இந்தூர் சமஸ்தான ராஜா

மூன்றாவது துக்கோஜி ராவ் ஹோல்கரை, ராஜ்ஜியப் பதவியைத் துறக்கச் செய்தது ஆங்கிலேய அரசு. அவருடைய மகன் எஷ்வந்த்ராவ் ஹோல்கர் புதிய அரசராகப் பதவியேற்றார். இந்தியா ஆங்கிலேயர்களிடமிருந்து விடுதலை அடைந்த பிறகு தன்னுடைய ராஜ்ஜியத்தை இந்தியாவுடன் சேர்த்தவர் இவர் தான். மும்தாஜ் பேகத்தின் வாழ்க்கை வரலாற்றை மையமாக வைத்து பாலிவுட்டில் ஒரே பாணியில் பல படங்கள் வெளி யாகியிருக்கின்றன.

4. பகூர் கொலை வழக்கு

'ஏழாம் அறிவு' படத்தில் டோங் லீ என்ற வில்லன், தெரு நாய்க்கு ஓர் ஊசியைப் போட்டு, அதன் மூலம் தொற்று வியாதியைப் பரப்பி பல உயிர்களைப் பலி வாங்குவான். இந்தத் தொற்று வியாதியின் சிகிச்சைக்கான மருந்து சீனர்களிட மிருக்கும். இந்தியாவில் இறந்து கொண்டிருப்பவர்களைக் காப்பாற்ற வேண்டுமானால், அதற்கு சீனாவின் உதவி தேவை. சீனா உதவி செய்யவேண்டும் என்றால், இந்தியா, சீனாவுக்கு அடிமையாக இருக்க வேண்டும். இது போன்று நுண்ணுயிரி களைக் கொண்டு தாக்குதல் நடத்தி, ஒரு நாடு தனக்கு வேண்டி யதை சாதித்துக் கொள்வதைத்தான் ஆங்கிலத்தில் Biological Warfare என்று அழைக்கப்படுகிறது. கத்தி, துப்பாக்கி போன்ற ஆயுதங்களைப் பயன்படுத்தி கொலை செய்வது போல், நுண்ணுயிரியைப் பயன்படுத்தியும் கொலை செய்யலாம். கொலைக்கான ஆயுதம் நுண்ணுயிரியாய் இருந்தால், அது Biological weapon என்று அழைக்கப்படுகிறது. நுண்ணுயிரியைக் கொண்டு தாக்குதல் புரிவது, குற்றம் இழைப்பது இன்று நமக்கு அறிமுகமான விஷயம். ஆனால், நுண்ணுயிரியைக் கொண்டு, ஒருவர் இந்தியாவில் நிஜமாகவே கொலை செய்யப்பட்டிருக் கிறார். அதுவும் எப்போது தெரியுமா? சுமார் 80 ஆண்டுகளுக்கு முன்பு.

பகூர் என்பது ஓர் ஊரின் பெயர். ஊர் என்று சொல்வதை விட, அது ஒரு பெரிய ஜமீன் என்று சொல்வது சரியாக இருக்கும். ஆங்கிலேயர்கள் ஆட்சியில், வங்காள மாகாணத்தின் ஒரு பகுதியாக இருந்தது இந்த பகூர். இந்த ஜமீனை நிர்வகித்து

வந்தவர்கள் பகூர் ராஜா வம்சத்தவர்கள். பகூர் ஒரு காலத்தில் முகலாயர்களின் கட்டுப்பாட்டில் இருந்தது. (இப்பொழுது இந்த பகூர், ஜார்கண்ட் மாநிலத்தில் உள்ள ஒரு மாவட்டம்.)

1929ம் ஆண்டு பகூரை நிர்வகித்து வந்த பகூர் ராஜா இறந்து விட்டார். அவருக்கு இரண்டு மகன்கள். ஒருவன் பெயர் பினயேந்திரநாத் பாண்டே. அவனுக்கு வயது 29. இன்னொருவன் அமரேந்திரநாத் பாண்டே. இவனுக்கு 16 வயது. இவர்கள் இருவருக்கும் தந்தை ஒன்று, ஆனால், தாய் வேறு. தந்தை இறந்த பிறகு, ஜமீன் சொத்துக்கு இருவரும் அதிபதியாகி விட்டனர். ஆனால், அமரேந்திரா மைனராக இருந்ததால், பினயேந்திரா ஜமீனை நிர்வகித்து வந்தான்.

பினயேந்திராவின் போக்குச் சரியில்லை. எப்பொழுதும் குடியும், கும்மாளுமுமாக இருந்தான். அவனுக்கு நாட்டியக்காரி பாலிக்க பாலாவின் தொடர்பு வேறு இருந்தது. இதனால், பினயேந்திராவுக்கு அதிகமாகப் பணம் தேவைப்பட்டது. பல தில்லுமுல்லுகளில் ஈடுபட்டான். அமரேந்திராவுக்குத் தெரியாமல் ஜமீன் சொத்துக்களை விற்றான். இதனால் அமரேந்திராவுக்கும், பினயேந்திராவுக்கும் அடிக்கடி சண்டை ஏற்பட்டது. ஆனால், அமரேந்திராவால் ஒன்றும் செய்யமுடியவில்லை, காரணம் அவன் மைனர்.

1931ம் ஆண்டு அமரேந்திரா மேஜர் ஆகிவிட்டான். குடும்பத்தார் அனைவரும் அமரேந்திராவுக்கு ஆதரவாக இருந்தனர். அதிலும் குறிப்பாக அமரேந்திராவின் அத்தை, அவள் பெயர் ராணி சுரவதி. அவள் டியோகர் ராஜ்ஜியத்தின் ராணி. அவளுக்கும் நிறைய சொத்து இருந்தது. அவளுடைய சொத்திலும், சகோதரர்களுக்குப் பின்னடை உரிமை (Reversionary Interest) இருந்தது. அதாவது, சுரவதிக்குப் பிறகு அவளுடைய சொத்துகள் சகோதரர்கள் இருவருக்கும் வந்து சேரும்.

மேஜரானதும் அமரேந்திரன் செய்த முதல் காரியம், ஜமீன் சொத்து தொடர்பாக, பல நபர்களுக்குப் பகர அதிகாரப் பத்திரத்தை (Power of Attorney) எழுதிக்கொடுத்தான். இதன் பொருட்டு சகோதரர்களுக்கு இடையே மறுபடியும் சண்டை ஏற்பட்டது. அப்போது, சகோதரர்களுக்கிடையே சொத்தைப் பிரித்துக்கொள்வதற்கான பேச்சு முன்வைக்கப்பட்டது. ஆனால், முடிவு எதுவும் எடுக்கப்படவில்லை.

1932ம் ஆண்டு துர்கா பூஜைக் கொண்டாட்டத்தின்போது, அமரேந்திரன் டியோகரில் உள்ள தன்னுடைய அத்தை வீட்டில் தங்கியிருந்தான். அப்போது அங்கு பினயேந்திரா, ஒரு கம்பவுண்டருடன் (மருந்து கலந்து கொடுப்பவர்) வந்தான். பினயேந்திரா தன்னுடைய தம்பிக்கு ஆசையாக ஒரு மூக்குக் கண்ணாடி வாங்கி வந்தது மட்டுமல்லாமல், அதை அவனே தன் தம்பிக்கு அணிவித்து விட்டான். என்ன ரொம்ப அழுத்தம் கொடுத்து மாட்டி விட்டான். அதனால் அமரேந்திராவுக்கு மூக்கில் ரத்தக் கசிவு ஏற்பட்டது. பின்னர் பினயேந்திரா சென்றுவிட்டான்.

சிறிது நாள்களில், அமரேந்திராவுக்குக் கடும் ஜுரம் ஏற்பட்டது. டாக்டர் சவுரேந்திரநாத் முகர்ஜி என்ற மருத்துவர் வரவழைக்கப் பட்டார். அவர், அமரேந்திராவைப் பரிசோதித்துவிட்டு அவனுக்கு டெட்டனஸ் காய்ச்சல் கண்டிருப்பதாகத் தெரிவித் தார். அமரேந்திராவுக்கு மருத்துவம் அளித்தார். அமரேந்திரா வுக்கு ஆண்ட்டி டெட்டனஸ் (anti tetanus serum) ஊசி போடப்பட்டது.

சுரவதி, பினயேந்திராவுக்குத் தந்தி கொடுத்தார். பகூரிலிருந்து குடும்ப மருத்துவரை அழைத்து வரச் சொன்னார். ஆனால், குடும்ப மருத்துவரை அழைத்து வராமல், தாராநாத் பட்டாஜார்ஜி என்று கல்கத்தாவிலிருந்து ஒரு மருத்துவரை பினயேந்திரா அழைத்து வந்தான். அழைத்து வந்ததோடு அல்லாமல், தாராநாத்தை சவுரேந்திரநாத்தின் உதவியாளராக வைத்துக் கொள்ளுமாறு வற்புறுத்தினான். ஆனால், சவுரேந்திரநாத் அதற்குச் சம்மதிக்கவில்லை. மேலும், அமரேந்திராவுக்கு ஆண்ட்டி டெட்டனஸ் ஊசி போடவேண்டாம் என்று சவுரேந்திர நாத் வலியுறுத்தப்பட்டார். சவுரேந்திரநாத் அதற்கு ஒப்புக் கொள்ளவில்லை.

பினயேந்திரா விடவில்லை. இரண்டொரு நாளில் டாக்டர் துர்கா ரத்தன் தர் என்பவரை அழைத்து வந்து, சவுரேந்திரநாத் போடும் ஊசியுடன் ரத்தன் தர் கல்கத்தாவிலிருந்து கொண்டுவந்த ஊசியையும் அமரேந்திரநாத்துக்குப் போடும்படி வலியுறுத்தி னான். டாக்டர் ரத்தன் தர் கொண்டுவந்த ஊசி அமரேந்திராவுக்குப் போடப்பட்டது. இது போதாதென்று பினயேந்திரா, டாக்டர் சிவபாத பட்டாஜார்ஜி என்ற இன்னொரு மருத்துவரையும் அமரேந்திராவுக்கு மருத்துவம் அளிக்க அழைத்து வந்தான்.

ஆனால், சந்தேகம் அடைந்த குடும்பத்தார் அதற்கு ஒப்புக் கொள்ளவில்லை. இதற்கிடையில் டாக்டர் ரத்தன் தர், அமரேந்திராவுக்கு ஊசி போட்ட இடம் கட்டியாகி சீழ் பிடித் திருந்தது. அதற்கும் சேர்த்து அமரேந்திராவுக்குச் சிகிச்சை அளிக்கப்பட்டது. எப்படியோ அமரேந்திரா 1933ம் ஆண்டு, ஏப்ரல் மாத வாக்கில் உடல் நலம் தேறி, உயிர் பிழைத்துக் கொண்டான். ஆனால், அமரேந்திராவுக்கு வழங்கப்பட்ட சிகிச்சையால், அவனுடைய இதயம் பாதிக்கப்பட்டிருந்தது.

பினயேந்திரா தன்னுடைய பேரிலும், தன்னுடைய சகோதரன் பெயரிலும் வாரிசுரிமைச் சான்றிதழ் பெற்று, அதன் மூலம் அலகா பாத்தில் பகூர் ஜமீனுக்கு வரவேண்டிய 13,000 ரூபாய் பணத்தைத் தானே வசூல் செய்துகொண்டான். இந்தச் சம்பவம் நடந்தது, 1933 ஜுன். விவரம் அறிந்த அமரேந்திரா, ஜமீன் சொத்தில் தன்னுடைய உரிமையைப் பாதுகாத்துக்கொள்ள வழக்கறிஞர்களை ஆலோசித் தான். பினயேந்திராவின்மீது வழக்கு தொடர்ந்து, ஜமீன் சொத்தைப் பிரிக்கப்போவதாக அறிவித்தான். பினயேந்திரா, அமரேந்திராவிடம் வழக்கு வம்பெல்லாம் வேண்டாம், நாம் சமாதானமாக போய்விடலாம். ஜமீன் சொத்தைச் சரிசமமாகப் பிரித்துக் கொள்ளலாம் என்று தெரிவித்தான். சொத்தைப் பிரித்துக்கொள்ளும் பொருட்டு, நீதிமன்றத்தில் சமரசத் தீர்ப் பாணை (Compromise Decree) பெறுவதற்காகச் சகோதரர்கள் 17,000 ரூபாய் பணத்தை நீதிமன்றத்தில் கட்டினார்கள்.

இதற்கிடையில் பினயேந்திரா என்ன நினைத்தானோ, நீதிமன்றத் தில் செலுத்திய 17,000 ரூபாய் பணத்தைத் திரும்பிப் பெற, மனுத் தாக்கல் செய்தான். இதை அறிந்த அமரேந்திரா, நீதிமன்றம் பினயேந்திராவுக்குப் பணத்தைத் திருப்பிக் கொடுக்கக் கூடாது என்று எதிர்மனு தாக்கல் செய்தான். சகோதரர்களுக்கு இடையே கருத்துவேறுபாடு முற்றியது.

பினயேந்திரா சுரவதியிடம், பகூரில் இருந்து அமரேந்திராவை கல்கத்தாவுக்கு வரவழைக்கும்படி வற்புறுத்தினான். ஆனால், சுரவதி அதற்கு மறுத்துவிடவே, சுரவதி அழைப்பதுபோல் தானே அமரேந்திராவுக்கு ஒரு தந்தி அனுப்பி, அவனை கல்கத்தா வுக்கு அழைத்தான்.

கல்கத்தாவுக்கு வந்த அமரேந்திராவிடம், சொத்தைப் பிரிக்கும் விவகாரத்தை எடுத்தான் பினயேந்திரா. ஆனால், அமரேந்திரா

சொத்தைப் பிரிப்பதைப்பற்றி கல்கத்தாவில் பேசவேண்டாம். பகூரில் பேசிக் கொள்ளலாம் என்று சொல்லிவிட்டான்.

பின்னர், அமரேந்திரா தன்னுடைய சொந்தக்காரப் பெண்ணான ஜோதிர்மாயி உடன், கல்கத்தாவில் உள்ள பூர்ணா தியேட்டரில் படம் பார்க்கக் சென்றான். அப்போது தியேட்டரின் வெளியே சந்தேகத்துக்கு இடமளிக்கும் வகையில், உயரம் குறைவான மனிதன் ஒருவன் சுற்றிக்கொண்டிருந்தான். அவன் கருப்பான தோற்றத்துடன் இருந்தான். அவனுடைய முகம் அரைகுறை யாகப் போர்வையால் மூடப்பட்டிருந்தது. அவ்வப்போது, சந்தேகத்துக்கு இடமளித்த அந்த மனிதனும் பினயேந்திராவும் ஒன்றாக காணப்பட்டனர்.

சுரவதியும், அமரேந்திராவும் கல்கத்தாவை விட்டுப் புறப்படத் தயாரானர். இந்த விவரத்தை அறிந்து கொண்ட பினயேந்திரா, அவர்களை வழியனுப்ப ஹவுரா ரயில் நிலையத்துக்கு வந்தான். அன்று, நவம்பர் 26ம் தேதி (1933). அமரேந்திராவையும், சுரவதியையும் வழியனுப்ப குடும்பத்தைச் சேர்ந்த மற்றவர் களும், நண்பர்களும் ரயில் நிலையத்துக்கு வந்திருந்தனர். ஹவுரா ரயில் நிலையத்தில், பினயேந்திராவைப் பார்த்ததும் அனைவருக்கும் ஆச்சரியம். அமரேந்திரா ரயில் நிலையத்தில், பிளாட்பாரத்துக்குச் செல்வதற்காக உள்ளே நுழைந்தான். அப் போது அவனுடைய வலது கையில் சுரீர் என்று ஏதோ குத்தியதை உணர்ந்தான். அந்தச் சமயத்தில் அவனைத் தாண்டி ஒருவன் சென்றான். அவன் வேறு யாருமில்லை. பூர்ணா தியேட்டரில் சுற்றிக்கொண்டிருந்தானே அதே குள்ள உருவம், கருப்பு நிறம். முகம் அரைகுறையாக போர்வையால் சுற்றப்பட்டிருந்தது.

அமரேந்திரா சட்டைக் கையை விலக்கி தன்னுடைய வலது கையைப் பார்த்தான். குத்தப்பட்ட அடையாளம் இருந்தது. அதை தன்னை வழியனுப்ப வந்தவர்களிடம் காட்டினான். அமரேந்திராவின் சொந்தக்காரர்களில் ஒருவனான கமலா பிரசாத் பாண்டே, 'இதில் ஏதோ சதி இருக்கிறது, நீ பகூருக்குப் போக வேண்டாம். கல்கத்தாவில் ரத்தப் பரிசோதனை செய்து விடலாம்' என்று அமரேந்திராவிடம் தெரிவித்தான். ஆனால், அதற்குள் அங்கிருந்த பினயேந்திரா, கமலா பிரசாத்தைப் பார்த்து 'ஒன்றுமில்லாத ஒரு சிறிய விஷயத்தை ஏன் பெரிதுபடுத்த வேண்டும், பூச்சி ஏதாவது கடித்திருக்கும்' என்று கூறிவிட்டு,

‘அமரேந்திரா நீ புறப்படு’ என்று வழியனுப்பி வைத்தான் (ஒரேயடியாக வழியனுப்பி வைத்தான்).

பகூருக்குச் சென்ற அமரேந்திராவின் உறவினர்களுக்கு ஒரே கவலையாக இருந்தது. அதே சமயத்தில் கமலா பிரசாத்திடமிருந்து ஒரு அவசரக் கடிதமும் வந்தது. அதில் அவர், ‘ஹவுரா ரயில் நிலையத்தில் நடந்த சம்பவம் தனக்குத் தற்செயலாக நடந்ததாக தெரியவில்லை, இதில் சூழ்ச்சி ஏதோ இருப்பதாக தெரிகிறது. அதனால் அமரேந்திரா உடனே கல்கத்தா வந்து தன்னுடைய ரத்தத்தைப் பரிசோதனை செய்து கொள்ள வேண்டும்’ என்று வேண்டிக் கொண்டார். மற்றவர்களும் அதே கருத்தைக் கொண்டிருந்தனர். அதனால் அமரேந்திரா, நவம்பர் 26ம் தேதி மறுபடியும் கல்கத்தா வந்திறங்கினான்.

கல்கத்தா வந்த அமரேந்திராவை, டாக்டர் நளினி ராஜன் சென்குப்தா சோதனை செய்தார். அமரேந்திராவின் கையில், Hypodermic needle என்னும் தோலுக்கு அடியில் கீழ்ப்புறமாக மருந்துபோட பயன்படுத்தப்படும் ஊசி குத்தப்பட்டிருப்பதாக தெரிவித்தார். டாக்டர் நளினி ராஜன், அமரேந்திராவை உடனே ரத்தப் பரிசோதனை செய்து கொள்ளுமாறு அறிவுறுத்தினார். நவம்பர் 30ம் தேதி, அமரேந்திராவிடமிருந்து ரத்தம் எடுக்கப்பட்டு, Blood culture பரிசோதனைக்கு அனுப்பி வைக்கப்பட்டது. ஆய்வுக் கூடத்திலிருந்து பரிசோதனை அறிக்கை வருவதற்கு முன்னரே, அமரேந்திரா டிசம்பர் 4 ம் தேதி மரணமடைந்தான்.

அமரேந்திராவின் உடலிலிருந்து எடுக்கப்பட்ட ரத்தம் எலிகளுக்குப் போடப்பட்டது. எலிகளுக்கு பபூனிக் பிளேக் (Bubonic plague) என்ற நோய் தோன்றியது. பிளேக் ஒரு கொடிய நோய். உலகம் முழுக்க பலரைக் கொன்றிருக்கிறது. ஆனால், அந்தச் சமயத்தில், கல்கத்தாவில் பிளேக் நோயால் பாதிக்கப்பட்டவர்கள் இருந்ததாக எந்தத் தகவலும் இல்லை. அமரேந்திரா பிளேக் நோயால் இறந்ததற்குச் சுமார் 5 வருடங்களுக்கு முன்னர் ஒருவர் பிளேக் நோயால் இறந்ததாக, அரசாங்கக் குறிப்பில் இருந்தது. அமேரேந்திரா பிளேக் நோய் தாக்கி இறந்திருக்கிறான் என்ற தகவல், சுகாதார துறைக்குத் தெரிவிக்கப்பட்டது. அமரேந்திராவின் உடல் தகனம் செய்யப்பட்டது. ஈமக் காரியங்கள் செய்து முடிக்கப்பட்டன.

அமரேந்திராவின் உறவினர்களுக்கு, அமரேந்திராவின் சாவில் ஏதோ மர்மம் இருப்பதாகவே தோன்றியது. பல யோசனைகளுக்குப் பிறகு, அமரேந்திராவின் உறவினர் கமலா பிரசாத் பாண்டே, ஜனவரி 22ம் தேதி, 1934ம் ஆண்டு, காவல் துறை துணை ஆணையரிடம் புகார் ஒன்றை அளித்தார்.

வழக்கு, கல்கத்தா காவல் துறையின் துப்பறியும் பிரிவுக்கு மாற்றப்பட்டது. அப்போது, துப்பறியும் அதிகாரியாக இருந்தவர் லெ பிராக் என்ற ஆங்கிலேயர். அவர் நன்கு அனுபவமுள்ள, கை தேர்ந்த துப்பறியும் நிபுணர். லெ பிராக்கின் விசாரணையில், ஆச்சரியமூட்டும் பல புதிய தகவல்கள் கிடைத்தன.

அமரேந்திராவின் அண்ணனான பினயேந்திராவும், டாக்டர் தாராநாத்தும் நெருங்கிய நண்பர்கள். அது மட்டுமல்ல, டாக்டர் தாராநாத்தின் மூலமாகத்தான், பினயேந்திராவுக்கு நாட்டியக்காரி பாலிகாம்பாவின் தொடர்பு ஏற்பட்டது. டாக்டர் தாராநாத் நுண்ணுயிரிகள் ஆராய்ச்சியில் நிபுணர். அமரேந்திரா, பகூர் ஜமீன் சொத்து தொடர்பாக, பல பேருக்கு பவர் அதிகாரம் எழுதிக் கொடுத்த அதே நாளில், தாராநாத் பம்பாயில் உள்ள ஹாஃப்கைன் இன்ஸ்டிட்யூட்டுக்கு (Haffkine Institue, இந்த ஸ்தாபனத்தை நிறுவியர் ஒரு ரஷ்ய யூதர்.) ஓர் அவசரத் தந்தியை அனுப்பி, தன்னுடைய ஆராய்ச்சிக்கு, ஆய்வுக் கூடத்தில் வளர்க்கப்பட்ட உக்கிரமான பிளேக் கிருமி (virulent plague culture) வேண்டும் என்று தெரிவித்திருந்தார்.

ஆனால், ஹாஃப்கைன் இன்ஸ்டிட்யூட், வங்காளத்தின் ஜெனரல் சர்ஜனின் அனுமதி இருந்தால் மட்டுமே, பிளேக் கல்ச்சரைத் தருவோம் என்று பதிலளித்தது. தாராநாத், கல்கத்தாவில் டாக்டர் உகில் என்பவரைச் சந்தித்து, தான் பிளேக் நோய்க்கு மருந்து கண்டுபிடித்திருப்பதாகவும், அதை பிளேக் கல்ச்சர் கொண்டு சோதனை செய்யவிருப்பதாகவும், அதை டாக்டர் உகிலின் கீழ் அவருடைய ஆய்வுக் கூடத்திலே செய்யவேண்டும் என்று தன்னுடைய விருப்பத்தைத் தெரிவித்திருக்கிறார். டாக்டர் உகிலும் தாராநாத்தை, தன்னுடைய ஆய்வுக் கூடத்தில் தனக்குக் கீழ் ஆராய்ச்சி செய்ய அனுமதித்தார். ஹாஃப்கைன் இன்ஸ்டிட்யூடிலிருந்து பிளேக் கல்ச்சர் வரவழைக்கப்பட்டது. ஆனால், அதை தாராநாத் தனியே பயன்படுத்த அனுமதிக்கப்படவில்லை. உகிலின் ஆய்வுக் கூடத்தில், ஹாஃப்கைன் இன்ஸ்டிட்யூடிலிருந்து தருவிக்கப்பட்ட கல்ச்சரிலிருந்து மேலும் சில

கல்ச்சர்கள் உருவாக்க முயற்சி செய்யப்பட்டது. ஆனால், ஒன்றும் நடக்கவில்லை. அதனால் ஹாஃப்கைன் இன்ஸ்டிட்யூடிலிருந்து கொண்டுவரப்பட்ட கல்ச்சர் அழிக்கப்பட்டது.

தாரநாத் உகிலிடம், மீண்டும் ஒருமுறை பிளேக் கல்ச்சரை வைத்து ஆராய்ச்சி செய்யவேண்டும் என்று தன்னுடைய விருப்பத்தைத் தெரிவித்தார். ஆனால், அதற்கு உகில் ஒப்புக் கொள்ளவில்லை. அதற்குப் பதிலாக உகில் தாரநாத்துக்காக, ஹாஃப்கைன் இன்ஸ்டிட்யூட்டுக்கு ஒரு சிபாரிசுக் கடிதம் கொடுத்து, டாக்டர் தாராநாத் தன்னுடைய கண்டுபிடிப்புத் தொடர்பாக ஆய்வு செய்வதற்கு ஹாஃப்கைன் இன்ஸ்டிட்யூட் வசதி செய்து கொடுக்குமாறு கேட்டுக்கொண்டார்.

இதையடுத்து, பினயேந்திரா பம்பாய்க்கு கிளம்பிச் சென்றான். அங்கு ரத்தான் சலாரியா என்ற ஒரு வழிகாட்டுபவரை (கைடு) நியமித்துக் கொண்டான் (பின்னர் இந்த ரத்தான் சலாரியாதான் நீதிமன்றத்தில் பினயேந்திராவும், தாராநாத்தும் எங்கெங் கெல்லாம் சென்றார்கள் என்று சாட்சியம் அளித்தான்). ஹாஃப்கைன் இன்ஸ்டிட்யூடில் வேலை பார்த்த டாக்டர் நாயுடுவைத் தொடர்பு கொண்டான். தாராநாத்துக்கு வழங்கப் பட்ட சிபாரிசு கடிதத்தைக் காட்டினான். பினயேந்திரா, நாயுடு விடம், தான் தன்னுடைய நண்பர் ஒருவரின் ஆராய்ச்சிக்கு ஒத்துழைக்கும் நோக்கில் பம்பாய்க்கு வந்திருப்பதாகவும் தெரிவித்தான். டாக்டர் நாயுடு, ஹாஃப்கைன் இன்ஸ்டிட்யூட் இயக்குனரின் அனுமதி இல்லாமல் எந்த உதவியும் செய்ய முடியாது என்று திருப்பி அனுப்பிவிட்டார்.

சிறிது நாள்கள் கழித்து பினயேந்திரா மறுபடியும் பம்பாய்க்குச் சென்றான். இம்முறை லஞ்சம் கொடுத்தாவது, எப்படியாவது பிளேக் கல்ச்சரை வாங்கிவிட வேண்டும் என்று முயற்சி செய்தான். ஹாஃப்கைன் இன்ஸ்டிட்யூடில் வேலை பார்த்த டாக்டர் நாகராஜன் மற்றும் டாக்டர் சாத்தேவைச் சந்தித்தான். ஆனால், அவனால் ஒன்றும் சாதிக்க முடியவில்லை. இறுதியாக டாக்டர் நாகராஜன் மூலமாக, பம்பாய் அர்தர் ரோடில் உள்ள தொற்று நோய் மருத்துவமனையில் பிளேக் கல்ச்சர் கிடைக்கும் என்று அவனுக்குத் தகவல் கிடைத்தது.

பினயேந்திரா, பம்பாய் அர்தர் ரோடில் உள்ள தொற்று நோய் மருத்துவமனைக்குச் சென்றான். அங்கு மருத்துவமனை

மேலதிகாரி டாக்டர் பாட்டேலைப் பார்த்து, எப்படியோ தன்னுடைய நண்பர் தாராநாத், தொற்று நோய் மருத்துவ மனையின் ஆய்வுக் கூடத்தில் ஆராய்ச்சி செய்யும் அனுமதியைப் பெற்றுவிட்டான். டாக்டர் பாட்டேல் தன்னுடைய உதவியாள ரான டாக்டர் மேத்தாவிடம், கல்கத்தாவிலிருந்து வரும் டாக்டர் தாராநாத்துக்கு அனைத்து உதவிகளையும் செய்து தருமாறு உத்தரவிட்டார்.

தாராநாத், பம்பாய் வந்து இறங்கினார். தாராநாத் கேட்டுக் கொண்டதின் பேரில் டாக்டர் மேத்தா, டாக்டர் பாட்டேலின் மூலம் ஹாஃப்கைன் இன்ஸ்டிட்யூடிலிருந்து பிளேக் கல்ச்சரை வரவழைத்தார். டாக்டர் மேத்தா, வரவழைக்கப்பட்ட பிளேக் கல்ச்சரிலிருந்து மாதிரிகளை எடுத்து தாரநாத்துக்குக் கொடுத்தார். தாராநாத், அர்தர் ரோடு தொற்று நோய் மருத்துவமனை ஆய்வுக் கூடத்தைச் சுதந்தரமாகப் பயன்படுத்த அனுமதிக்கப்பட்டார். தாராநாத் தனக்குக் கிடைத்த பிளேக் கல்ச்சரை வைத்து எலிகளுக்கு ஊசி போட்டார். எலிகள் செத்து மடிந்தன. பிற கென்ன! பினயேந்திராவும், தாராநாத்தும் எதற்காக பம்பாய் வந்தார்களோ, அந்த லட்சியம் ஈடேறி விட்டது.

1933 ஜூலை 12ம் தேதி, தாராநாத்தும் பினயேந்திராவும், தங்களுக்குத் தேவைப்பட்ட பிளேக் கல்ச்சரை எடுத்துக்கொண்டு கிளம்பினர். கிளம்பும் முன் டாக்டர் மேத்தாவிடம் ஏதாவது சொல்லியாக வேண்டுமே? தனக்கு கல்கத்தாவில் முக்கியமான அலுவல் வந்திருக்கிறது, அதை முடித்துவிட்டுத் திரும்புவதாக தாராநாத் சொன்னார். கட்டாயமாக டாக்டர் பாட்டேலுக்குத் தன்னுடைய நன்றியைத் தெரிவிக்கும்படி தாராநாத், டாக்டர் மேத்தாவைக் கேட்டுக்கொண்டார்.

போனவர்கள் போனவர்கள்தான். அப்புறம் பம்பாய் பக்கம் திரும்பியே பார்க்கவில்லை. பிளேக் நோய்க்கு மருந்தும் கண்டு பிடிக்கவில்லை. ஆனால், பம்பாயைவிட்டுக் கிளம்புவதற்கு முன் பினயேந்திரா, தன்னுடைய ஆசைத் தம்பி அமரேந்திரா வுக்காக 51,000 ரூபாய்க்கு ஆயுள் காப்பீடு பாலிஸி ஒன்றை எடுக்க முயன்றான். ஆனால், ஆயுள் காப்பீட்டு நிறுவனம், பினயேந்திரா கேட்ட பாலிஸியைக் கொடுக்க முடியாது என்று தெரிவித்தது. காரணம் பினயேந்திரா முன்வைத்த நிபந்தனைதான். அப்படி என்ன நிபந்தனை? அமரேந்திரா இறந்த பிறகு, எந்தக் காரணத்தைக் கொண்டும் ஆயுள் காப்பீட்டு நிறுவனம், பாலிஸி

செல்லாது என்று நீதிமன்றத்தில் வழக்கு தொடரக்கூடாது. எப்படி இருக்கிறது பாருங்கள்.

அப்புறம் என்ன நடந்தது என்பதைத்தான் நாம் முன்பே பார்த்தோம்.

காவல் துறை பினயேந்திராவையும், டாக்டர் தாராநாத்தையும் கைது செய்தது. கூடவே டாக்டர் துர்கா ரத்தன் தர் மற்றும் டாக்டர் சிவபாத பட்டா ஜார்ஜியையும் கைது செய்தது. அவர்கள்தானே, முன்னொரு சமயம் பினயேந்திரா சொன்னதின் பேரில், அமரேந்திராவுக்கு ஏதோ ஒரு ஊசியைப் போட்டு, அமரேந்திரா வின் உடல் நலிவடையச் செய்தனர். ஆனால், காவல் துறையால் முக்கியமான ஓர் ஆளைக் கைது செய்யமுடியவில்லை. அதுதான், முகத்தை அரைகுறையாகப் போர்த்திக்கொண்டு திரிந்த, அந்தக் கருத்த குள்ள உருவம். அவன்தான் அமரேந்திரா வுக்கு ஊசி போட்டவன்.

நீதிமன்றத்தில் காவல் துறை, மேற்சொன்ன நான்கு பேர் மீதும் குற்றப் பத்திரிகை தாக்கல் செய்தது. வழக்கு விசாரணையின் போது, குற்றம்சாட்டப்பட்டவர்கள் தங்கள் குற்றத்தை ஒப்புக்கொள்ளவில்லை. கிரிமினல் வழக்குகளில் அரசுத் தரப்புதான், குற்றம் சாட்டப்பட்டவர்களின் மீதான குற்றத்தை நிரூபிக்கவேண்டும்.

அரசுத் தரப்பில் நடந்த குற்றத்தை நிரூபிக்க நிறைய ஆதாரங் களைத் திரட்டியிருந்தாலும், குற்றம் சாட்டப்பட்டவர்கள் தரப்பில் சில முக்கிய கேள்விகள் எழுப்பப்பட்டன.

1. ஹவுரா ரயில் நிலையத்தில், அமரேந்திராவுக்கு பிளேக் ஊசி போட்டதாக சொல்லப்படும் நபரைக் காவல் துறையால் கைது செய்யமுடியவில்லை. பினயேந்திரா வின் தூண்டுதலின் பேரில்தான், அந்த மர்ம நபர் அமரேந்திராவுக்கு ஊசி போட்டார் என்று நிரூபிக்க ஆதாரம் எதுவுமில்லை.

2. அமரேந்திரா பூச்சி கடித்துக்கூட இறந்திருக்கலாம். மரண மடைந்த அமரேந்திராவின் உடல் போஸ்ட் மார்ட்டம் (பிணப் பரிசோதனை) செய்யப்படவில்லை. போஸ்ட் மார்ட்டம் செய்யாமலே, அமரேந்திராவின் உடல் தகனம் செய்யப்பட்டது.

3. சம்பவம் நடப்பதற்கு இரண்டு மாதங்களுக்கு முன்னர் தான், அமரேந்திராவின் சகோதரி கண்ணன்பாலா என்பவர் மம்ஸ் (mumps), கழுத்தில் ஏற்படும் ஒரு வீக்க வியாதி யால் பாதிக்கப்பட்டு இறந்துபோயிருக்கிறார். கண்ணன் பாலாவின் மூலமாகக்கூட அமரேந்திராவுக்கு நோய் தொற்றி, அதன் தாக்குதலால் அமரேந்திரா இறந்திருக்கக் கூடும்.

4. பினயேந்திராவுக்கு சினிமாவில் நடிக்க வேண்டும் என்று விருப்பம். அதன் பொருட்டுதான், அவர் அடிக்கடி பம்பாய் சென்றிருக்கிறார்.

5. தாராநாத், நுண்ணுயிரிகள் ஆராய்ச்சியில் நிபுணர். அவர் பிளேக் நோய்க்கு மருந்து கண்டுபிடிப்பதற்காகத்தான், பிளேக் கல்ச்சரைத் தேடி அலைந்திருக்கிறார். அந்தச் சமயத்தில் பம்பாய்க்கு அடிக்கடி சென்று வந்த பினயேந் திரா, தன்னுடைய நண்பனுக்கு உதவி செய்யும் வகையில் செயல்பட்டிருக்கிறார். இதற்கு உள்நோக்கம் கற்பிப்பது தவறு.

இதற்குப் பதிலளிக்கும் வகையில் அரசுத் தரப்பு பின்வரும் வாதத்தை முன்வைத்தது.

1. அமரேந்திராவுக்கும், பினயேந்திராவுக்கும் பகூர் ஜமீன் சொத்து சம்பந்தமாக அடிக்கடி சண்டை நடந்திருக்கிறது. இது தொடர்பாக இவர்களது உறவினர்கள் சாட்சியம் அளித்திருக்கின்றனர்.

2. பினயேந்திரா, பம்பாயில் எந்த சினிமா கம்பெனிக்கும் அல்லது ஸ்டுடியோவுக்கும் செல்லவில்லை என்று அவனுக்கு பம்பாயில் வழிகாட்டியாக செயல்பட்ட ரத்தன் சார்லியா சாட்சியம் தெரிவித்திருக்கிறான்.

3. தாராநாத், பிளேக் நோய்க்கு மருந்து கண்டிபிடித்ததற்கான ஆதாரம் எதுவும் இல்லை. தாராநாத்தின் ஆராய்ச்சிக்கு உதவிய டாக்டர் உகில் மற்றும் டாக்டர் மேத்தா ஆகிய இருவரும் தாராநாத் எதையும் கண்டுபிடிக்கவில்லை என்று சாட்சியமளித்துள்ளனர்.

4. அமரேந்திரா பிளேக் நோயால் இறந்த தருவாயில், வங்காள மாகாணத்தில் வேறு யாரும் பிளேக் நோயால்

பாதிக்கப்பட்டு இறக்கவில்லை. அந்தச் சமயத்தில் பிளேக்
நோய் தொற்று நோயாகப் பரவவில்லை.

5. பினயேந்திராவுக்கு, அமரேந்திராவைக் கொலை செய்ய
   வேண்டும் என்ற நோக்கம் இருந்திருக்கிறது. பினயேந்திரா
   வின் நோக்கம் நிறைவேற, தாராநாத் உதவியிருக்கிறார்.
   இதன் பொருட்டுதான், இருவரும் பம்பாய் சென்று
   பிளேக் கிருமியை கல்கத்தாவுக்குக் கொண்டு வந்திருக்
   கின்றனர்.

6. ஜூலையில் கொண்டுவரப்பட்ட பிளேக் கிருமியை
   நவம்பர் வரை அழியாமல் பாதுகாக்கமுடியும் என்று
   சாட்சியம் அளிக்கப்பட்டிருக்கிறது.

7. சந்தர்ப்பச் சூழ்நிலை, சாட்சியங்கள் எல்லாம், குற்றம்
   சாட்டப்பட்ட பினயேந்திராவுக்கும், தாராநாத்துக்கும்
   எதிராகவே இருக்கின்றன. எனவே குற்றம் சாட்டப்
   பட்டவர்கள்தான், இந்தக் கொலையைச் செய்திருக்க
   முடியும்.

அரசுத் தரப்பின் வாதத்தை ஏற்றுக்கொண்ட ஜூரி பினயேந்
திராவையும், தாராநாத்தையும் குற்றவாளிகளாக அறிவித்தது.
ஆனால், மற்ற இருவரையும், அதாவது துர்கா ரத்தன் தர்ரையும்,
சிவபாத பட்டாஜார்ஜியையும் நிரபராதி என்று அறிவித்தது.
அதற்குக் காரணம், மருத்துவ நிபுணர்கள் நீதிமன்றத்தில்
சாட்சியம் அளிக்கையில், டெட்டனஸ் நோய் தாக்கியவர்
களுக்கு இழுப்பு வரும்; அந்தச் சமயத்தில் வலிப்பையையும்,
வலியையும் குறைப்பதற்காக மார்பைன் (morphine) கொடுக்கப்
படுவது சகஜம்தான், அதில் ஒன்றும் தவறில்லை என்று கூறினர்.
அதைத்தான் துர்கா ரத்தன் தர்ரும், சிவபாத பட்டாஜார்ஜியும்
செய்திருக்கிறார்கள். இதைக் குற்றம் என்று சொல்லமுடியாது.
அதனால், அவர்கள் மேல் சுமத்தப்பட்ட கொலைக் குற்றம்
ஏற்புடையதல்ல என்று ஜூரி முடிவெடுத்தது.

ஜூரியின் முடிவை ஏற்றுக்கொண்ட நீதிபதி, துர்கா ரத்தன்
தர்ரையும், சிவபாத பட்டாஜார்ஜியையும் விடுதலை செய்தார்.
பினயேந்திராவுக்கும், தாராநாத்துக்கும் அமரேந்திராவைக்
கொலை செய்ததற்காக மரணத் தண்டனை விதிக்கப்பட்டது. 1934
மே-யில் தொடங்கிய விசாரணை, 1935 பிப்ரவரியில்

முடிவடைந்தது. அதாவது 10 மாதத்துக்குள்ளாக, விசாரணை முடிந்து தண்டனையும் வழங்கப்பட்டது.

ஒரு வழக்கில் குற்றவாளிகளுக்குத் தூக்குத் தண்டனை விதிக்கப் பட்டால், அதை உயர் நீதிமன்றத்தில் இரண்டு நீதிபதிகள் கொண்ட பெஞ்ச் உறுதி செய்ய வேண்டும். பகூர் கொலை வழக்கிலும், குற்றவாளிகளுக்கு வழங்கப்பட்ட தண்டனையை உறுதி செய்யும் பொருட்டு, கல்கத்தா உயர் நீதிமன்றத்துக்கு வழக்கு அனுப்பப்பட்டது. அதே சமயத்தில் தூக்குத் தண்டனை விதிக்கப்பட்ட குற்றவாளிகளான பினயேந்திராவும், தாராநாத் தும் தங்கள்மீது விதிக்கப்பட்ட தீர்ப்பை எதிர்த்து, கல்கத்தா உயர் நீதிமன்றத்தில் மேல்முறையீடு செய்தனர்.

தூக்குத் தண்டனையை உறுதி செய்ய அனுப்பப்பட்ட வழக்கை யும், குற்றவாளிகளின் சார்பில் தாக்கல் செய்யப்பட்ட மேல் முறையீட்டு வழக்கையும், ஒரு சேர விசாரித்த கல்கத்தா உயர் நீதிமன்றம், சந்தர்ப்ப சாட்சியங்களின் அடிப்படையில்தான், குற்றம் சாட்டப்பட்டவர்களின் மீதான குற்றம் நிருபிக்கப் பட்டிருக்கிறது, இவர்கள் குற்றம் இழைத்தற்கான நேரடிச் சாட்சிகள் இல்லாத காரணத்தினால், குற்றவாளிகளுக்கு வழங்கப்பட்ட மரணத் தண்டனையை ரத்து செய்து, குற்ற வாளிகளுக்கு ஆயுள் முழுவதும் நாடு கடத்தப்பட்டுச் சிறையில் அடைக்கப்படவேண்டும் என்ற தண்டனையை விதித்தது.

ஆங்கிலேய அரசாங்கத்தால் பினயேந்திராவுக்கு வழங்கப்பட்ட தண்டனையை நிறைவேற்ற முடியவில்லை. காரணம் பினயேந்திரா, காவல் துறையில் சரணடையாமல் தப்பித்து போய், தன்னுடைய ராஜ்ஜியத்தில் ஒளிந்து கொண்டான். பின யேந்திராவைக் கைது செய்ய ராணுவத்தை அனுப்பியது ஆங்கிலேய அரசு. பகூர் ராஜ்ஜியத்துக்குள் நுழைந்தது ராணுவம். ராணுவத்துடன் தன்னுடைய பாட்சா பலிக்காது என்று உணர்ந்த பினயேந்திரா, தற்கொலை செய்து கொண்டான். டாக்டர் தாராநாத், நாடு கடத்தப்பட்டுச் சிறையில் அடைக்கப்பட்டார்.

இவ்வாறாக, பகூர் கொலை வழக்கு முடிவடைந்தது.

5. லட்சுமி காந்தன் கொலை வழக்கு

1940களில் இவர்தான் திரையுலக சூப்பர் ஸ்டார். இவருடைய வெண்கலக் குரலுக்கு மக்கள் அடிமை. இவர் மேடையிலோ அல்லது திரையிலோ பாடினால் மக்கள் மெய் மறந்து போவர். இவருடைய ஹரிதாஸ் படம் சென்னை பிராட்வே திரையரங்கில் சுமார் 700 நாள்கள் ஓடி, பெரும் சாதனை படைத்தது. இவர் காரில் போகும்போதுகூட மக்கள் வழி மறித்து காரை நிறுத்தி, இவரைப் பாடச் சொல்லிக் கேட்பார்கள். இவர் நடித்து வெளியாகிய சிந்தாமணி படத்தைத் திரையிட்ட ராயல் டாக்கீஸ், அதனால் கிடைத்த வசூலை வைத்தே சொந்தமாக தியேட்டர் ஒன்றை வாங்கி, அதற்கு சிந்தாமணி தியேட்டர் என்றே பெயரிட்டனர். திவான் பகதூர் என்று பட்டம் பெற்ற திரையுலகைச் சேர்ந்த ஒரே நடிகர் இவர்தான். இவர் குரல் போல் இவருடைய சிகை அலங்காரமும் பிரபலமானது. அன்றைய இளைஞர்கள் எல்லாம் இவரைப் போலவே சிகை அலங்காரம் செய்து கொண்டனர். அம்மாதிரி ஸ்டைலுக்கு பாகவதர் ஸ்டைல் என்று பெயர்.

தியாகராஜ பாகவதரைப் பற்றி இவ்வளவு பீடிகை கொடுப் பதற்குக் காரணம் உண்டு. தங்கத் தட்டில் உணவு உண்ட அவ்வளவு பெரிய சூப்பர் ஸ்டாரின் வாழ்க்கை, ஒரு கொலை வழக்கால் தலைகீழாக மாறிப் போனது. லட்சுமி காந்தன் கொலை வழக்கு.

இந்த வழக்கைப் பற்றி நாம் தெரிந்து கொள்வதற்கு முன்னர் இந்த வழக்கில் குற்றம் சாட்டப்பட்ட இன்னொரு நபரைப் பற்றியும் நாம் தெரிந்து கொள்ள வேண்டும். அவர்தான்,

கலைவாணர் என்று அனைவராலும் அழைக்கப்பட்ட என்.எஸ்.கிருஷ்ணன். சிறந்த நகைச்சுவை நடிகர். வில்லுப் பாட்டு, மேடை நாடகம், திரையுலகம் என்று அனைத்துத் துறை களிலும் பிரசித்தி பெற்றவர். திரைவானில் வெற்றிக்கொடி கட்டிப் பறந்து கொண்டிருந்த இவர்களது வாழ்க்கையை லட்சுமி காந்தன் கொலை வழக்கு என்ற சுனாமி ஒன்று தாக்கியது.

இன்றைய மஞ்சள் பத்திரிகைகளுக்கெல்லாம் முன்னோடியாகத் திகழ்ந்த சினிமா தூது என்ற மஞ்சள் பத்திரிகையைத் தொடங்கி வெற்றிகரமாக நடத்தி வந்தவர், லட்சுமி காந்தன். சினிமா தூதில் சினிமாவைப் பற்றிய விமரிசனம் மட்டுமல்ல, சினிமாக்காரர் களைப் பற்றிய விமரிசனமும் இடம் பெற்றது. பரபரப்பான கிசுகிசுக்கள், எந்த நடிகருக்கு எந்த நடிகையுடன் தொடர்பு போன்ற சுவாரசியமான செய்திகள் சினிமா தூதில் இடம் பெற்றன. நடிகர், நடிகைகளுடைய தனிப்பட்ட வாழ்க்கை ரகசியங்கள் என்ற பெயரில் பல புனைவுகள் தயார் செய்யப்பட்டு அச்சில் ஏற்றப்பட்டன. அதனால் பல நடிகர், நடிகைகளின் சமூக அந்தஸ்துக்குப் பங்கம் ஏற்பட்டது. இதற்கு முடிவு கட்டும் விதமாக தியாகராஜ பாகவதர், என்.எஸ். கிருஷ்ணன், ஸ்ரீராமுலு நாயுடு (இவர், பிரபல இயக்குனர் மற்றும் கோவை பக்ஷிராஜ ஸ்டுடியோவின் உரிமையாளர்) மூவரும், அன்றைய சென்னை மாகாண ஆளுநரான ஆர்தர் ஆஸ்வால்ட் ஜேம்ஸ் ஹோப்பிடம் சென்று லட்சுமி காந்தனுக்கு சினிமா தூது பத்திரிகை நடத்த வழங்கப்பட்ட உரிமத்தை ரத்து செய்யவேண்டும் என்று வேண்டி ஒரு மனுவைச் சமர்ப்பித்தனர். ஆளுநரும் அவர்களுடைய வேண்டுகோளுக்கு இசைந்து லட்சுமி காந்தனுக்கு வழங்கப் பட்ட உரிமத்தை ரத்து செய்தார்.

இந்த நடவடிக்கையால் லட்சுமி காந்தன் தன்னுடைய நட வடிக்கையை நிறுத்திக் கொள்ளவில்லை. போலியான ஆவணங் களின் பேரில் தன்னுடைய வெளியீட்டை தொடர்ந்தார். அரசாங்கத்துக்கு இது தெரிய வரவே அந்த வெளியீட்டையும் முடக்கியது. லட்சுமி காந்தன் இதற்கும் அசரவில்லை. ‘இந்து நேசன்’ என்ற வேறொரு பத்திரிகையைத் தொடங்கினார். முன்பைப் போல ஏகப்பட்ட கிசுகிசுக்களை எழுதினார். இம் முறை ஒரு முன்னேற்றம். சினிமாக்காரர்கள் மட்டுமல்லாமல் சமுதாயத்தில் உள்ள பெரும்புள்ளிகள், தொழில் அதிபர்கள்

என்று அனைவரைப் பற்றிய ரகசியங்களையும், புனைகதை களையும், கிசுகிசுக்களையும் எழுதித் தள்ளினார்.

லட்சுமி காந்தன் எழுதும் கிசுகிசுக்களுக்குப் பயந்தவர்கள், அவருடைய நட்பைச் சம்பாதிக்க, ஏகப்பட்ட பணத்தை வாரி வழங்கினார்கள். இதன் காரணமாக லட்சுமி காந்தன் சொந்தமாக ஒரு அச்சகத்தையே, விரைவிலேயே விலைக்கு வாங்கி விட்டார். தனக்கு எதிராக ஆளுநரிடம் மனு கொடுத்த தியாகராஜ பாகவதர், என்.எஸ்.கிருஷ்ணன், ஸ்ரீ ராமுலு ஆகியோரைப் பற்றி நிறைய கிசுகிசுக்களை எழுதினார். அந்தக் காலக்கட்டத்தில் மேற்சொன்ன மூவரைத் தவிர்த்து லட்சுமி காந்தனின் கிசுகிசுக் களால் பலர் பாதிக்கப்பட்டார்கள். எதிரிகளின் எண்ணிக்கை அதிகமானது.

1944. லட்சுமி காந்தன் தன்னுடைய வழக்கறிஞர் நண்பர் வீட்டுக்குச் சென்று விட்டு சைக்கிள் ரிக்ஷாவில் வீடு திரும்பிக் கொண்டிருந்தார். அப்போது, சென்னை வெப்பேரி அருகே வந்து கொண்டிருக்கையில் அடையாளம் தெரியாத சிலர் அவரைக் கத்தியால் குத்திவிட்டுத் தப்பிச் சென்றுவிட்டனர். கத்திக்குத்துக் காயத்துடன் அவர் மருத்துவமனைக்குச் செல்லா மல் தம்முடைய வழக்கறிஞர் நண்பரின் வீட்டுக்குச் சென்று நடந்த விவரத்தைத் தெரிவித்தார். மருத்துவமனைக்குச் சென்று சிகிச்சை பெற்றுக் கொள்ளும்படி அறிவுறுத்தினார், வக்கீல் நண்பர். கூடவே தன்னுடைய ஜூனியரையும் லட்சுமி காந்த னுக்குத் துணையாக அனுப்பி வைத்தார். ஆனால், மருத்துவ மனைக்குச் செல்லும் வழியில், வெப்பேரி காவல் நிலையத் துக்குச் சென்று அங்கிருந்த ஆய்வாளரிடம் நடந்த சம்பவங் களைப் பற்றி புகார் ஒன்றைக் கொடுத்தார், லட்சுமி காந்தன்.

தன்னை அடையாளம் தெரியாத யாரோ குத்திவிட்டதாகத்தான் தெரிவித்தார். அதற்குக் காரணமாக தியாகராஜ பாகவதரோ அல்லது என்.எஸ்.கிருஷ்ணனோ பின்னணியில் இருந்தார்கள் என்று லட்சுமி காந்தன் தம்முடைய புகாரில் குறிப்பிடவில்லை.

மருத்துவமனையில் அவர் புறநோயாளியாகத்தான் அனுமதிக்கப் பட்டார். காவல் நிலையத்திலும், மருத்துவமனையிலும் எல் லோரிடமும் சகஜமாகப் பழகினார். மருத்துவமனையில் தமக்குச் சிகிச்சை அளித்தவர்களிடம், சமீபத்தில் தனுஷ்கோடி யிலிருந்து சென்னைக்கு வந்த போட் மெயில் ரயிலில்,

தேவகோட்டையைச் சேர்ந்த ஒரு பெரிய பணக்காரர் கொலை செய்யப்பட்டதை நினைவு கூர்ந்தார். அந்தக் கொலையில் ஒரு பிரபல சினிமா நடிகை சம்பந்தப்பட்டிருப்பதாகவும், அவள் அந்தக் கொலை நடந்த ரயிலில் பயணம் செய்ததாகவும், கொலைக்குப் பின்னர், அடுத்த ரயில் நிலையத்தில் இறங்கி விட்டதாகவும், அந்த நடிகைக்கு அரசியல் செல்வாக்கு இருப்ப தால் அவர் குற்றச் சம்பவத்தில் ஈடுபட்டிருந்தாலும் அவள்மீது நடவடிக்கை எடுக்கப்படவில்லை என்றும் தெரிவித்தார். மேலும், இந்த விவரங்களைத் தகுந்த ஆதாரங்கள் கொண்டு நிருபிக்கப் போவதாகவும் தெரிவித்திருக்கிறார். (இதன் காரணமாகக்கூட லட்சுமி காந்தன் கொலை செய்யப்பட்டிருக் கலாம் என்றொரு செய்தி அப்போது உலவியது.)

மருத்துவமனையில் சிகிச்சைக்காக அனுமதிக்கப்பட்ட லட்சுமி காந்தன், மறுநாள் விடியற்காலையில் எதிர்பாராத விதமாக உயிரிழந்தார். காவல் துறையினர் லட்சுமி காந்தனின் மரணத் துக்கு தியாகராஜ பாகவதர், என்.எஸ். கிருஷ்ணன், ஸ்ரீராமுலு நாயுடு ஆகிய மூவர் மட்டும்தான் காரணம் என்று தீர்மானித்து அவர்களைக் கைது செய்து, அவர்கள்மீது குற்றப் பத்திரிகை தாக்கல் செய்து, நீதிமன்றத்தில் வழக்குத் தொடர்ந்தது.

குற்றவாளிகளுக்குப் பிரபல வழக்கறிஞர்கள் ராஜாஜி, வி.டி. ரங்கசாமி ஐயங்கார், கோவிந்த் சாமிநாதன், கே.எம். முன்ஷி, பி.டி. சுந்தர்ராஜன், சீனிவாச கோபால் மற்றும் பிரேடல் ஆஜரானார்கள். நீதிபதி மாக்கெட் தலைமையில் ஜூரியின் முன்னர் (நடுவர் குழு) வழக்கு விசாரணை நடைபெற்றது.

வழக்கு விசாரணையில் பங்குகொண்ட நடுவர் குழு, விசாரணை யின் இறுதியில் தியாகராஜ பாகவதர், என்.எஸ்.கிருஷ்ணன் ஆகியோர் குற்றவாளிகள் என்று யாரும் எதிர்பார்க்காத தீர்ப்பை வெளியிட்டது. ஆனால், ஸ்ரீராமுலு குற்றம் ஏதும் இழைக்க வில்லை என்ற முடிவையும் நீதிபதிக்குத் தெரிவித்தது. நடுவர் குழுவின் முடிவின்படி, நீதிபதி, தியாகராஜ பாகவதருக்கும், என்.எஸ்.கிருஷ்ணனுக்கும் ஆயுள் முழுதும் நாடு கடத்தப்பட வேண்டும் என்று தீர்ப்பு வழங்கினார். (இந்தியா சுதந்தரம் அடைந்த பிறகு, 1955ம் ஆண்டு சட்டத் திருத்தம் கொண்டு வரப்பட்டு, இந்திய தண்டனைச் சட்டத்திலிருந்து நாடு கடத்தும் தண்டனை நீக்கப்பட்டது.)

இந்தத் தீர்ப்பை எதிர்த்து தியாகராஜ பாகவதர், என்.எஸ். கிருஷ்ணன் இருவரும் சென்னை உயர் நீதிமன்றத்தில் மேல் முறையீடு செய்தனர். மேல்முறையீட்டிலும் அவர்களுக்குச் சாதகமான தீர்ப்பு கிடைக்கவில்லை. சென்னை உயர் நீதிமன்றம், கீழ் நீதிமன்றத்தின் தீர்ப்பை உறுதி செய்தது. உயர் நீதிமன்றத் தீர்ப்பை எதிர்த்து பாகவதரும், கலைவாணரும் பிரிவி கவுன்சிலில் இரண்டாம் மேல்முறையீடு செய்தார்கள். ப்ரிவி கவுன்சில் லண்டனில் இருக்கிறது. இந்தியாவில் உச்ச நீதி மன்றம் நிறுவப்படாத நிலையில், இந்திய உயர் நீதிமன்றங் களுடைய தீர்ப்பை எதிர்த்து மேல்முறையீடு செய்ய வேண்டு மென்றால், லண்டனில் உள்ள ப்ரிவி கவுன்சிலைத்தான் அணுக வேண்டும். இந்தியா சுதந்தரம் அடைந்த பின்னர் உச்ச நீதிமன்றம் தோற்றுவிக்கப்பட்டு, ப்ரிவி கவுன்சிலில் மேல்முறையீடு செய்வது நிறுத்தப்பட்டது.

பாகவதர் மற்றும் கலைவாணருடைய மேல்முறையீட்டை விசாரித்த ப்ரிவி கவுன்சில், கீழ் நீதிமன்றத்தில் வழக்கு விசாரணை சரியாக நடத்தப்படவில்லை என்று கூறி, வழக்கை மறுவிசாரணை செய்யுமாறு கீழ் நீதிமன்றத்துக்கு உத்தரவிட்டது.

இந்தியாவில் மறுபடியும் இந்த வழக்கு விசாரிக்கப்பட்டு, இறுதியாக சென்னை உயர் நீதிமன்றத்தில் நீதிபதிகள் ஹேப்பல் மற்றும் ஷஹாபுதின் அடங்கிய பெஞ்ச் (Division Bench) முன்பு விசாரணைக்கு வந்தது. (இதில், நீதிபதி ஷஹாபுதின் பின்னாளில் இந்தியப் பிரிவினையின்போது பாகிஸ்தான் சென்றுவிட்டார். அங்கே அவர் பதவி உயர்வு அடைந்து இறுதியாக, பாகிஸ் தானின் உச்ச நீதிமன்றத்தின் தலைமை நீதிபதியாக பொறுப்பு வகித்தார்.) இம்முறை குற்றவாளிகளுக்காக வாதாடியவர், பிரபல வழக்கறிஞர் எத்திராஜ். வழக்கை விசாரித்த புதிய பெஞ்ச் தியாகராஜ பாகவதரையும், என்.எஸ்.கிருஷ்ணனையும் குற்ற மற்றவர்கள் என்று கூறி விடுதலை செய்ய உத்தரவிட்டது. மேலும், அந்தப் புதிய பெஞ்ச், லட்சுமி காந்தனின் கொலையில் பயன்படுத்தப்பட்டதாகச் சொல்லப்படும் கத்தி, ஓர் எலியைக் கொல்லக்கூட உபயோகிக்கமுடியாது என்ற கருத்தையும் தெரி வித்தது.

இந்த வழக்கு முடியும்வரை பாகவதரும், கலைவாணரும் சுமார் இரண்டரை ஆண்டுகள் சிறையிலிருந்தனர். லட்சுமி காந்தன் கொலை வழக்கிலிருந்து விடுபடுவதற்கு பாகவதரும்,

கலைவாணரும் தாங்கள் சம்பாதித்த அனைத்துச் சொத்து களையும் செலவு செய்திருந்தனர்.

தியாகராஜ பாகவதர், தான் கைது செய்யப்படுவதற்கு முன்னர் 12 திரைப்படங்களில் நடிப்பதற்கு ஒப்பந்தம் செய்திருந்தார். அவை அனைத்தும் கை நழுவிப் போயின. பாகவதருக்கு முன்னா லிருந்த பேர், புகழ் எல்லாம் போயின. திரைப்படத்தில் நடிப் பதை விடுத்து மேடைக் கச்சேரியில் மட்டுமே பாடினார். அந்தக் காலக்கட்டத்தில் திராவிட இயக்கம் வளர்ச்சியடையத் தொடங்கியது. அப்பொழுது திராவிட இயக்கத்தின் தலைவராக இருந்த அண்ணாதுரை, தியாகராஜ பாகவதரைத் திராவிட இயக்கத்தில் இணையுமாறு கேட்டுக் கொண்டார். ஆனால், அதற்கு பாகவதர் இணங்கவில்லை. பாகவதர் திரைப்படத்துறை யிலிருந்து விலகிய பிறகு, தமிழ் திரைப்படங்கள் வேறொரு தடத்தில் பயணத்தைத் தொடர்ந்தது. நாத்திகக் கொள்கையை யும், கடவுள் மறுப்புப் பிரசாரத்தையும் மக்களிடையே சேர்ப் பதற்குத் திரைப்படங்கள் பயன்படுத்தப்பட்டன. பாகவதரால் தன்னுடைய பழைய உச்ச நிலையை மறுபடியும் அடைய முடியவில்லை. தன்னுடைய 49வது வயதில் நீரிழிவு நோயினால் பாதிக்கப்பட்டு, 1959ம் ஆண்டு உயிர் துறந்தார்.

கலைவாணர், விடுதலையான பிறகு, பல படங்களில் நடித்தார். புதிய நாடகக் கலைஞர்களை உருவாக்கினார். பல கலைஞர் களைத் திரைப்படத்துறைக்கு அறிமுகம் செய்து வைத்தார். கலைவாணர், பாகவதர் போல் இல்லாமல் தன்னைத் திராவிட இயக்கத்தில் ஈடுபடுத்திக் கொண்டார். 1957ம் ஆண்டு தன் னுடைய 48வது வயதில் கலைவாணர் காலமானார்.

எது எப்படி இருப்பினும், லட்சுமி காந்தனை யார் கொலை செய் தார்கள் என்ற விவரம் இன்றளவும் மர்மமாகவே உள்ளது.

6. ஆளவந்தான் கொலை வழக்கு

சென்னை எழும்பூரிலிருந்து போட் மெயில் ஒன்று ராமேஸ்வரம் நோக்கி சென்று கொண்டிருந்தது. மானாமதுரையை ரயில் கடந்து கொண்டிருக்கும்போது ரயிலின் ஒரு கம்பார்ட்மெண்டி லிருந்து துர்நாற்றம் வீசுவதாகப் பயணிகள் ரயில் அதிகாரியிடம் தெரிவித்தனர். ரயில் நிலையம் வந்த பின்னர், துர்நாற்றம் வீசிய கம்பார்ட்மெண்டிலிருந்து ட்ரங்குப் பெட்டி ஒன்றைக் கைப் பற்றினர். அந்த ட்ரங்குப் பெட்டியிலிருந்து ரத்தம் கரைந்து உறைந்திருந்தது. ட்ரங்குப் பெட்டியைத் திறந்து பார்த்தால் அதிர்ச்சி! தலையில்லாத துண்டாக்கப்பட்ட உடல் ஒன்று பெட்டியினுள் திணித்து வைக்கப்பட்டிருந்தது. காவலர்கள் அந்த உடலினைக் கைப்பற்றித் தடயவியல் நிபுணர்களின் ஆய் வறிக்கைக்காக மதுரைக்கு அனுப்பி வைத்தனர்.

அதே சமயத்தில், சென்னையில் உயர் நீதிமன்றத்துக்கு அருகில் உள்ள எஸ்ப்லனேட் காவல் நிலையத்தில் பெண் ஒருவர் தன் கணவனைக் காணவில்லை என்று புகார் கொடுத்தார்.

காணாமல் போனவரின் பெயர், ஆளவந்தான். வயது 42. ஆளவந்தான், ராணுவத்திலிருந்து ஓய்வு பெற்ற பிறகு, தவணை முறையில் புடவைகளை விற்று வந்தார். இதன் மூலம் அவருக்குப் பல பெண்கள் பரிச்சயம் ஆனார்கள். அதிலும், தேவகி என்ற கேரளப் பெண்ணுடன் மிகவும் நெருக்கமாகப் பழகி வந்தார். அந்தச் சமயத்தில்தான் ஆளவந்தான் திடீரென்று காணாமல் போய் விட்டார். ஆளவந்தானின் மனைவி, தேவகி வீட்டுக்குச் சென்றாள். அங்கு தேவகியின் கணவர் பிரபாகரன்,

71

ஆளவந்தான் எங்கள் வீட்டுக்கு எப்போதும் வந்ததில்லை என்று கூறினார். ஆளவந்தானைப் பற்றிய தகவல் எதுவும் கிடைக்காத நிலையில், மனைவி, காவல் நிலையத்தில் புகார் செய்தாள்.

ஆளவந்தானின் மனைவி கொடுத்த புகாரைப் பற்றி விசாரிக்க காவல் நிலையத்திலிருந்து ஏட்டு ஒருவர் தேவகியின் வீட்டுக்கு அனுப்பி வைக்கப்பட்டார். தேவகியின் வீட்டுக்குச் சென்ற ஏட்டுக்கு, தேவகியும் அவரது கணவரும் சென்னையை விட்டு பம்பாய்க்குச் சென்று விட்டதாகத் தகவல் கிடைத்தது.

இதற்கிடையில், சென்னை ராயபுரம் கடற்கரையோரத்தில் சட்டைத்துணியில் சுற்றப்பட்ட ஒரு பொட்டலம் கிடைத்தது. அதிலிருந்தது, ஓர் ஆணின் துண்டிக்கப்பட்டத் தலை. போலீசார் அந்தத் தலையைக் கைப்பற்றினர். மதுரையிலிருந்து தலையில்லாத உடல் வரவழைக்கப்பட்டது. அவ்வுடலில் தலையைப் பொருத்திய போலீசார், ஆளவந்தானின் மனைவியை அழைத்துக் காட்டினர். அவளும், அது தன் கணவன் ஆளவந்தானின் உடல்தான் என்று அடையாளம் காட்டினாள்.

போலீசார் துப்புத் துலக்குவதற்கு வெகுகாலம் பிடிக்கவில்லை. தேவகியும் அவள் சம்பந்தப்பட்டவரும்தான் இந்தக் கொலையைச் செய்திருக்க வேண்டும் என்று ஊர்ஜிதம் செய்தனர். நாடு முழுவதும் குற்றவாளியைப் பற்றிய தகவல்கள் பிரசுரிக்கப்பட்டன. பெங்களூருக்குச் சென்ற தேவகியாலும், அவளது கணவனாலும் இரண்டு நாள்களுக்குமேல் அங்குத் தாக்குப் பிடிக்க முடியவில்லை. பிரச்னை, பெரிதாகி விடவே இருவரும் போலீசில் சரணடைந்தனர்.

தேவகியையும், அவளது கணவன் பிரபாகரனையும் போலீசார் கைது செய்து விசாரணை நடத்தினர். விசாரணையில் பின்வரும் தகவல்கள் கிடைத்தன. பிரபாகரனுக்கு வெளியூர் செல்லும் உத்தியோகம். தேவகி பாரிமுனையில் உள்ள ஓர் அலுவலகத்தில் வேலை பார்த்து வந்தாள். அவளுடைய அலுவலகத்துக்கு ஆளவந்தானின் கடையைத் தாண்டித்தான் செல்லவேண்டும். ஆளவந்தானும், தேவகியும் சந்திக்கும் வாய்ப்பு ஏற்பட்டது. வாய்ப்பு, உறவாக மாறியது, பிரபாகரன் இல்லாத சமயத்தில் இருவரும் உல்லாசமாக இருந்தனர். சிறிது நாள்களுக்குப் பிறகு அரசல் புரசலாக இவ்விஷயம் பிரபாகரனுக்குத் தெரிய வந்தது. பிரபாகரன் தேவகியை விசாரித்தார். தேவகியும் உண்மையை

ஒப்புக்கொண்டாள். அதன் பிறகு, இருவரும் கலந்து ஆலோ சித்து ஒரு திட்டம் தீட்டினர். அதன்படி ஆளவந்தான், பிரபாகரன் வீட்டுக்கு தேவகியால் அழைத்து வரப்பட்டார். ஆளவந்தா னுக்கு பிரபாகரனைப் பார்த்ததும் அதிர்ச்சி. அதன் பிறகு என்ன நடந்திருக்கும் என்று உங்களால் யூகித்துக் கொள்ள முடியும்.

ஆளவந்தான் கொலை செய்யப்பட்ட பிறகு பிரேதத்தை எப்படி அப்புறப்படுத்துவது என்று பிரச்னை ஏற்பட்டது. பிரபாகரன் பாரிமுனைக்குச் சென்றார். ஒரு பெரிய ட்ரங்குப் பெட்டியை வாங்கிக்கொண்டார். சாவகாசமாக ஆளவந்தானின் உடலை கண்டம் துண்டமாக வெட்டி, தலையை ஒரு சட்டைத் துணியில் பொட்டலமாகக் கட்டினார். உடல் உறுப்புகளை ட்ரங்குப் பெட்டிக்குள் வைத்தார். பெட்டியை வீட்டு வாசலில் வைத்து விட்டு, பின்னர் குளித்துமுடித்து, ஒரு ரிக்ஷாக்காரனை அழைத்து வந்தார்.

ட்ரங்குப் பெட்டியை ரிக்ஷாவில் ஏற்றிக்கொண்டு எழும்பூர் ரயில் நிலையத்துக்குச் சென்றார். அங்கு ஒரு போர்ட்டரைப் பிடித்து ட்ரங்குப் பெட்டியை, போட் மெயிலின் ஒரு கம்பார்ட் மெண்டின் இருக்கைக்கு அடியில் வைத்துவிட்டு வீட்டுக்குச் சென்று விட்டார். பின்னர் தேவகியும், பிரபாகரனும் கடற் கரைக்குச் சென்றனர். கடலில் அவர்கள் கொண்டு வந்த பொட்டலத்தை வீசிவிட்டு, வீட்டுக்குத் திரும்பினர். அங் கிருந்து பெட்டி படுக்கையை எடுத்துக்கொண்டு சென்னையை விட்டுப் புறப்பட்டனர். ஆனால், துரதிர்ஷ்டம் அவர்களைத் துரத்தியது.

1950களில் அமைதியாக இருந்த சென்னையில், இது ஓர் அதிர்ச்சிகரமான செயல். துணிகரமான கொலையும், துண்டுத் துண்டாகக் கிடைத்த உடல் பாகங்களும் மக்களைப் பெரும் பரபரப்புக்கு ஆளாக்கியது. செய்தித் தாள்களிலும், ஏனைய ஊடகங்களிலும் கொலையைப் பற்றிய செய்திகளும், அதனைத் தொடர்ந்து நடந்த சம்பவங்களும் அதிகமாக விளம்பரப்படுத்தப் பட்டன. தினத்தந்தி நாளிதழுக்கு, எப்போதும் விற்பனையாகும் பிரதிகளைவிட அதிக எண்ணிக்கையிலான பிரதிகள் விற்பனை யாயின.

முதல் முதலாக இந்த வழக்கில்தான் தடயவியல் துறையின் முக்கியத்துவம் அறியப்பட்டது. உடல் கூறுவியலிலும்,

73

தடயவியல் துறையிலும் இந்த வழக்குதான் முன்மாதிரியாக பேசப்பட்டது.

இக்கொலை வழக்கில், பிரேதப் பரிசோதனை செய்த சென்னை மருத்துவக் கல்லூரி மருத்துவர் சி.பி.கோபால கிருஷ்ணன் பிரபலமானார். பின்னாள்களில், இம்மாதிரியான பல கொலை வழக்குகளில் பிரேதப் பரிசோதனை செய்து அறிக்கை அளிப்பதற்கு இவரே சிபாரிசு செய்யப்பட்டார்.

பரபரப்பான சூழ்நிலையில், நீதிமன்றத்தில் 1953ம் ஆண்டு ஆளவந்தானின் கொலை வழக்கு ஆரம்பமானது. குற்றவாளிகளுக்காக பி.டி.சுந்தர்ராஜன் ஆஜரானார். நீதிபதி ஏ.எஸ்.பி. ஐயர். ஜூரிக்கு முன்னர் (நடுவர் குழு) வழக்கு விசாரணை நடைபெற்றது. நீதிமன்றத்தில் வழக்கு விசாரணையைக் காண கட்டுக்கடங்காத கூட்டம் திரண்டது. சென்னை மாகாணம் முழுதும் மக்கள் இந்த வழக்கு விசாரணையை ஆவலுடன் கவனித்து வந்தனர்.

வழக்கு விசாரணை முடிந்து, தேவகி, பிரபாகர் ஆகிய இருவரையும் குற்றவாளிகள் என அறிவித்தது, நடுவர் குழு. குற்றவாளிகள் இருவரும் ஆளவந்தானின் செய்கைகளால் பாதிக்கப்பட்டவர்கள், ஆளவந்தானைத் தண்டிக்கும் பொருட்டு இந்தக் குற்றம் நடைபெற்றிருக்கிறது என்று கூறிய நீதிபதி அவர்களுக்குக் குறைந்தபட்ச தண்டனையே வழங்கினார். பிரபாகரனுக்கு ஏழு ஆண்டுகள் கடுங்காவல் தண்டனையும், தேவகிக்கு மூன்று ஆண்டுகள் சிறைத் தண்டனையும் விதிக்கப்பட்டது.

இக்கொலைச் சம்பவத்தை மையமாக வைத்து ஒரு தொடர் நாடகம் தயாரிக்கப்பட்டு, அது, தூர்தர்ஷனில் ஒளிபரப்பானது.

7. நானாவதி கொலை வழக்கு

பொதுவாக, கொலைக்கான காரணங்களைப் பார்த்தால் அது ஒரு பெண் சம்பந்தப்பட்டதாக இருக்கும். சில்வியாவால் ஒருவர் கொலை செய்யப்பட்டார், மற்றொருவர் சிறைக்குச் சென்றார். கொலை செய்தவர், கவாஸ் மெனக்ஷா நானாவதி (சுருக்கமாக நானாவதி). கொலை செய்யப்பட்டவர், பிரேம் பகவான்தாஸ் அகுஜா (சுருக்கமாக அகுஜா). இந்தக் கொலை வழக்கு விசாரணை நடைபெற்றது 1959ம் ஆண்டு. அந்தச் சமயத்தில் நானாவதி மற்றும் அகுஜா என்ற பெயர்கள் நாடு முழுவதும் பிரபலம். அகுஜா டவல் துண்டுகளும், நானாவதி விளையாட்டுக் கைத்துப்பாக்கிகளும் சந்தையில் அமோகமாக விற்பனையாயின.

இந்தக் கொலை வழக்கு எவ்வளவு பிரபலமோ, அதற்கு ஈடான புதிய சிக்கல்களையும் புது நிகழ்வுகளையும் இவ்வழக்கு ஏற்படுத்தியது. இந்த வழக்கு விசாரணைக்குப் பிறகு, இந்திய அரசாங்கம் ஜுரி முறையை (நடுவர் குழு முறையை) ரத்து செய்தது. கொலை வழக்கு விசாரணை நடந்தபோது இருவேறு சமுதாயத்தினர் ஒருவொருக்கொருவர் மோதிக்கொள்ளாத நிலைதான். கொலையுண்ட அகுஜா, சிந்தி சமுதாயத்தைச் சேர்ந்தவர், கொலை செய்த நானாவதி, பார்சி சமுதாயத்தைச் சேர்ந்தவர். வழக்கு விசாரணையின்போதும் அதற்குப் பிறகும் உயர் மட்ட அரசியல் தலையீடுகள். அன்றைய பாரதப் பிரதமர் நேரு, பம்பாய் ஆளுநர் விஜயலட்சுமி பண்டிட் வரை (இவர் நேருவின் சகோதரி) தலையிட வேண்டிய அவசியம் உண்டானது. போதாதக் குறைக்கு பம்பாய் உயர் நீதிமன்றத்துக்கும், பம்பாய் மாகாணச் சட்டசபைக்கும் மோதல் நடக்காத குறை.

யார் இந்த சில்வியா? அவள் ஒரு வெள்ளைக்காரப் பெண். மிகவும் அழகான பெண். நானாவதி, கப்பல் படைத் தளபதி. அவரும் பார்ப்பதற்கு மன்மதன் மாதிரிதான் இருப்பார். அதுவும் அந்த ராணுவச் சீருடையில், ரொம்பவும் கம்பீரமாக இருப்பார். கப்பல் படையில் முக்கியமான பொறுப்பில் இருந்தார். அதனால் இந்திய ராணுவ அமைச்சகத்தின் உயர் மட்டக் குழுவில் இடம் பெற்றிருந்தார். ராணுவ அமைச்சர் கிருஷ்ண மேனன் லண்டன் சென்றபோது, நானாவதியும் சென்றார். நானாவதி வகித்திருந்த உயர் பதவியின் காரணமாக நேரு குடும்பத்தாரிடம் பழக்கம் ஏற்பட்டது. பின்பு, அது நட்பாக மாறியது.

இப்படியிருந்த சூழ்நிலையில்தான் உத்தியோக நிமித்தமாக லண்டனுக்குச் சென்ற நானாவதிக்கு சில்வியாவின் அறிமுகம் கிடைத்தது. 18 வயதான சில்வியா, 24 வயதான நானாவதியைச் சந்தித்தாள். சந்திப்பு, காதலாக மாறியது. நானாவதி தன்னுடைய ராணுவப் பணியின்போது கடல் பிரயாணத்தில், தான் சந்தித்த வீரதீர சாகசங்களையெல்லாம் சொல்லக் கேட்ட சில்வியா சிலிர்ப்புற்றாள். நானாவதி இந்தியா திரும்பும் முன்னர், தம்மைத் திருமணம் செய்து கொள்வாயா என்று சில்வியாவிடம் கேட்டார். சம்மதம் தெரிவித்த சில்வியாவுக்கும் நானாவதிக்கும் இங்கிலாந்தில் எளிமையான முறையில் பதிவுத் திருமணம் நடைபெற்றது.

நானாவதி, சில்வியா திருமணம் 1949ம் ஆண்டு நடைபெற்றது. திருமணம் நடந்த கையோடு புதுமணத் தம்பதியினர் இந்தியா வுக்குத் திரும்பினர். பம்பாயில் குடி புகுந்தனர். நானாவதி, சில்வியா தம்பதிக்கு மூன்று குழந்தைகள் பிறந்தன. இரண்டு ஆண் குழந்தைகள். ஒரு பெண் குழந்தை.

நானாவதி-சில்வியா தம்பதியரின் அமைதியான வாழ்க்கையில் அகுஜா என்ற புயல் வீச ஆரம்பித்தது. அகுஜா, ஒரு பணக்காரர். யுனிவர்சல் மோட்டார் நிறுவனத்தின் மேலாளர். அந்நாளைய ரோமியோ. மிடுக்கானத் தோற்றம், பெண்களைக் கவரும் வசீகரப் பேச்சு. பெண்களுக்கு ஒன்று என்றால் அகுஜாவுக்குத் தாங்காது. பெண்களுடைய கஷ்டத்தை, பிரச்னையைக் காது கொடுத்துக் கேட்பார். இவருடைய கரிசனத்தைப் பார்த்த பெண்கள் கரைந்து போய் உருகி விடுவர்.

அகுஜாவின் முக்கிய வேலையே பார்ட்டிக்குப் போவதுதான். அதுவும் பெரிய இடத்து பார்ட்டிகள். முக்கியமாக ராணுவத்தின

ருக்காக நடக்கும் விருந்துகள். அங்குதான் அகுஜாவுக்குப் பல ராணுவ அதிகாரிகளின் மனைவிமார்களைச் சந்திக்கும் வாய்ப்பு கிடைத்தது. அதில் சிலபேரிடம் நெருங்கிய தொடர்பும் கிடைத்தாகச் சொல்லப்படுகிறது. அப்படித்தான் அகுஜா-சில்வியா சந்திப்பும் ஏற்பட்டது. அகுஜாவும் நானாவதியும் சுமார் 10 வருடங்களுக்கு மேலாக நண்பர்கள். நானாவதி, சில்வியா, அகுஜா, அகுஜாவின் சகோதரி மாமேயி அனைவரும் ஒன்றாக சுற்றித் திரிந்தனர். உல்லாசமாக காலத்தைக் கழித்தனர்.

நானாவதியின் துரதிர்ஷ்டம், வருடத்தில் பாதி மாதங்கள் ராணுவக் கப்பலில் இருந்தாக வேண்டும். விடுமுறை நாள்களில் தான் குடும்பத்தாருடன் இருக்க முடியும். சில்வியாவோ தன்னுடைய சொந்த நாட்டை விட்டுவிட்டுத் தனக்குப் பரிச்சயம் இல்லாத வேறொரு நாட்டில் குடிபுகுந்திருக்கிறார். அவளுடைய தனிமையான சூழ்நிலையை உணர்ந்துகொண்ட அகுஜா, சந்தர்ப்பத்தைத் தனக்குச் சாதமாகப் பயன்படுத்திக் கொண்டார். சில்வியாவுடன் நட்பாகப் பழகினார். நட்பு சில நாள்களில் காதலாக மாறியாது. இருவரும் நானாவதி இல்லாத சமயத்தில் கணவன் மனைவி போல் வாழ்ந்தனர். அகுஜா இல்லாமல் தன்னால் வாழவே முடியாது என்ற நிலைக்கு ஆளானாள் சில்வியா. அகுஜாவிடம், நானாவதியை விவாகரத்து செய்தபிறகு, தன்னைக் கல்யாணம் செய்து கொள்ளும்படி வேண்டிக் கொண்டாள், வற்புறுத்தினாள்.

அகுஜா இப்பொழுது பின் வாங்கினார். சில்வியாவைச் சமாதானப்படுத்தினார். நாம் ஒரு மாத காலம் சந்திக்காமல் இருக்கவேண்டும். அப்படியிருந்தால்தான் நம்முடைய உண்மையான காதல் வெளிப்படும் என்று ஏதேதோ சாக்குப்போக்குக் கூறினார். அப்பொழுதுதான் சில்வியாவுக்கு சுரீர் என்றது. தான் ஏமாந்து விட்டோம் என்று உணர்ந்தாள்.

சிறிது நாள்களில் தன்னுடைய விடுமுறை நாள்களைக் குடும்பத்தாருடன் செலவிட வீடு திரும்பினார் நானாவதி. வீட்டுக்கு வந்த நானாவதிக்கு சில்வியாவின் செயல்பாடும், பேச்சும் ஆச்சரியமாகவும், அதிர்ச்சியாகவும் இருந்தன. சில்வியாவிடம் பெரும் மாறுதல். அவள் பட்டும் படாமல் இருந்தாள். விஷயம் என்னவாக இருக்கும் என்று தெரிந்து கொள்ள சில்வியாவைத் தோண்டித் துருவினார். இறுதியாக, சில்வியா நடந்த விவரங்களை நானாவதியிடம் தெரிவித்தாள்.

நானாவதி நடந்ததைக் கேட்டு கொதித்துப் போனார். தற்கொலை செய்து கொள்ளப் போவதாக சில்வியாவிடம் குமுறினார். சில்வியா சமாதானம் செய்தாள்.

சில்வியாவையும், குழந்தைகளையும் சினிமா தியேட்டருக்கு அழைத்துச் சென்றார், நானாவதி. அவர்களை அங்குப் படம் பார்க்கச் சொல்லிவிட்டு வெளியே கிளம்பினார். 'நீங்கள் படம் பார்த்து முடியுங்கள். நான் திரும்பி வந்து கூட்டிச் செல்கிறேன்' என்று சில்வியாவிடம் கூறி விட்டு, வெளியேறினார்.

நானாவதி, தன்னுடைய கப்பலுக்குச் சென்றார். ஏதோ ஒரு காரணத்தைச் சொல்லி கப்பலின் ஆயுதக் கிடங்குக்குள் சென்று, அங்கிருந்த ஒரு துப்பாக்கியை எடுத்துக் கொண்டார். தேவை யான அளவு தோட்டாக்களையும். பின்னர், அகுஜாவின் அலுவலகத்துக்குச் சென்றார். மதிய வேளை என்பதால் அகுஜா அங்கு இல்லை. அவர் வீட்டுக்குச் சென்றுவிட்டதாக சிப்பந்தி தெரிவித்தார். நானாவதி, அகுஜா வீட்டுக்குச் சென்றார். அகுஜா அப்போதுதான் குளித்துவிட்டு, டவலுடன் குளியலறை யிலிருந்து வெளியே வந்தார்.

'நீ சில்வியாவைத் திருமணம் செய்துகொண்டு அவளது குழந்தை களைப் பார்த்துக் கொள்வாயா?' என்று நானாவதி அகுஜாவைப் பார்த்து நேரடியாகக் கேட்டார். 'என்னுடன் படுத்திருந்த ஒவ்வொரு பெண்ணையும் நான் கல்யாணம் செய்து கொள்ள முடியுமா?' என்று அகுஜாவிடமிருந்து பதில் வந்தது. அடுத்த நொடி, அங்கு துப்பாக்கிச் சத்தம் கேட்டது.

மூன்று தோட்டாக்கள் அகுஜாவின் உடலில் பாய்ந்தன. அகுஜா கொலை சம்பவத்தின்போது நானாவதி, அகுஜாவைத் தவிர அந்த இடத்தில் வேறு யாரும் இல்லை.

நானாவதி, கப்பல் படையில் தன்னுடைய தலைமை அதி காரியைச் சந்தித்து, தான் ஒரு கொலை செய்து விட்டதாகத் தெரி வித்தார். காவல் துறையினரிடம் சரண் அடையுமாறு அந்த அதி காரி ஆலோசனை கூறினார்.

நானாவதி, பம்பாய் காவல் துறை துணை ஆணையரிடம் நடந்த விவரத்தைத் தெரிவித்து, சரண் அடைந்தார். காவல் துறை வழக்குப் பதிவு செய்து, பம்பாய் அமர்வு நீதிமன்றத்தில் குற்றப் பத்திரிகையைத் தாக்கல் செய்தது.

78

விசாரணை ஆரம்பமானது. நானாவதி கொலை வழக்கில், 9 நபர் கொண்ட ஜுரி (நடுவர் குழு) அமைக்கப்பட்டது. ஜுரி என்பது நீதிமன்றத்தில் விசாரணையைக் கவனித்துத் தங்களது அபிப் பிராயத்தை நீதிபதிக்குத் தெரிவிக்கும் ஒரு நடுவர் குழு. நானாவதி, ஆத்திரத்தால் அறிவை இழந்து சந்தர்ப்பவசத்தால் அகுஜாவைக் கொலை செய்தாரா (Culpable homicide not amounting to murder) அல்லது அகுஜாவைக் கொலை செய்ய வேண்டும் என்ற நோக்கத்துடன் திட்டமிட்டுக் கொலை (Preplanned murder) செய்தாரா என்று ஜுரி முடிவு செய்ய வேண்டும். நானாவதி சந்தர்ப்பவசத்தால் கொலை செய்தார் என்று முடிவு செய்யப்பட்டால் அவருக்கு 10 ஆண்டுகள் சிறைத் தண்டனை கிடைக்கும் (இ.பி.கோ 304ம் பிரிவு). அதுவே, திட்டமிட்டுக் கொலை செய்திருந்தால், நானாவதிக்குத் தூக்குத் தண்டனை அல்லது ஆயுள் தண்டனை விதிக்கப்படும் (இ.பி.கோ 302ம் பிரிவு).

அரசுத் தரப்பில் நானாவதி திட்டமிட்டுதான் அகுஜாவைக் கொலை செய்தார் என்ற வாதம் முன்வைக்கப்பட்டது. நானாவதி சந்தர்ப்பவசத்தால்தான் அகுஜாவைக் கொலை செய்தார் என்று அவர் சார்பாக ஆஜரான வழக்கறிஞர்கள் வாதாடினர். கரல் கண்டல்வாலா என்ற பார்சி வழக்கறிஞர் நானாவதிக்காக ஆஜரானார். பிரபல குற்றவியல் வழக்கறிஞர் ராம் ஜெத்மலானி அரசுத் தரப்புக்கு ஆதரவாக வாதாடினார். நீதிமன்றத்தில் நீதிபதியிடம், நான் குற்றம் செய்யவில்லை என்று கூறினார் நானாவதி. விசாரணை முடிந்த பிறகு ஜுரி, 8:1 என்ற விகிதத்தில் நானாவதி குற்றமற்றவர், நிரபராதி என்ற அதிரடித் தீர்ப்பை வெளியிட்டது.

அமர்வு நீதிபதி, ஜுரியின் முடிவை ஏற்றுக்கொள்ளவில்லை. மாறாக அவ்வழக்கை பம்பாய் உயர் நீதிமன்றத்தின் ஆலோசனை வேண்டி அனுப்பி வைத்தார். பம்பாய் உயர் நீதிமன்றத்தில் அரசுத் தரப்பில் பின்வரும் வாதங்கள் முன்வைக்கப்பட்டன. 1. அமர்வு நீதிபதி, ஜுரிக்கு வழக்கு விசாரணையில் தகுந்த வழிகாட்டவில்லை. குறிப்பாக அகுஜாவைச் சுட்டது தற்செய லான விஷயம்தான், அது திட்டமிட்டுச் செய்யப்படவில்லை என்று நிரூபிக்க வேண்டியவர், நானாவதி. ஆனால், அவர் அதைச் செய்யவில்லை. 2. அகுஜாவைக் கொல்வதற்கு, நானாவதிக்குச் சந்தர்ப்பவசத் தூண்டுதல் எப்பொழுது ஏற்பட்டது. சில்வியா

நானாவதியிடம் உண்மையைச் சொன்னபோதா? அல்லது நானாவதி அகுஜாவை அவருடைய இல்லத்தில் சந்தித்தபோதா? 3. ஜூரிக்கு வழக்கு விசாரணை ஆரம்பிக்கும் தருவாயில், தூண்டுதல் (Provocation) என்பது சந்தர்ப்பவசத்தால் குற்றம் செய்யத் தூண்டும் காரணி, கொலை செய்தவரிடமோ அல்லது கொலை செய்யப்பட்டவரிடமோதான் வரவேண்டிய அவசியம் இல்லை, மூன்றாவது நபரிடமிருந்துகூட வரலாம் என்று தவறாக வழிகாட்டியுள்ளார் அமர்வு நீதிபதி. 4. நானாவதி குற்றவாளி இல்லை என்று, நியாயத்துக்குட்பட்ட ஒரு சாதரண மனிதனுக்குக்கூட ஐயமில்லாமல் நிரூபிக்கப்பட வேண்டும். இவை நான்கும் ஜூரியின் விவாதத்துக்கு எடுத்துக் கொள்ளப் படவில்லை என்று வாதிடப்பட்டது. அரசுத் தரப்பு வாதத்தில் நியாயம் இருப்பதை உணர்ந்த உயர் நீதிமன்றம், ஜூரியின் முடிவைத் தள்ளுபடி செய்ததோடு மட்டுமல்லாமல், வழக்கை மறுவிசாரணை செய்ய, தானே முன்வந்தது.

ஊடகத்தில் வரும் செய்திகளுக்கும், பொது மக்களின் கருத்துக் கும் ஆட்பட்டு ஜூரி முடிவெடுப்பதால் வழக்குகளில் நியாய மான தீர்ப்பு கிடைப்பதில்லை என்று முடிவு செய்த இந்திய அரசு, நானாவதி வழக்குக்குப் பிறகு ஜூரி முறையை ரத்து செய்தது.

பம்பாய் உயர் நீதிமன்றத்தில் நானாவதி தரப்பிலிருந்து, சந்தர்ப்ப வசத்தால்தான் கொலை நிகழ்ந்துள்ளது என்பதற்குப் பின்வரும் வாதம் முன்வைக்கப்பட்டது. நானாவதி அகுஜாவை அவரது இல்லத்தில் சந்தித்து, சில்வியாவைத் திருமணம் செய்து கொள்ளுமாறு கேட்டபோது, தன்னுடன் படுத்திருந்த பெண் களை எல்லாம், தான் திருமணம் செய்து கொள்ள முடியாது என்று கூறியபடி, நானாவதியிடம் இருந்த துப்பாக்கியை எடுக்க முயற்சி செய்ததால், சுதாரித்துக்கொண்ட நானாவதி அந்தத் துப்பாக்கியை அகுஜா எடுக்க விடாமல் தடுத்தபோது எதிர்பாராத விதமாக துப்பாக்கிச் சூடு நிகழ்ந்து விட்டது, அதனால்தான் அகுஜா உயிரிழக்க நேரிட்டது.

அரசுத் தரப்பில் வேறு வாதம். நானாவதிக்கும் அகுஜாவுக்கும் துப்பாக்கியைப் பிடுங்குவதில் சண்டை ஏற்பட்டிருந்தால், அகுஜா இடுப்பில் கட்டியிருந்த துண்டு கீழே அவிழ்ந்து விழுந்திருக்கும். ஆனால், அப்படி ஒன்றும் நிகழவில்லை.

சில்வியா தனக்கும் அகுஜாவுக்கும் ஏற்பட்ட உறவைப் பற்றி சொல்லிய பிறகும் எந்தவிதச் சலனமும் இல்லாமல், தன் னுடைய மனைவி மற்றும் குழந்தைகளை சினிமா தியேட்டரில் கொண்டு விட்டு, தன்னுடைய கப்பலுக்குச் சென்று ஆயுத கிடங்கிலிருந்து போலியான காரணத்தைச் சொல்லி அங்கிருந்து கைத்துப்பாக்கியையும் தேவையான தோட்டாக்களையும் எடுத்துக் கொண்டு நிதானமாக அகுஜாவின் வீட்டுக்கு நானாவதி சென்றுள்ளார். மேலும், அகுஜாவின் வேலைக்காரர், சம்பவம் நடந்த இடத்திலிருந்து மூன்று தோட்டாக்கள் அடுத்தடுத்துச் சுடப்படும் சத்தம் கேட்டதாகவும் தன்னுடைய சாட்சியத்தில் தெரிவித்துள்ளார். அகுஜா சுடப்பட்ட பிறகு, நானாவதி, அகுஜா வீட்டிலிருந்து செல்லும்போதுகூட, அங்கிருந்த அகுஜாவின் சகோதரியிடம் நடந்தது விபத்து என்றுகூட தெரிவிக்காமல் சென்றிருக்கிறார். கப்பல் படைத் தலைமை அதிகாரியிடமும், காவல் துறை துணை ஆணையரிடமும் தான்தான் அகுஜாவைக் கொன்றதாக நானாவதி வாக்குமூலம் அளித்திருக்கிறார். இந்தச் செயல்களை வைத்துப் பார்க்கும்பொழுது நானாவதி சந்தர்ப்ப வசத்தால் அகுஜாவைக் கொன்றிருக்கிறார் என்று எப்படிச் சொல்லமுடியும்? எனவே, நானாவதி திட்டமிட்டுதான் அகுஜாவைக் கொலை செய்திருக்கிறார் என்று அரசுத் தரப்பில் வாதிடப்பட்டது.

அரசுத் தரப்பு வாதத்தை ஏற்றுக்கொண்ட உயர் நீதிமன்றம், நானாவதியைக் குற்றவாளி என்று அறிவித்து, நானாவதிக்கு ஆயுள் தண்டனை அளித்தது. நானாவதி உயர் நீதிமன்றத் தீர்ப்பை எதிர்த்து உச்ச நீதிமன்றத்தில் மேல்முறையீடு செய்தார். இதற்கிடையில், பம்பாய் மாகாண ஆளுநரான விஜயலட்சுமி பண்டிட், உயர் நீதிமன்றத்தில் நானாவதிக்கு விதிக்கப்பட்ட தண்டனையை அடுத்து அவர் சிறையில் வைக்கப்படுவார் என்று அறிந்து உயர் நீதிமன்றத் தீர்ப்பைத் தற்காலிகமாக நிறுத்தி வைத்து, அவரைக் கப்பல் படையின் காவலில் வைக்குமாறு உத்தரவிட்டார். இச்செயல் நீதிமன்றத்துக்கும், அரசாங்கத்துக்கு மிடையே ஒரு பூசலை ஏற்படுத்தியது. இறுதியில் மேல்முறை யீட்டை விசாரித்த உச்ச நீதிமன்றமும், நானாவதிக்கு உயர் நீதிமன்றம் வழங்கிய தீர்ப்பை உறுதி செய்தது. நானாவதி சிறையில் அடைக்கப்பட்டார்.

நானாவதிக்கு மக்கள் ஆதரவு இருந்தது. மக்கள், நானாவதி செய்தது சரியே என்ற கருத்தைக் கொண்டிருந்தனர். கூடவே,

நானாவதிக்கு அரசியல் செல்வாக்கும் இருந்தது. இதன் காரண மாக நானாவதிக்குக் கருணை அடிப்படையில் விடுதலை அளிக்க யோசனை செய்தது இந்திய அரசு. ஆனால், அப்படி விடுதலை செய்தால் சிந்தி சமுதாயத்தைப் (அகுஜா, சிந்தி சமு தாயத்தைச் சேர்ந்தவர்) பகைத்துக் கொள்ள வேண்டியிருக்கும். முடிவாக, அரசாங்கத்துக்கு ஒரு யோசனை தோன்றியது.

பாய் பிரதாப் ஒரு சிந்திக்காரர். இவர் ஒரு வியாபாரி. முன்னாள் சுதந்தரப் போராட்ட வீரரும் கூட. இவர் தன்னுடைய வர்த்தகத் துக்காக அரசாங்கத்தில் கொடுக்கப்பட்ட ஏற்றுமதி உரிமத்தைத் துஷ்பிரயோகம் செய்திருக்கிறார். அதன் காரணமாக நீதிமன்றத் தில் விசாரிக்கப்பட்டு, தண்டனை வழங்கப்பட்டுச் சிறையில் அடைக்கப்பட்டார். இந்த பாய் பிரதாப்பைத் தண்டனைக் காலம் முடிவதற்கு முன்னரே விடுதலை செய்வதன் மூலம், நானாவதியை விடுதலை செய்வதில் ஏற்படும் சிக்கலைச் (சிந்தி சமுதாயத்தினரின் எதிர்ப்பு) சமாளித்துவிடலாம் என்று இந்திய அரசாங்கம் முடிவெடுத்தது.

நானாவதி சிறைக்குச் சென்று மூன்றாண்டுகள்தான் ஆகி யிருக்கும். நானவதியும், பாய் பிரதாப்பும் ஒரு சேர 1963ம் ஆண்டு அரசாங்கத்தால் விடுதலை வழங்கப்பட்டு, சிறையிலிருந்து விடுவிக்கப்பட்டனர். விடுதலையான பிறகு, சில்வியா மற்றும் 3 குழந்தைகளையும் அழைத்துக்கொண்டு கனடாவில் குடி புகுந்தார் நானாவதி.

நானாவதியின் கொலை வழக்கை மக்கள் மறக்காமல் இருக்க, அதை மையமாக வைத்து அவ்வப்பொழுது திரைப்படங்களும், புத்தகங்களும் வெளியிடப்பட்டு வருகின்றன.

8. எம்.ஜி.ஆர் சுடப்பட்ட வழக்கு

1967. சட்டமன்றம் மற்றும் நாடாளுமன்றங்களுக்குத் தேர்தல் அறிவிக்கப்பட்டிருந்த நேரம்.

எம்.ஜி.ஆருக்குத் தொண்டையில் குண்டடிப்பட்டு, ராயப் பேட்டை மருத்துவமனைக்குச் சிகிச்சைக்காக ஸ்ட்ரெட்சரில் வைத்துக்கொண்டு வரப்பட்டார். சிறிது நேரத்துக்கெல்லாம் எம்.ஆர்.ராதாவும் ராயப்பேட்டை மருத்துவமனைக்கு நெற்றிப் பொட்டிலும், கழுத்திலும் குண்டடிப்பட்டு ஸ்ட்ரெட்சரில் வைத்துக்கொண்டு வரப்பட்டார்.

இருவருடைய ஸ்ட்ரெட்சர்களுக்கிடையே இருந்த இடை வெளி, ஒரு மீட்டர் தான். குண்டடிப்பட்ட இருவரிடமும் எந்தச் சலனமும் இல்லை. அவர்களுடைய வலியையோ, வேதனை யையோ இருவரும் வெளிபடுத்திக்கொள்ளவில்லை.

இருவருக்கும் சிகிச்சை அளிக்கப்பட்டது. எம்.ஜி.ஆரிடம் விசாரித்ததில், எம்.ஆர்.ராதா தன்னைக் காதருகே சுட்டதாக தெரிவித்தார். குண்டு, எம்.ஜி.ஆரின் காதை உரசிக்கொண்டு அவரது தொண்டையில் பாய்ந்தது. எம்.ஆர். ராதா அங்குத் தனக்குச் சிகிச்சை அளித்துக்கொண்டிருந்த மருத்துவர்களிடம், 'நான்தான் எம்.ஜி.ஆரைச் சுட்டேன்' என்று தெரிவித்தார். 'இது தொடர்பாகக் காவல் துறைக்கு எனது வாக்குமூலத்தை அளித்து விட்டேன்' என்றார்.

செய்தி கேட்டு, எம்.ஜி.ஆரைக் காண மருத்துமனையில் கூட்டம் திரண்டது. சுமார் 50,000 பேர் மருத்துவமனையில் கூடியதாக ஒரு

செய்தி உண்டு. எம்.ஆர்.ராதாவினுடைய விசுவாசிகளும், அவருடைய நலனை விசாரிக்க மருத்துவமனைக்கு வந்தனர். சினிமாக்காரர்கள், அரசியல் தலைவர்கள் என பலரும், எம்.ஜி.ஆருக்குச் சிகிச்சை வழங்கப்பட்ட இடத்துக்கு வந்து குழுமினர். அண்ணாதுரை, கருணாநிதி, நடிகர் அசோகன் என அனைவரும் எம்.ஜி.ஆருக்குச் சிகிச்சை வழங்கப்பட்ட ஆபரேஷன் தியேட்டரின் வாசலில் நின்று கொண்டிருந்தார்கள்.

எம்.ஜி.ஆரும், எம்.ஆர்.ராதாவும் குண்டடிப்பட்டு மருத்துவ மனைக்கு அழைத்து வரப்பட்டபோது, ஏதோ சினிமா படப் பிடிப்பின்போது ஏற்பட்ட விபத்து என்றுதான் அனைவரும் நினைத்தனர். ஆனால், நடந்தது ஒரு விபத்தல்ல.

பெற்றால்தான் பிள்ளையா என்ற படத்தின் படப்பிடிப்பை முடித்துவிட்டு எம்.ஜி.ஆர், தி.மு.க-வுக்காகப் பிரசாரம் மேற் கொண்டார். அவரும் சட்டமன்றத் தேர்தலில் பரங்கிமலைத் தொகுதியில் போட்டியிட்டார்.

சம்பவம் நடந்த இடத்தில், எம்.ஜி.ஆரைச் சந்திக்க அவரது ராமாபுர இல்லத்துக்கு எம்.ஆர். ராதாவும், பெற்றால்தான் பிள்ளையா என்ற படத்தைத் தயாரித்த தயாரிப்பாளர் வாசு சக்ரபானியும் சென்றிருக்கிறார்கள்.

எம்.ஜி.ஆரை, எம்.ஆர். ராதா சந்தித்தற்கான காரணம் என்ன என்பதை ஊடகங்கள் பின்வருமாறு தெரிவித்தன.

'பெற்றால்தான் பிள்ளையா' படத்தைத் தயாரிக்க, தயாரிப்பாளர் வாசுவுக்கு ஒரு லட்சம் ரூபாய் பணம் தேவைப்பட்டது. அதை எம்.ஆர்.ராதா, வாசுவுக்குக் கொடுத்து உதவினார். பின்னர் தனக்கு அந்தப் பணம் வேண்டுமென்று ராதா வாசுவிடம் கேட்டார். எம்.ஜி.ஆர் படப்பிடிப்பு முடிந்து படம் வெளியில் வரட்டும், தான் அந்தப் பணத்தை எம்.ஆர்.ராதாவுக்குத் தருவதாகத் தெரிவித்தார். 'பெற்றால்தான் பிள்ளையா' படம் திரையிடப்பட்டுப் பிரமாதமாக ஓடிக்கொண்டிருந்தது. எம்.ஆர்.ராதா தன்னுடைய பணத்தை வாங்க வாசுவுடன் எம்.ஜி.ஆர் வீட்டுக்குச் சென்றிருக்கிறார். எம்.ஜி.ஆருக்கும், எம்.ஆர்.ராதாவுக்கும் வாக்குவாதம் ஏற்பட்டது. இதில் கோபம் அடைந்த எம்.ஆர்.ராதா, எம்.ஜி.ஆரைத் துப்பாக்கியினால் சுட்டார். பின்னர் தன்னைத்தானே சுட்டுக்கொண்டார்.'

ஆனால், 'பெற்றால்தான் பிள்ளையா' படத்தின் தயாரிப்பாளர் வாசு, காவல் துறையினரிடம் கொடுத்த வாக்குமூலத்தில் பின் வருமாறு தெரிவித்தார்.

'எம்.ஜி.ஆரைக் கதாநாயகனாக வைத்துப் படம் தயாரிக்க வேண்டும் என்று கோயம்புத்தூரிலிருந்து ஒரு பார்ட்டி விருப்பம் தெரிவித்தது. அந்த பார்ட்டி சென்னையில் உள்ள அசோகா ஹோட்டலில் தங்கியிருந்தது. அந்த பார்ட்டிக்காகத்தான் நானும், எம்.ஆர்.ராதாவும் எம்.ஜி.ஆரை அவரது இல்லத்தில் சந்தித்தோம்.' என்று குறிப்பிட்டிருந்தார். (இந்தத் தகவல் பொய் என்று காவல் துறைக்கு விசாரணையின்போது தெரியவந்தது. காரணம், காவல் துறையினர் அசோகா ஹோட்டலுக்குச் சென்று விசாரித்ததில், கோயம்புத்தூரைச் சேர்ந்த எந்த சினிமாக்காரரும், வாசு குறிப்பிட்ட சமயத்தில் ஹோட்டலில் தங்கவில்லை என்று தெரியவந்தது.)

மேலும், வாசு தன்னுடைய வாக்குமூலத்தில், சம்பவம் நடந்த அன்று, எம்.ஆர்.ராதா, எம்.ஜி.ஆரை மேற்சொன்ன காரணத்துக் காக அவரைச் சந்திக்க பலமுறை கேட்டிருந்ததாகவும், எம்.ஜி.ஆர் தேர்தல் வாக்குச் சேகரிப்பதற்குச் சென்று காலம் தாழ்த்தித் திரும்பியதால், ராதா மிகுந்த எரிச்சலும், கோபமும் கொண்டிருந்ததாகவும் தெரிவித்தார்.

மேலும் வாசு தெரிவித்ததாவது, 'எம்.ஜி.ஆர் எங்கள் இருவரை யும் வரவேற்றார். பின்னர் எம்.ஜி.ஆரும், எம்.ஆர்.ராதாவும் சினிமா தொடர்புடைய விஷயங்களைப் பற்றி பேசிக் கொண்டிருந்தனர். பேசிக் கொண்டிருந்தவர்களுக்கு இடையே வாக்குவாதம் ஏற்பட்டது. என்னுடைய தொழிலை எம்.ஜி.ஆர் நாசம் செய்துவிட்டார் என்று கூறியபடியே கோபத்துடன் எழுந்து எம்.ஆர்.ராதா வெளியே செல்ல முற்பட்டார். பின்னர் எம்.ஆர்.ராதா தன்னுடைய வேஷ்டியில் மறைத்து வைத்திருந்த துப்பாக்கியால் அருகில் இருந்த எம்.ஜி.ஆரைச் சுட்டார். துப்பாக்கியிலிருந்து வெளிப்பட்ட குண்டு எம்.ஜி.ஆரின் இடதுக் காதை உரசிக்கொண்டு போய் அவருடைய தொண்டையில் பாய்ந்தது. சம்பவத்தை நேரில் பார்த்து அதிர்ச்சி அடைந்த நான் எம்.ஆர்.ராதாவின்மீது பாய்ந்து, அவர் மேலும் துப்பாக்கியால் சுடாமல் தடுக்க முயற்சி செய்தேன். ஆனால், அதற்குள்ளாக எம்.ஆர்.ராதா தன்னைத்தானே கழுத்திலும், நெற்றிப் பொட்டிலும் சுட்டுக்கொண்டார்.'

எம்.ஜி.ஆரை, எம்.ஆர்.ராதா சுட்டதற்கு இரு காரணங்கள் சொல்லப்படுகின்றன.

1. எம்.ஜி.ஆருக்கும், எம்.ஆர்.ராதாவுக்கும் இடையே நிகழ்ந்த தொழில்முறை போட்டிதான் இந்தத் துப்பாக்கிச் சூடு நடைபெற ஒரு காரணம். எம்.ஆர்.ராதாவுக்குத் திரைப்பட வாய்ப்புகள் குறைந்து போயின. அதற்குக் காரணம் எம்.ஜி.ஆர்தான் என்று ராதா நினைத்தது.

2. எம்.ஜி.ஆர், எம்.ஆர்.ராதா இருவரும் ஒரு காலத்தில் தந்தை பெரியார் தோற்றுவித்த திராவிடர் கழகத்தில் இருந்தனர். பெரியார் தன்னுடைய 72வது வயதில், தன்னுடன் பல மடங்கு வயதில் சிறியவரான மணியம்மையைத் திருமணம் செய்துகொண்டார். இந்தத் திருமணத்துக்கு யோசனை கூறியவர் மூதறிஞர் ராஜாஜி. பிராமணரான ராஜாஜியின் யோசனையைக் கேட்டு பெரியார், மணி யம்மையைத் திருமணம் செய்து கொண்டார் என்ற காரணத்தை முன்வைத்து, அண்ணாதுரை மற்றும் ஈ.வி.கே சம்பத் ஆகியோர் பெரியாரின் திராவிடர் கழகத்தை விட்டுப் பிரிந்து தனியே திராவிட முன்னேற்ற கழகம் என்ற கட்சியை ஆரம்பித்தனர். கருணாநிதி, எம்.ஜி.ஆர் ஆகியோரும் அண்ணாவைப் பின்பற்றி, பெரியாரை விட்டுவிட்டு திராவிட முன்னேற்றக் கழகத்தில் சேர்ந்தனர். ஆனால், எம்.ஆர்.ராதா தொடர்ந்து பெரியாரின் விசுவாசியாகவே இருந்தார். திராவிட முன்னேற்றக் கழகம், திராவிடர் கழகத்தைப் போலில்லாமல், தமிழ்நாட்டில் நடைபெற்ற ஒவ்வொரு தேர்தலிலும் போட்டியிட்டது. 1952ம் ஆண்டி லிருந்து, காங்கிரசை எதிர்த்து நாடாளுமன்றத் தேர்தலிலும், சட்டமன்றத் தேர்தலிலும் தி.மு.க போட்டியிட்டது. சுமார் 15 ஆண்டுகள் தி.மு.க தேர்தலைச் சந்தித்தாலும், அவர் களால் தமிழ்நாட்டில் காங்கிரசைப் பதவியிலிருந்து இறக்க முடியவில்லை. 1967ம் ஆண்டு அறிவிக்கப்பட்ட தேர்தல் களில் தி.மு.க, காங்கிரசை எப்பொழுதும் போல் எதிர்த்தது. ஆனால், பெரியாரின் திராவிடக் கழகம் காங்கிரசை ஆதரித்தது.

எம்.ஆர்.ராதாவும், காங்கிரஸ் தலைவர் காமராஜரும் நெருங்கிய நண்பர்கள். எம்.ஆர்.ராதா, காங்கிரஸ் ஜெயிக்கவேண்டும் என்று நினைத்தார். தி.மு.கவுக்கு

எதிராகப் பிரசாரம் செய்தார். தி.மு.க சார்பாக பரங்கி மலைத் தொகுதியில் போட்டியிட்ட எம்.ஜி.ஆரால் காமராஜருக்கு ஆபத்து ஏற்படும் என்று நினைத்தார். அதனால் எம்.ஜி.ஆரை 'நாத்திகம்' என்ற பத்திரிகையில் எம்.ஆர்.ராதா கடுமையாகச் சாடினார். அரசியலில் எம்.ஜி.ஆருக்கும், எம்.ஆர்.ராதாவுக்கும் இடையே காழ்ப்புணர்ச்சி இருந்ததன் காரணமாகத்தான் எம்.ஜி.ஆரை, எம்.ஆர்.ராதா சுட்டார் என்ற கருத்தும் சொல்லப்பட்டது.

எது எப்படியோ. எம்.ஜி.ஆரை, அவருடைய இல்லத்தில் கைத் துப்பாக்கியால் சுட்ட எம்.ஆர். ராதா, பின்னர், தன்னைத்தானே சுட்டுக் கொண்டார். எம்.ஆர்.ராதா, எம்.ஜி.ஆரைச் சுட்ட பிறகு *'சுட்டாச்சு சுட்டாச்சு'* என்ற பிரபலமான வசனத்தையும் பேசியிருக்கிறார். குண்டுக் காயங்களுடன் இருந்த இவர்கள் இருவருக்கும் ராயப்பேட்டை மருத்துவமனையில் முதல் சிகிச்சை வழங்கப்பட்டது. பின்னர், இருவரும் அரசுப் பொது மருத்துவமனைக்குக் கொண்டு செல்லப்பட்டனர். அங்கு அவர்களுக்கு அறுவை சிகிச்சை செய்யப்பட்டு உயிர் காப் பாற்றப்பட்டனர். எம்.ஜி.ஆரின்மீது துப்பாக்கிச் சூடு நடந்ததை அறிந்த மக்கள் கலவரத்தில் ஈடுபட்டனர். எம்.ஜி.ஆர் சேர்ந்த கட்சியான தி.மு.கவினருக்கும், எம்.ஆர்.ராதா சேர்ந்த திராவிடர் கழகத்தினருக்கும் இடையே மோதல் வெடிக்கும் என்று அறிந்த அரசு, சென்னையில் 15 நாள்களுக்கு ஊரடங்கு உத்தரவை அமல்படுத்தியது. அப்படியிருந்தும் காவல் நிலையங்கள்மீது கல்வீச்சுச் சம்பவங்கள் நடைபெற்றன. பரங்கிமலையில் இருந்த எம்.ஆர்.ராதாவின் தோட்டம் தீயிட்டுக் கொளுத்தப்பட்டது. வன்முறையில் ஈடுபட்ட கும்பலை, காவல் துறை கண்ணீர் புகை வீசியும், லத்தித் தாக்குதல் நடத்தியும் கலைத்தது.

துப்பாக்கிச் சூடு சம்பவம் நடைபெற்றதை அடுத்து, காவல் துறை வழக்குப் பதிவு செய்தது. எம்.ஆர்.ராதாவைக் கைது செய்து விசாரணை நடத்தியது. எம்.ஆர்.ராதா, எம்.ஜி.ஆரைக் கொலை செய்ய முயன்றதாகவும், பின்னர் எம்.ஆர்.ராதா தன்னைத் தானே சுட்டுக்கொண்டு தற்கொலை செய்து கொல்ல முயன்றதாகவும் காவல் துறை எம்.ஆர்.ராதாமீது சைதாப் பேட்டை மாஜிஸ்டிரேட் நீதிமன்றத்தில் குற்றப்பத்திரிகை தாக்கல் செய்தது. பெரிய வழக்குகளை விசாரிக்க மாஜிஸ்டிரேட் டுக்கு அதிகாரம் இல்லாத காரணத்தால், அவர், வழக்கை செங்கல்பட்டு அமர்வு நீதிமன்றத்துக்கு மாற்றம் செய்தார்.

வழக்கு நடைபெற்றுக் கொண்டிருந்த நிலையில், தமிழகத்தில் தேர்தல் நடைபெற்றது. தேர்தலில் தி.மு.க அமோக வெற்றி பெற்றது. இதை யாரும் எதிர்பார்க்கவில்லை. ஏன் தி.மு.க-வே கூட எதிர்பார்க்கவில்லை. அண்ணாதுரைகூட நடந்து முடிந்த தேர்தல்களில் சட்டசபைக்காக போட்டியிடவில்லை, நாடாளு மன்றத்துக்குத்தான் போட்டியிட்டார். தமிழகத்தில் இரண்டு முறை (சுமார் 10 ஆண்டுகள்) முதலமைச்சராக இருந்த காமராஜர், 1967ம் ஆண்டு நடக்கவிருந்த தேர்தல் சமயத்தில், ஒரு கார் விபத்தில் காயமடைந்து திருநெல்வேலி மருத்துவமனையில் அனுமதி பெற்று சிகிச்சை பெற்றுக்கொண்டிருந்தார். அங்குப் பத்திரிகையாளர்கள் அவரைப் பேட்டி எடுத்தபோது, தான் மருத்துவமனையில் படுத்துக் கொண்டே தேர்தலில் வெற்றி பெறுவேன் என்று பேட்டி கொடுத்தார். ஆனால், நடந்தது வேறு.

1967 தேர்தலில் தி.மு.க. வெற்றி பெற்றது. அண்ணாதுரை முதலமைச்சராகப் பதவி ஏற்றுக்கொண்டார். கருணாநிதி பொதுத் துறை அமைச்சராக பதவியேற்றுக்கொண்டார். எம்.ஜி.ஆரும், தான் போட்டியிட்ட பரங்கிமலைத் தொகுதியில் பெருவாரியான வாக்கு வித்தியாசத்தில் வெற்றி பெற்றார். (எம்.ஜி.ஆரை, எம்.ஆர்.ராதா சுடுவதற்கு முன்னர், எம்.ஜி.ஆரின் செல்வாக்கு மக்களிடேயே சரிந்திருந்தது என்றும், துப்பாக்கி யால் சுடப்பட்ட பிறகு அவருக்கு மக்களிடையே பெரிய அனுதாபமும், ஆதரவும் ஏற்பட்டதாகவும் கூறப்படுகிறது.) தேர்தலில் எம்.ஜி.ஆர் வெற்றி பெற்றாலும், அண்ணாதுரையின் ஆட்சியில் எம்.ஜி.ஆர் எந்தவித மந்திரிப் பதவியையும் வகிக்க வில்லை.

இந்திய சுதந்திரத்துக்குப் பிறகு, தமிழகத்தில் காங்கிரஸ் அல்லாத புதிய கட்சியின் ஆட்சி நடைபெற்றுக் கொண்டிருந்த அதே சமயத்தில், செங்கல்பட்டு அமர்வு நீதிமன்றத்தில் எம்.ஜி.ஆரை, எம்.ஆர்.ராதா சுட்ட வழக்கு விசாரிக்கப்பட்டு வந்தது. அவ் வழக்கை விசாரித்தவர் நீதிபதி இலட்சுமணன். அரசுத் தரப்பில் ஆஜரானவர்கள், அரசு குற்றவியல் வழக்கறிஞர்கள், பி.ஆர், கோகுலகிருஷ்ணன் (இவர் பின்னாளில் குஜராத் தலைமை நீதிபதியாக பொறுப்பு வகித்தார்) மற்றும் பி.ராஜமாணிக்கம். எம்.ஆர்.ராதா தரப்பில் ஆஜரானவர்கள் பிரபல வழக்கறிஞர் மோகன் குமாரமங்களம் (இவர் இந்திரா காந்தி பிரதமராக இருந்த சமயத்தில் மத்திய அமைச்சரவையில் பங்கு வகித்திருந்தார்),

மூத்த வழக்கறிஞர்கள் என்.டி.வானமாமலை மற்றும் என்.நடராஜன்.

எம்.ஆர்.ராதாவின்மீது அரசுத் தரப்பில் சுமத்தப்பட்ட குற்றச் சாட்டுகள், 1) எம்.ஜி.ஆரைக் கொலை செய்ய முயன்றது (இ.பி.கோ - பிரிவு 307); 2) தற்கொலை முயற்சி (இ.பி.கோ - பிரிவு 309); 3) உரிமம் இல்லாமல் துப்பாக்கி வைத்திருந்தது (ஆயுதச் சட்டம் - பிரிவு 25); மற்றும் 4) உரிமம் இல்லாத துப்பாக்கியை வைத்துச் சட்டவிரோதமான காரியத்தில் ஈடு பட்டது (ஆயுதச் சட்டம் - பிரிவு 27).

96 நாள்கள் விசாரணை நடைபெற்றது. 69 சாட்சிகள் விசாரிக்கப் பட்டனர். வழக்கு விசாரணையின்போது, அரசுத் தரப்பில் பின்வரும் வாதங்கள் முன்வைக்கப்பட்டன.

எம்.ஜி.ஆர், எம்.ஆர்.ராதா இருவரும் வெப்லி ஸ்காட், 420 காலிபர் (ஒரு குழல் துப்பாக்கியின் உட்புற குறுக்களவு விட்டம்) வைத்திருந்தனர். இருவரும் தத்தம் துப்பாக்கிகளை பி.ஆர் அண்டு சன்ஸ் நிறுவனத்திலிருந்து, 1950ம் ஆண்டு வாங்கியிருக் கின்றனர். ஒரே நாளில் வாங்கியிருக்கின்றனர். இவர்கள் இரு வரின் துப்பாக்கியின் உருளைகளும் (Cylinders) ஒரே மாதிரி யானவை. எம்.ஜி.ஆர் தன்னுடைய துப்பாக்கியைப் பயன் படுத்தத் தேவையான உரிமத்தை, அரசிடம் பெற்றுப் புதுப்பித்து வந்திருக்கிறார். ஆனால், எம்.ஆர். ராதா தன் துப்பாக்கியைப் பயன்படுத்த வழங்கப்பட்ட உரிமத்தைப் புதுப்பிக்கவில்லை. துப்பாக்கியைப் பயன்படுத்தும் உரிமைக்காலம் முடிந்தபிறகு துப்பாக்கியை வைத்திருக்கக்கூடாது, அரசாங்கத்திடம் ஒப் படைக்க வேண்டும். ஆனால், எம்.ஆர்.ராதா அதைச் செய்ய வில்லை. மேலும், உரிமம் இல்லாத துப்பாக்கியைக் குற்றத்துக் காகப் பயன்படுத்தியிருக்கிறார். இதுவே ஒரு குற்றம்.

எம்.ஆர்.ராதா, எம்.ஜி.ஆரைக் கொலை செய்யவேண்டும் என்ற நோக்கத்துடன் எம்.ஜி.ஆரை அவரது இல்லத்தில் சந்தித்திருக் கிறார். எம்.ஜி.ஆரைத் தன்னுடைய துப்பாக்கியால் எம்.ஆர். ராதா சுட்டிருக்கிறார். பின்னர் எம்.ஆர்.ராதா தற்கொலை செய்து கொள்ளும் பொருட்டுத் தன்னைத்தானே சுட்டுக்கொண்டுள்ளார். எம்.ஆர்.ராதா, எம்.ஜி.ஆரைக் கொலை செய்ய முயற்சி செய்த தற்குத் தூண்டுதலாக (Motive) இருந்தது, அவருக்கு எம்.ஜி.ஆர் மீதிருந்த அரசியல் காழ்ப்புணர்ச்சி. மேலும், துப்பாக்கிச் சூடு

நடந்த சமயத்தில் எம்.ஆர்.ராதாவுக்கு நிறைய பணமுடை இருந்தது (சுமார் 7 லட்சம் ருபாய்வரை கடன் இருந்தது என்பதற் கான ஆதாரங்கள் நீதிமன்றத்தில் அரசுத் தரப்பில் சமர்ப்பிக்கப் பட்டன). அதே சமயத்தில் எம்.ஜி.ஆர் நடிப்புத் தொழிலில் உச்சத்தில் இருந்தார். எம்.ஆர்.ராதாவுக்கு, எம்.ஜி.ஆரின்மீது தொழில்முறை போட்டி, பொறாமை இருந்தது. மேலும், எம்.ஆர்.ராதா தற்கொலை செய்து கொள்வதற்கான காரணம், எம்.ஜி.ஆரைச் சுட்ட பிறகு, தன்னை மாய்த்துக்கொண்டால், தன்னை திராவிடர் கழகத்தில் தியாகி என்று கருதுவார்கள் என்ற எண்ணத்தின் அடிப்படையில்தான். இவ்வாறு, அரசுத் தரப்பில் வாதிடப்பட்டது.

எம்.ஆர்.ராதா தரப்பில் வாதிடப்பட்டதாவது...

1. எம்.ஜி.ஆருக்கும், எம்.ஆர்.ராதாவுக்கும் தீவிர அரசியல் கருத்து வேறுபாடுகள் நடைபெறும் அளவுக்கு எம்.ஜி.ஆருக்கு தி.மு.க-வில் கொள்கைப்பிடிப்போ, செல்வாக்கோ இல்லை.

2. எம்.ஜி.ஆர்தான் எம்.ஆர்.ராதாவைச் சுட்டார் . சம்பவ இடத்துக்கு எம்.ஆர்.ராதா கொண்டு வந்திருந்த மஞ்சள் பையில் எம்.ஜி.ஆரின் ஆள்கள்தான் வெடிக்காத இரண்டு தோட்டாக்களைப் போட்டிருக்கவேண்டும்.

3. எம்.ஜி.ஆரும், எம்.ஆர்.ராதாவும் ஒருவரிடமிருந்து ஒருவர் துப்பாக்கியைப் பிடுங்குவதற்காக சண்டை யிட்டனர். அந்தச் சண்டையில்தான் எம்.ஜி.ஆருக்குக் குண்டடிப்பட்டது. எம்.ஆர்.ராதா, எம்.ஜி.ஆரை வேண்டு மென்றே சுடவில்லை.

4. சம்பவத்தின்போது எம்.ஜி.ஆருக்கும், எம்.ஆர்.ராதா வுக்கும் இடையே நடந்த மோதலில் எம்.ஆர்.ராதாவுக்குக் காயம் ஏற்பட்டது. அந்தக் காயத்தின் காரணமாக எம்.ஆர்.ராதாவின் ரத்தம், எம்.ஜி.ஆரின் சட்டையில் படிந்தது. ஆனால், சம்பந்தப்பட்ட எம்.ஜி.ஆரின் சட்டை துவைக்கப்பட்டு, அதிலிருந்த ரத்தக்கறை யாருடையது என்று கண்டுபிடிக்க முடியாமல் அழிக்கப்பட்டிருக்கிறது. இது தொடர்பாக எம்.ஜி.ஆரிடம் குறுக்கு விசாரணை செய்யப்பட்டபோது, எம்.ஜி.ஆருக்கு ரத்த வகைகளைப் பற்றித் தெரியுமா என்று கேள்வி கேட்கப்பட்டது. அந்தக்

கேள்விக்கு எம்.ஜி.ஆர் தெரியாது என்று பதிலளித்தார். உடனே வழக்கறிஞர் எம்.ஜி.ஆர் நடித்து வெளிவந்திருந்த 'நாடோடி' திரைப்படத்தின் ஒரு காட்சியில் ரத்த வகைகளைக் கொண்டு திரைக்கதையில் திருப்பம் கொண்டு வந்திருந்ததைச் சுட்டிக்காட்டினார்.

5. சம்பவத்துக்குப் பயன்படுத்தப்பட்ட துப்பாக்கி வாசுவிடம் இருந்தது. அதை அவர் வழக்கறிஞரின் ஆலோசனையைக் கேட்டுவிட்டுதான் காவல் துறையிடம் ஒப்படைத்திருக்கிறார். இதில் ஏதோ உள்நோக்கம் இருக்கிறது.

6. எம்.ஆர்.ராதா பிரபல நாடக நடிகர். அவர் நாடகங்களில் நடிப்பதால் மாதந்தோறும் அவருக்கு 50,000 ரூபாய்வரை வருமானம் கிடைக்கிறது. அதனால் அவர் கடன்பட்டார் என்று அரசுத் தரப்பில் சொல்வதை ஏற்றுக்கொள்ள முடியாது.

7. எம்.ஆர்.ராதா சம்பவத்துக்குப் பிறகு, காவல் துறைக்கு, தான் கைப்பட எழுதிக் கொடுத்தாகச் சொல்லப்படும் 'எனது முடிவு' என்ற தலைப்பு கொண்ட அறிக்கை உண்மையாக எம்.ஆர்.ராதாவால் எழுதப்படவில்லை (அந்த அறிக்கையில், கொள்கைக்காகவும், கட்சி நலனுக்காகவும் தற்கொலைத் தாக்குதல் நடத்தினாலும் தகும் என்று குறிப்பிட்டிருந்ததாக சொல்லப்படுகிறது.) எம்.ஆர்.ராதா கையெழுத்து அடங்கிய வெற்றுக் காகிதத்தில், காவல் துறை தங்களுக்குத் தேவையான விவரங்களைப் பதிவு செய்து, அதை எம்.ஆர்.ராதா கொடுத்த வாக்குமூலமாக ஜோடித்திருக்கிறார்கள்.

எம்.ஆர்.ராதா வழக்கறிஞர்கள் முன் வைத்த வாதத்துக்கு, அரசுத் தரப்பில் மறுவாதம் வைக்கப்பட்டது.

1. ஒரு குற்றம் நடைபெறும்போது, அதைப் பார்த்த நேரடி சாட்சிகள் இல்லாத சமயத்தில், சந்தர்ப்ப சூழ்நிலை சாட்சிகளை வைத்துக் குற்றத்தை நிரூபிக்க வேண்டிய கட்டாயத்தில்தான், குற்றமிழைத்தவருக்குக் குற்றம் புரிவதற்குத் தூண்டுதல்கள்/காரணங்கள் என்ன என்பதைப் பற்றி அலசி ஆராயவேண்டும். எம்.ஆர். ராதாதான் எம்.ஜி.ஆரைச் சுட்டிருக்கிறார் என்று நிரூபிக்கப்பட்டதால்,

எம்.ஆர்.ராதா என்ன காரணத்துக்காக எம்.ஜி.ஆரைச் சுட்டார் என்பது அவசியமற்றதாகிவிடுகிறது.

2. துப்பாக்கி மற்றும் வெடிக்கும் போர்கருவிகளின் நிபுணர் (Fire-arms expert), தன்னுடைய சாட்சியத்தில், எம்.ஜி.ஆரின் தொண்டையில் பாய்ந்த குண்டு எம்.ஆர்.ராதாவின் துப்பாக்கியிலிருந்து வெளிவந்தது என்று தெரிவித்திருக் கிறார். மேலும், மாநில தடயவியல் ஆய்வுக்கூடத்தின் இயக்குநர் தன்னுடைய ஆய்வறிக்கையில், எம்.ஆர்.ராதா வின் தலையிலிருந்தும், கழுத்திலிருந்தும் எடுக்கப்பட்ட குண்டுகள் எம்.ஆர்.ராதாவின் துப்பாக்கியிலிருந்து சுடப் பட்டவை என்று தெரிவித்திருக்கிறார். நீதிமன்றத்தில் சாட்சி கூறிய துப்பாக்கி மற்றும் வெடிக்கும் போர்க் கருவி களின் நிபுணர், 'சம்பவத்துக்குப் பயன்படுத்தப்பட்ட துப் பாக்கியை வேஷ்டி கட்டிக்கொண்டு வரும் ஒருவரால் தன்னுடைய இடுப்பில் வைத்து மறைத்து எடுத்து வர முடியும்' என்று தெரிவித்தார்.

3. குற்றம் விளைந்த சமயத்தில் எம்.ஜி.ஆருக்கும், எம்.ஆர். ராதாவுக்கும் துப்பாக்கியைப் பிடுங்குவதில் சண்டை ஏற்பட்டிருந்தால், அந்தத் துப்பாக்கியை எம்.ஆர்.ராதா பிடுங்கியவுடன் எம்.ஜி.ஆர், எம்.ஆர்.ராதா அந்தத் துப் பாக்கியைப் பயன்படுத்தித் தன்னைச் சுடுவதைப் பார்த்துக் கொண்டிருக்கமாட்டார், குனிந்திருப்பார், தன்னைக் காப்பாற்றிக்கொள்ள முயற்சித்திருப்பார் அல்லது துப் பாக்கி தன்மீது சுடாமல் இருக்கப் போராடியிருப்பார். இது இரண்டும் நடக்கவில்லை. மாறாக, எம்.ஜி.ஆருக்கு ஏற் பட்ட காயத்தை வைத்துப் பார்க்கும் பொழுது, துப்பாக்கி மிக அருகிலிருந்து எந்தப் போராட்டமும் நடைபெறாத சமயத்தில் நடந்திருக்கிறது.

4. எம்.ஆர்.ராதாவையும் வாசுவையும், எம்.ஜி.ஆர், தன் வீட்டுக்கு வந்தபோது இரு கைகளையும் கூப்பி வர வேற்றிருக்கிறார். அவர் பாலியஸ்டரால் ஆன உடையை உடுத்தியிருந்தார். எம்.ஆர்.ராதாவைப்போல் ஷால் எதும் அணியவில்லை. உடம்பில் துப்பாக்கியை ஒளித்து வைத் திருந்தால், பாலியஸ்டர் துணி மெலிதாக இருப்பதால் அதன் வழியாக அது தெரிந்துவிடும்.

5. எம்.ஆர்.ராதாவால், தான் எந்தத் துப்பாக்கியால் சுடப் பட்டோம் என்று சொல்லமுடியவில்லை. அதாவது எம்.ஜி.ஆர்தான், தன்னை முதலில் சுட்டார் என்று எம்.ஆர்.ராதா சொல்லியிருந்தார். ஆனால், எம்.ஜி.ஆர் வைத்திருந்ததாக சொல்லப்படும் துப்பாக்கியால் தன்னைச் சுட்டாரா அல்லது எம்.ஜி.ஆர், எம்.ஆர்.ராதா வின் துப்பாக்கியைப் பிடுங்கிச் சுட்டாரா என்று எம்.ஆர்.ராதாவால் சொல்லமுடியவில்லை.

6. எம்.ஜி.ஆரும், வாசுவும் சிறிது நேரம் பேசிக் கொண்டிருந் தார்கள். அந்தச் சந்தர்ப்பத்தில்தான் எம்.ஆர்.ராதா, தான் மறைத்து வைத்திருந்த துப்பாக்கியை எடுத்து எம்.ஜி. ஆரைச் சுட்டிருக்கிறார்.

7. எம்.ஆர்.ராதாவுக்கு விளைவிக்கப்பட்ட காயம் மற்றவர் களால் ஏற்படுத்தப்பட்டிருக்கமுடியாது. காயம் ஏற்பட்ட இடத்தைப் பார்க்கும்போது, எம்.ஆர்.ராதா தனக்குத் தானே அந்தக் காயத்தை ஏற்படுத்தியிருக்கவேண்டும் என்று தெரிகிறது.

8. எம்.ஜி.ஆருக்கும், எம்.ஆர்.ராதாவுக்கும் சண்டை நடந்தது என்று நிரூபிக்கப்படாததால், எம்.ஆர்.ராதாவுக்கு ரத்தக் காயம் ஏற்பட்டது என்று சொல்வதும், மேலும், அந்தக் காயத்தினால் ஏற்பட்ட ரத்தம் எம்.ஜி.ஆரின் சட்டையில் படிந்தது என்று சொல்வதும் வாதத்துக்கு ஏற்றுக்கொள்ள முடியாது. இந்தச் சூழ்நிலையில், சட்டை துவைக்கப் பட்டது, அதனால் முக்கிய ஆதாரம் அழிந்துவிட்டது என்று சொல்வது ஏற்றுக்கொள்ள முடியாது.

9. வாசு முக்கிய சாட்சி. ஒரே சாட்சி. அவர்தான் குற்றம் நடந்த இடத்தில் இருந்திருக்கிறார். குற்றத்தைப் பார்த் திருக்கிறார். குற்றத்துக்குப் பயன்படுத்தப்பட்ட துப்பாக்கி யும் அவர் கைக்குக் கிடைத்திருக்கிறது. எம்.ஜி.ஆர் மற்றும் எம்.ஆர்.ராதா இரண்டு பேரும் குண்டடிபட்டுக் காயத்துடன் மருத்துவமனைக்கு எடுத்துச் செல்லப் பட்டனர். அவர்களுக்கு என்னவாகும் என்று யாரும் சொல்ல முடியாத நிலை. இந்தச் சந்தர்ப்பத்தில், எங்கே போலீஸ் தன்னைக் குற்றவாளியாக கருதிவிடுமோ என்ற எண்ணம், எந்தச் சராசரி மனிதனுக்கும் ஏற்படுவது

சகஜம்தான். தனக்கு ஏற்பட்ட பயத்தின் காரணமாகத்தான், வாசு துப்பாக்கியைக் காவல் துறையினரிடம் ஒப்படைக் காமல், வழக்கறிஞரின் ஆலோசனையைக் கேட்டு நடக்க முடிவெடுத்திருக்கிறார். இதில் ஏதும் தவறில்லை.

10. எம்.ஆர்.ராதா நாடகத்தில் நடித்து மாதம் 50,000 ரூபாய் சம்பாதித்திருந்தால், அவருக்குச் சுமார் 7 லட்சம் ரூபாய்க்குக் கடன் எப்படி ஏற்பட்டிருக்கமுடியும்? கிடைத்த ஆதாரங்களை வைத்துப் பார்க்கும்போது, எம்.ஆர்.ராதாவுக்குப் பணத்தட்டுப்பாடு இருந்தது என்பது உறுதியாகிறது.

11. எம்.ஆர். ராதாவுக்கு எம்.ஜி.ஆரின்மீது அரசியல் காழ்ப்புணர்ச்சி இருந்திருக்கிறது. அதனால் எம்.ஜி.ஆரைப் பற்றி 'நாத்திகம்' என்ற பத்திரிகையில் கடுமையாக விமரிசனம் செய்திருக்கிறார். எம்.ஜி.ஆர் இரண்டு லட்சம் ரூபாய் செலவு செய்து, குண்டர்களை வைத்து காமராஜரைக் கொலை செய்ய முயற்சி செய்ததாக எம்.ஆர். ராதா தவறாக நினைத்திருக்கிறார். ஆனால், எம்.ஜி.ஆருக்கு அம்மாதிரி எண்ணங்களெல்லாம் இல்லை, இன்னும் சொல்லப் போனால் காமராஜரின் பிறந்தநாள் விழாவுக்குச் சென்ற எம்.ஜி.ஆர், காமராஜரைப் பாராட்டியிருக்கிறார். அதை யறிந்த எம்.ஜி.ஆரின் கட்சிக்காரர்கள், எதிர்கட்சிப் பிரமுகரை எம்.ஜி.ஆர் பாராட்டியது தவறு என்றும் கூறி யிருக்கிறார்கள்.

அரசுத் தரப்பு வாதத்தை ஏற்றுக்கொண்ட நீதிபதி, எம்.ஆர்.ராதா தான் குற்றவாளி என்று முடிவுசெய்து அவருக்குத் தண்டனை வழங்கினார். 262 பக்கங்கள் கொண்ட தன்னுடைய தீர்ப்பில், எம்.ஆர்.ராதாவுக்குப் பின்வருமாறு தண்டனைகளை வழங்கி னார்.

1. எம்.ஜி.ஆரைக் கொலை செய்ய முயற்சித்ததற்காக ஏழு ஆண்டுகள் கடுங்காவல் சிறைத் தண்டனை.

2. தற்கொலை முயற்சி செய்ததற்காக 6 மாத சிறைத் தண்டனை.

3. உரிமம் இல்லாத துப்பாக்கி வைத்திருந்ததால் 2 ஆண்டுகள் கடுங்காவல் சிறைத் தண்டனை. மற்றும்,

4. துப்பாக்கியை வைத்துச் சட்ட விரோதமான நடவடிக்கை யில் ஈடுபட்டதால் 2 ஆண்டுகள் கடுங்காவல் சிறைத் தண்டனை.

அனைத்துத் தண்டனைகளையும் எம்.ஆர்.ராதா ஒரே சமயத்தில் அனுபவிக்கவேண்டும் என்றும் தீர்ப்பில் கூறப்பட்டிருந்தது. மேலும் நீதிபதி தன்னுடைய தீர்ப்பில், எம்.ஆர்.ராதாவின் வயதைக் கருத்தில் கொண்டுதான் அவருக்குக் குறைந்தபட்ச தண்டனை வழங்கப்படுகிறது என்றும் தெரிவித்தார். எம்.ஆர்.ராதா வுக்கு அப்போது வயது 56.

தீர்ப்பைக் கேட்க நீதிமன்றத்தில் பெரும் கூட்டம் கூடியிருந்தது. தீர்ப்பு வெளியிடப்பட்ட பிறகு, எம்.ஆர்.ராதாவைக் காவல் துறையினர் கைது செய்து கூட்டிச் சென்றனர். குற்றம் நடந்த தினத்திலிருந்து தீர்ப்பு வழங்கப்படும் தினம் வரை, எம்.ஆர்.ராதா ஜாமீனில் வெளிவரவில்லை.

செங்கல்பட்டு அமர்வு நீதிமன்றத் தீர்ப்பை எதிர்த்து, எம்.ஆர்.ராதா சென்னை உயர் நீதிமன்றத்தில் மேல்முறையீடு செய்தார். ஆனால், சென்னை உயர் நீதிமன்றம் வழக்கத்துக்கு மாறாக, முன் அறிவிப்பின்றி வழக்கை விசாரணைக்கு எடுத்துக் கொண்டு, எம்.ஆர்.ராதாவுக்கு வழங்கப்பட்ட தீர்ப்பை உறுதி செய்தது. இதையடுத்து எம்.ஆர்.ராதா உச்ச நீதிமன்றத்தில் மேல்முறையீடு செய்தார். மேல்முறையீட்டை விசாரித்த உச்ச நீதிமன்றம், எம்.ஆர்.ராதாவுக்கு வழங்கப்பட்ட தண்டனைக் காலத்தை, 7 ஆண்டுகளிலிருந்து 3½ ஆண்டுகளாக குறைத்தது.

இந்த வழக்கில் அனைவரும் வியந்த விஷயம் என்னவென்றால், எம்.ஆர்.ராதா தன்னுடைய துப்பாக்கியால் எம்.ஜி.ஆரை அருகி லிருந்து சுட்டிருக்கிறார், பின்னர் தன்னையும் நெற்றிப்பொட்டில் சுட்டுக்கொண்டிருக்கிறார். ஆனால், ஆச்சரியம்! இருவர் உயிருக் கும் ஒன்றும் ஆகவில்லை. இது எப்படி என்று எம்.ஜி.ஆர் உட் பட அனைவரும் வியந்தனர். காரணம் இதுதான். எம்.ஆர். ராதாவின் துப்பாக்கியிலிருந்து வெளிவந்த குண்டுகள் தன் னுடைய வீரியத்தை (Muscle Velocity) இழந்திருந்தன. அதனால் அந்தக் குண்டுகளால், தன்னுடைய இலக்கை சீரிய வேகத்தில் போய் தாக்கமுடியவில்லை. அதன் பொருட்டு, சுடப்பட்ட குண்டுகளினால், சுடப்பட்டவர்களுக்கு உயிர்போகும் அளவுக்கு பெருத்தச் சேதம் எதுவும் ஏற்படவில்லை.

எம்.ஆர்.ராதா குற்றத்துக்குப் பயன்படுத்திய துப்பாக்கியையும், தோட்டாக்களையும் 1950ம் ஆண்டு வாங்கியிருக்கிறார். குற்றம் நடந்த ஆண்டு 1967. இந்த இடைப்பட்ட 17 ஆண்டுகளில் எம்.ஆர்.ராதா தன்னுடைய துப்பாக்கியையும் தோட்டாக் களையும் தன்னுடைய மேஜையின் டிராவில் வைத்திருந் திருக்கிறார். எம்.ஆர்.ராதாவின் டிரா ஒவ்வொரு முறை திறக்கப் படும்போதும், தோட்டாக்கள் அதிர்ச்சிக்கு உள்ளாகியிருக் கின்றன. தோட்டாக்கள் தன்னுடைய வீரியத் தன்மையை இழந்திருக்கிறன என்று தடயவியல் நிபுணரான டாக்டர் சந்திர சேகர் ஒரு புத்தகத்தில் தெரிவித்திருக்கிறார்.

தண்டனைக் காலம் முடிந்த பிறகு, எம்.ஆர்.ராதா நிறைய நாடகங்களில் நடித்தார், சில திரைப்படங்களிலும் நடித்தார்.

எம்.ஜி.ஆரின் தொண்டையில் பாய்ந்த குண்டை மருத்துவர்கள் ஆரம்ப காலத்தில் அகற்ற விரும்பவில்லை. குண்டை தொண்டையிலிருந்து அகற்றுவதை விட, அகற்றாமல் விட்டு விடுவதே சரியானது என்று மருத்துவர்கள் எண்ணினார்கள். (மாவீரன் நெப்போலியனுக்குப் போர்க்களத்தில் சண்டை இடும்போது குண்டடிபட்டு உடலில் குண்டு தைத்தது. அதை அவருடைய மருத்துவர்கள் அகற்றவில்லை. நாளடைவில் அந்தக் குண்டு நெப்போலியனின் உடலில் கரைந்து விட்டது). எம்.ஜி.ஆர் ஒருமுறை தும்மியபோது, கழுத்தில் நரம்புகளுக்கு இடையே பதுங்கியிருந்த குண்டு நகர்ந்து தொண்டைக்கு வந்துவிட்டது. பின்னர், மருத்துவர்கள் அறுவை சிகிச்சை மூலம் எம்.ஜி.ஆரின் தொண்டையிலிருந்து குண்டை அகற்றினார்கள். இந்த அறுவை சிகிச்சையால் எம்.ஜி.ஆரின் குரல் பாதிக்கப் பட்டது.

1973ம் ஆண்டு பெரியார் மறைந்த இறுதிச் சடங்கில் எம்.ஜி.ஆரும், எம்.ஆர்.ராதாவும் கலந்து கொண்டனர். ஒருவரை ஒருவர் பார்த்துப் பேசினர். நட்பு பாராட்டினர். எம்.ஆர்.ராதா, தான் செய்த குற்றத்துக்காக, எம்.ஜி.ஆரிடம் மன்னிப்புக் கேட்டதாக ஒரு செய்தியும் உண்டு. 1979ம் ஆண்டு எம்.ஆர்.ராதா மஞ்சள் காமாலை நோயால் பாதிக்கப்பட்டு, தன்னுடைய 72வது வயதில் மரணமடைந்தார்.

9. விஷ ஊசி வழக்கு

'சார்! நாங்க சுங்க இலாகா அதிகாரிகள். நீங்க கள்ளக் கடத்தல் செய்வதாக எங்களுக்குத் தெரிய வந்துச்சு. உங்களை விசாரிக்கணும். எங்ககூட வரீங்களா?' இப்படித்தான் கீழக்கரையைச் சேர்ந்த தைக்கத் தம்பியைக் கூட்டிச் சென்றார்கள். தைக்கத் தம்பி அப்பொழுது 10,000 ரூபாயை வைத்திருந்தார். வீட்டுக்குத் திரும்பாத மருமகனைப் பற்றி கவலைப்பட்ட தைக்கத்தின் மாமனார், ஏழுகிணறு காவல் துறையில் பிராது கொடுத்தார். போலீஸ் விசாரணையில் துப்பு ஒன்றும் துலக்கவில்லை. வழக்கு சிபிசிஐடியின் குற்றப்பிரிவுக்கு மாற்றப்பட்டது.

வைத்தீஸ்வரன், நல்ல வசதியான குடும்பத்தில் பிறந்தவர். சென்னை ஜார்ஜ் டவுனில் மருந்துக்கடை நடத்தி வந்தார். இந்தத் தொழிலோடு கூடுதலாக, சினிமாவில் நடித்துக் கொண்டிருந்த நடிகர், நடிகைகளுக்குப் போதை மருந்துகளை சப்ளை செய்து வந்தார். என்ன செய்து என்ன பலன், அவருக்குப் பண நெருக்கடி. வைத்தீஸ்வரனின் நண்பர், தாவுத். வெளிநாடுகளிலிருந்து கைக் கடிகாரங்களைக் கடத்தி விற்பதுதான் இவருடைய தொழில். தாவுத், வைத்தீஸ்வரனுக்கு ஒரு யோசனை கூறினார். பலபேர் சட்ட விரோதமாக கள்ளக் கடத்தலில் ஈடுபடுகிறார்கள், கணக்கில் வராத கருப்புப் பணத்தை வைத்திருக்கிறார்கள். நாம் அவர்களிடம் இருந்து கொள்ளை அடித்தால் என்ன?

வைத்தீஸ்வரனுக்கு இந்த யோசனை பிடித்திருந்தது. இருவரும் செயலில் இறங்கினார்கள். இது, இருவர் மட்டும் செய்து முடிக்கும் காரியம் இல்லை. நம்பத் தகுந்த கூட்டாளிகள்

தேவைப்பட்டனர். பார்த்தசாரதி, வேணுகோபால், அயுப் கான், கண்ணன் ஆகிய தன் நண்பர்களுடன் வைத்தீஸ்வரன் பேசி, அவர்கள் தன்னுடன் சேர்ந்து செயல்பட்டால் நிறையப் பணம் சம்பாதிக்கலாம் என்று ஆசை காட்டி அவர்களையும் தன் கூட்டத்தில் சேர்த்தார். அவர்கள் அனைவரும் போலி சுங்கத் துறை அதிகாரிகளாக மாறினர். ஆனால், அவர்களுக்குக் கள்ளக் கடத்தல்காரர்களைப் பற்றியும், ஹவாலாவில் ஈடுபடுபவர் களைப் பற்றியும், கருப்புப் பணம் வைத்திருப்பவர்களைப் பற்றியும் தகவல் கொடுக்க வேண்டும் அல்லவா! இந்த வேலையைச் செய்ய பிராட்வே ஹோட்டலில் ரூம் பாயாக வேலை பார்த்த தன் நண்பர் ஜாப்பருல்லாவை நாடினார், அயுப் கான். ஜாப்பருல்லாவுக்குத் துணையாக பிராட்வே ஹோட்டலில் வேலை பார்த்த அவருடைய நண்பன் மஜீத்தும் சேர்ந்துகொண்டார்.

முதல் பட்சி சிக்கியது. வடிவுள்ளான் செட்டியார். மலேசியா வில் வியாபாரம். தன்னுடைய ஹவாலா பரிவர்த்தனையை முன்னிட்டு ஹோட்டல் பிராட்வேயில் தங்கினார். அப்போது தன்வசம் 1,50,000 ரூபாயை ரொக்கமாக வைத்திருந்தார். 1970 -களில் அது ஒரு பெரிய தொகை. மஜீத்தும், ஜாப்பருல்லாவும் சரியான சமயத்தில் தகவல் கொடுத்தனர். போலி சுங்கத் துறை அதிகாரிகள் ஹோட்டலின் உள்ளே நுழைந்தார்கள். செட்டி யாரை அலுவலகத்தில் வைத்து விசாரிக்கவேண்டும் என்று கூறி அவரை ஒரு டாக்ஸியில் ஏற்றினர். டாக்ஸியை ஓட்டியவர், கோபால். இவரும் வைத்தீஸ்வரன் கூட்டத்தைச் சேர்ந்தவர். டாக்ஸி விர் என்று புறப்பட்டது. வைத்தீஸ்வரன் மருந்துக் கடையிலிருந்து கொண்டு வரப்பட்ட தூக்க மாத்திரைகள், செட்டியார் வாயில் வலுக்கட்டாயமாக திணிக்கப்பட்டன. 'நான் சட்டவிரோதமாக பணம் சம்பாதித்தேன்' என்று செட்டியாரிட மிருந்து ஒரு கடிதம் எழுதி வாங்கப்பட்டது. செட்டியார் அதிகப்படியான தூக்க மாத்திரைகளை உட்கொண்டதால் சுய நினைவை இழந்தார். செட்டியாரிடமிருந்து அவர் கொண்டுவந்த 1,50,000 ரூபாய் கொள்ளை அடிக்கப்பட்டது. அவரது கையி லிருந்த கைக்கடிகாரம் கழற்றி எடுக்கப்பட்டது. செங்கல் பட்டுக்கு அருகில் வேகமாக சென்று கொண்டிருந்த காரிலிருந்து செட்டியார் தள்ளிவிடப்பட்டார். புதருக்கடியில் செட்டியார் பரிதாபமாக விழுந்தார்.

கிராமவாசிகள் அவரை செங்கல்பட்டுப் பொது மருத்துவ மனையில் சேர்த்தனர். ஆனால், செட்டியாருக்கு நினைவு திரும்பவில்லை. இரண்டு நாள்களுக்குப் பிறகு இறந்து விட்டார். செங்கல்பட்டுக் காவல் நிலையம் வழக்கைப் பதிவு செய்தது. செட்டியாரின் சட்டை காலரிலிருந்த லேபிளின் அடை யாளத்தை வைத்து அவருடைய வசிப்பிடத்தைக் கண்டுபிடித் தனர். ஆனால், போலீசாரால் குற்றவாளிகளைக் கண்டுபிடிக்க முடியவில்லை.

கொள்ளை அடித்த பணத்தில் வைத்தீஸ்வரன், பார்த்தசாரதி, வேணுகோபால், அயுப் கான் ஆகியோர் ஆளாளுக்கு 30,000 ரூபாயை எடுத்துக் கொண்டனர். மீதித் தொகையை தாவுத், மஜீத் மற்றும் கோபால் ஆகிய மூவரும் பங்கு போட்டுக் கொண்டனர்.

முதல் முயற்சியிலேயே வெற்றியையும், அதிகப் பணத்தையும் ருசி பார்த்த வைத்தீஸ்வரன் கும்பல், அடுத்தச் சந்தர்பத்துக்காகக் காத்திருந்தனர். இவர்களிடம் இரண்டாவதாக சிக்கியவர், ஷாஹுல் ஹமிது. மலேசியாவில் தொழில் செய்து கொண்டிருந் தார். 1971ம் ஆண்டு தன்னுடைய சுற்றத்தார்களைப் பார்ப்பதற் காக சென்னை வந்திருந்தார். அவர் வசம் 55,000 ரூபாய் வைத் திருந்தார். ஷாஹுல் ஹமீதின் போதாத வேளை, அவரும் செட்டியார் தங்கிய அதே ஹோட்டலில் தங்கினார்.

ஷாஹுல் ஹமீதைப் பற்றி வைத்தீஸ்வரன் கும்பலுக்குத் தகவல் அனுப்பப் பட்டது. போலி சுங்கத் துறை அதிகாரிகள் ஷாஹுல் ஹமீதை வழிமறித்தார்கள். அவரை காரில் ஏற்றிக்கொண்டு, ஒரு நட்சத்திர ஹோட்டலில் ஏசி அறையில் தங்க வைத்தனர். பின்னர், உண்மையை வெளிப்படுத்துவதற்காக ஹாஹுல் ஹமீத்துக்கு பெத்தடின் ஊசியை அதிக அளவில் செலுத்தி னார்கள். சுய நினைவை இழந்தார் ஷாஹுல் ஹமீத். அவரை ஒரு காரில் ஏற்றி ஆந்திர மாநிலத்தில் உள்ள நகரிப்பட்டு என்ற இடத்துக்கு அழைத்துச் சென்றனர். பின்னர் அவருடைய கழுத்தை நெரித்துக் கொன்றனர். காரை ஓட்டிச் சென்றவர், லஷ்மணன். இவரும் வைத்தீஸ்வரன் கும்பலைச் சேர்ந்தவர் தான். வைத்தீஸ்வரனுக்கு எப்படித்தான் இவ்வளவு நம்பிக்கை யான நண்பர்கள் கிடைத்தார்களோ? ஷாஹுல் ஹமீதிடம் இருந்த பணத்தையும் பொருள்களையும் கொள்ளை அடித்து விட்டு, அவருடைய இறந்த உடலை, தற்கொலை செய்து கொண்டது போல் ஒரு மரத்தில் தொங்கவிட்டனர்.

தாங்கள் கொள்ளையடித்தப் பணத்தை வைத்து நன்கு செலவு செய்து குதூகலமாக இருந்தனர். பிரச்னை, இங்குதான் ஆரம் பித்தது. கொள்ளைக் கும்பலைச் சேர்ந்த வேணுகோபால் திடீர் பணக்காரர் ஆனதைக் கவனித்த அவருடைய நண்பர் தக்ஷிணாமூர்த்தி சுங்கத் துறைக்கு, வேணுகோபால் கள்ளக் கடத்தலில் ஈடுபடுவதாகத் தகவல் கொடுத்தார். தக்ஷிணா மூர்த்தி, சுங்க இலாகாவுக்குத் தகவல் கொடுப்பவர். தகவலின் பேரில், சுங்க இலாகாவினர் வேணுகோபாலின் வீட்டில் சோதனை செய்தனர். அங்கு அவர்களால் கள்ளக் கடத்தல் பொருள்கள் எதனையும் கண்டுபிடிக்க முடியவில்லை. ஆனால், சுங்கத்துறை அதிகாரிகளிடம், வடிவுள்ளான் செட்டியார், வைத்தீஸ்வரன் கும்பலுக்காக எழுதிக் கொடுத்த கடிதம் சிக்கியது. அப்போது, அதனுடைய முக்கிய ஆதாரத் தன்மையைப் பற்றி சுங்கத் துறை அதிகாரிகளால் அறிய முடியவில்லை. பின்னாளில் இந்தக் கடிதம்தான் குற்றவாளிகளைத் தண்டிப்பதற்குக் காவல் துறைக்கு மிகவும் உதவியாக இருந்தது.

வேணுகோபால், தக்ஷிணாமூர்த்தியால் தனக்கு ஏற்பட்ட தொல்லைகளைத் தன் கும்பலிடம் தெரிவித்தார். விஷ ஊசிக் கும்பல் திட்டம் தீட்டியது. திட்டத்தின்படி, பெங்களூருக்கு ஓர் உல்லாசப் பயணம் போய்வரலாம் என்று தக்ஷிணாமூர்த்தீயை நயவஞ்சகமாக அழைத்தார், வேணுகோபால். தக்ஷிணாமூர்த்தி யும் தனக்கு வர இருக்கும் ஆபத்தை உணராமல் வேணு கோபாலுடன் வர சம்மதித்தார். கார் பெங்களூருக்குப் புறப் பட்டது. காரை ஓட்டியவர், பார்த்தசாரதி. அந்த காரைத் தொடர்ந்து மற்றொரு காரும் பின் தொடர்ந்தது. அதில் லஷ்மணன், அயுப் கான் மற்றும் கோபால் பயணம் செய்தார்கள்.

முன் சென்ற காரில் தக்ஷிணாமூர்த்தி, வேணுகோபால் மற்றும் பார்த்தசாரதியால் காட்டுத்தனமாகத் தாக்கப்பட்டுக் கொல்லப் பட்டார். தக்ஷிணாமூர்த்தியின் உயிரற்ற உடல் காரிலிருந்து இறக்கப்பட்டு, சித்தூருக்குச் செல்லும் வழியில் ஒரு பாலத்தின் அடியில் கொண்டுசெல்லப்பட்டு பெட்ரோல் ஊற்றி எரியூட்டப் பட்டது.

தக்ஷிணாமூர்த்தியின் உறவினர்கள் அவரைக் காணவில்லை என்று காவல் நிலையத்தில் புகார் கொடுத்தனர். ஆனால், துப்பு ஒன்றும் கிடைக்கவில்லை.

இதற்கிடையில் அயுப் கானுக்கு காதர் என்பவரின் தொடர்பு கிடைத்தது. காதர், ஒரு பிரபல கள்ளக் கடத்தல் கும்பலுக்காக வேலை பார்த்தவர். அயுப் கான், காதரை வேணுகோபால் மற்றும் பார்த்தசாரதியிடம் அறிமுகப்படுத்தினார். காதரிடம், 'இவர்கள் இருவரும் சுங்க இலாகா அதிகாரிகள். நீ இவர்களுக்குக் கள்ளக் கடத்தல்காரர்களையும், கருப்புப் பணம் வைத்திருப்பவர் களையும் அடையாளம் காட்டினால் இவர்கள் உனக்குத் தகுந்த சன்மானம் வழங்குவார்கள்' என்று கூறினார் அயுப் கான்.

அப்பாவி காதர், முதலில் காயல்பட்டினத்தைச் சேர்ந்த புகாரி தம்பி என்பவரை விஷ ஊசிக் கும்பலுக்கு அடையாளம் காட்டினார். புகாரி தம்பி ராமேஸ்வரம் எக்ஸ்பிரஸில் ஏறுவதற் காக தாம்பரம் ரயில் நிலையத்தில் காத்திருந்தார். 'நாங்கள் சுங்க இலாகாவைச் சேர்ந்தவர்கள்...' என்று கூறிய விஷ ஊசிக் கும்பல், புகாரியை காரில் அழைத்துச் சென்றது. அப்புறம் என்ன, எப்போதும் போல சிக்குண்டவர் விஷ ஊசி போடப்பட்டுப் பின்னர் கழுத்தை நெரித்துக் கொல்லப்பட்டார். அவருடைய பணம் மற்றும் உடைமைகள் கொள்ளை அடிக்கப்பட்டன. புகாரியின் உடலை விஷ ஊசிக் கும்பல் ஆந்திராவிலுள்ள ஒரு காட்டுப் பகுதியில் தூக்கிப் போட்டது. இந்தக் கொள்ளைக்கு, தகவல் கொடுத்து உதவிய காதருக்குச் சுங்கத் துறை சன்மான மாக, விஷ ஊசிக் கும்பலின் கணக்கிலிருந்து 10,000 ரூபாய் வழங்கப்பட்டது!

வெகுமதி பெற்ற காதருக்கு ஒரே சந்தோஷம். பிறகு என்ன தனக்குக் கிடைத்த தகவல்களை எல்லாம் விஷ ஊசிக் கும்ப லுக்குத் தெரியப்படுத்தினார். அதன் விளைவாக, இலங்கையைச் சேர்ந்த சதக் இப்ராஹிம், சிங்கப்பூரில் இருந்து சம்பாதித்து விட்டுத் திரும்பிய முகமது சாலிக் ஆகியோர் விஷ ஊசி போடப் பட்டு, பின்னர் கழுத்தை நெரித்துக் கொலை செய்யப்பட்டு, கொள்ளை அடிக்கப்பட்டனர். இப்படி ஒவ்வொருவராக விஷ ஊசிக் கும்பலால் பரலோகத்துக்கு அனுப்பப்பட்டனர். காதருக்கும் தவறாமல் சன்மானம் வந்து கொண்டேயிருந்தது.

இதன் தொடர்ச்சியாகத்தான், நாம் ஆரம்பத்தில் பார்த்த தைக்கத் தம்பி காணாமல் போன விவகாரம்.

தைக்கத் தம்பி தங்கத்தைக் கடத்துவதாக, விஷ ஊசிக் கும்பலுக்குத் தகவல் கொடுத்தார், காதர். விஷ ஊசிக் கும்பல்

தைக்கத் தம்பியை பெங்களூருவரை தொடர்ந்து சென்றது. அங்கு அவர் ஒரு பேருந்தில் ஏறும்போது, 'நாங்கள் சுங்க இலாகா அதிகாரிகள்' என்று அறிமுகம் செய்து கொண்டு தைக்கத் தம்பியை மடக்கினர். பின்னர், எப்போதும்போல அவருக்கு விஷ ஊசி போட்டுக் கொன்றுவிட்டு, அவர் கொண்டுவந்திருந்த 23 தங்கக் கட்டிகளையும், பணத்தையும் கொள்ளை அடித்தது, விஷ ஊசிக் கும்பல். தைக்கத் தம்பியின் உடல் வெங்கடகிரி மலைப் பகுதியில் வீசப்பட்டது.

தைக்கத் தம்பி காணாமல் போன வழக்கை விசாரித்த சிபிசிஐடிக்கு விரைவிலேயே துப்புக் கிடைத்துவிட்டது. முகமது தம்பி என்பவர் தைக்கத் தம்பியுடன் அதிகமாக சுற்றி வந்ததாக போலிஸுக்குத் தகவல் கிடைத்தது. முகமது தம்பியை விசாரித்ததில் அவர் கிளிஞ்சல்கள் விற்றுப் பிழைப்பு நடத்துவதாகவும், அவருக்கு காதர் மூலம் கள்ளக் கடத்தல் செய்பவர்களைக் காட்டிக் கொடுத்தால் சுங்கத் துறையிடம் இருந்து வெகுமதி கிடைப்பதாகவும் தெரிந்து கொண்டு, அதன் படி தைக்கத் தம்பியைச் சுங்கத் துறை என்று நினைத்து ஒரு போலி கும்பலுக்குக் காட்டிக் கொடுத்தது தெரியவந்தது.

காதர் மூலமாக போலீஸ், விஷ ஊசிக் கும்பலின் முக்கிய நபர்களைப் பிடித்தது. வேணுகோபால் நீதிமன்றத்தில் சரணடைந்தார். அப்ரூவராக மாறி போலீஸுக்கு வாக்குமூலம் கொடுத்தார். போலீஸ் குற்றவாளிகளிடமிருந்து 3,00,000 ரூபாய் ரொக்கம், வெளிநாட்டு நாணயங்கள், தங்கக் கட்டிகள், தங்க மற்றும் வெள்ளி நாணயங்கள் என்று ஏகப்பட்டப் பொருள் களைக் கைப்பற்றினர். விசாரணை மலேசியா, சிங்கப்பூர், இலங்கை என்று வெளிநாடுகளிலும், ஆந்திரா, கர்நாடகா ஆகிய மாநிலங்களிலும் நடந்தது. விசாரணை முடிந்து குற்றவாளி களின்மீது கூட்டுச் சதி, ஆள் கடத்தல், கொலை, கொள்ளை என்று இந்திய தண்டனைச் சட்டத்தின் வெவ்வேறு பிரிவுகளின் கீழ், நீதிமன்றத்தில் வழக்கு தாக்கல் செய்யப்பட்டது.

வழக்கு, சென்னை அமர்வு நீதிமன்றத்தில் நடந்தது. 263 பேர் சாட்சியம் அளித்தனர். 672 ஆதாரங்கள் குறியீடு செய்யப்பட்டன. இறுதியில் வைத்தீஸ்வரன், பார்த்தசாரதி, லஷ்மணன், கண்ணன் ஆகியோருக்குத் தூக்குத் தண்டனையும், தாவுத், அயுப் கான், மஜீத் மற்றும் கோபால் ஆகியோருக்கு ஆயுள் தண்டனையும் விதித்தது நீதிமன்றம். குற்றவாளிகள், அமர்வு நீதிமன்றத்

தீர்ப்பை எதிர்த்து சென்னை உயர் நீதிமன்றத்தில் மேல்முறையீடு செய்தனர். தூக்குத் தண்டனைக் கைதிகளின் தண்டனை உறுதி செய்யப்பட்டது. ஆனால், தாவுத் மற்றும் அயுப் கானின் ஆயுள் கால தண்டனை, 7 ஆண்டு கால கடுங்காவல் தண்டனையாக குறைக்கப்பட்டது. மஜீத்தின் ஆயுள் தண்டனை 5 ஆண்டு கால சிறைத் தண்டனையாகவும், கோபாலின் ஆயுள் தண்டனை 2 ஆண்டு கால சிறைத் தண்டனையாகவும் குறைக்கப்பட்டன.

தூக்குத் தண்டனைக் கைதிகள் இந்திய ஜனாதிபதியிடம் கருணை மனு தாக்கல் செய்தனர். கருணை மனுமீது அரசாங்கம் பல வருடங்கள் ஆகியும் முடிவெடுக்காத நிலையில், தூக்குத் தண்டனைக் கைதிகள் உச்ச நீதிமன்றத்தை அணுகி அவர்களுக்கு வழங்கப்பட்ட தூக்குத் தண்டனையை ரத்து செய்யக் கோரி ரிட் மனுத் தாக்கல் செய்தனர். ரிட் மனுவை விசாரித்த உச்ச நீதி மன்றம், 'தூக்குத் தண்டனைக் கைதிகளின் கருணை மனுக்களை அரசாங்கம் காலதாமதப்படுத்தி முடிவெடுக்காமல் இருப்பதால் கைதிகளுக்கு அதிக மன உளைச்சலை ஏற்படுத்தியிருக்கிறது. இது அவர்களுடைய அடிப்படை உரிமையைப் பாதிக்கிறது' என்று கூறி அவர்களுடைய தூக்குத் தண்டனையை ஆயுள் தண்டனையாகக் குறைத்தது.

10. மர்ம சந்நியாசி

ராஜ்குமார் இறந்துவிட்டார் என்று டார்ஜிலிங்கிலிருந்து பாவல் சமஸ்தானத்துக்குத் தந்தி அனுப்பப்பட்டது. குடும்பத்துடன் கோடை விடுமுறையை கழிக்கச் சென்றவர், பாவல் ஜமீனின் இரண்டாம் ராஜகுமாரன். ராஜ்குமார் ராமேந்திர நாராயண ராய் என்பது முழுப்பெயர். மேஜோ குமார் என்றும் அழைக்கப் படுவார். பாவல் ஜமீன், டார்ஜிலிங்கிலிருந்து நூற்றுக்கணக்கான கிலோ மீட்டர் தொலைவில் உள்ளது.

ஜமீனைச் சேர்ந்தவர்கள், குடும்ப உறுப்பினர்கள், முக்கியஸ்தர் கள் என்று யாரும் இன்னும் வந்துச் சேரவில்லை. இன்னும் அவர்களுக்குத் தந்தியே கிடைக்கவில்லை. இருப்பினும், இறந்த மேஜோ குமாரை அவசரமாக அடக்கம் செய்ய ஏற்பாடு செய்யப்பட்டது.

1909 மே 8ம் தேதி, மாலை சுமார் 7 மணியளவில், மேஜோ குமார் இறந்துபோனார். அக்கம் பக்கத்தில் யாராவது பிராமணர்கள் இருக்கிறார்களா என்று விசாரித்து வர, மேஜோ குமாரின் சிப்பந்திகள் அனுப்பப்பட்டனர். இறந்தவர் பிராமணர் என்ப தால், பிராமண முறையில் சடங்குகள் செய்யவேண்டும். ஆனால், யாரும் கிடைக்கவில்லை. அதனால் என்ன, பிணம் அடக்கம் செய்யப்பட்டாகவேண்டும். இரவு 9 மணி. உடல், பாடையில் ஏற்றப்பட்டது. அடக்கம் செய்ய செல்லவிருந்த கும்பலில் சுமார் 20 பேர் இருந்தனர். பங்களாவின் ஓர் அறையில் மேஜோ குமாரின் மனைவி பிபாவதி தேவி ஆற்றமுடியாமல் அழுதுகொண்டிருந்தாள். அவளுக்கு 19 வயதுதான் ஆகியிருந்தது.

மேஜோ குமார் இறக்கும்போது, அவருக்கு 25 வயது. இந்தியாவின் கவர்னர் ஜெனரல் மற்றும் வைஸ்ராயான மிண்டோ பிரபு வரும் நேரம் அது. அதனால், டார்ஜிலிங்கில் பாதுகாப்பு ஏற்பாடுகள் தடபுடலாக இருந்தன. ஆங்கிலேயர்களால் இந்தியாவின் கோடை வெப்பத்தைத் தாங்கமுடியவில்லை. அருகிலிருந்த மலைவாசஸ்தலத்திற்குச் சென்று கோடைக் காலத்தைக் கழித்தனர். அவர்களுடன் அரசாங்க ஊழியர்களும் சென்றனர். ஏன், ராஜ்ஜியத்தின் அரசாங்கமே கோடைக்காலங்களில் மலைவாசஸ்தலங்களில்தான் நடைபெற்றது. முக்கிய சாலைகளில் கூட்டமாகச் செல்ல தடை விதிக்கப்பட்டிருந்ததால் (சுதந்தரப் போராளிகள் ஆங்காங்கே ஆங்கிலேயர்கள் மீதும், அவர்களின் நிர்வாகத்தின் மீதும் தாக்குதல் நடத்தியால் இந்தச் சிறப்பு ஏற்பாடு), மேஜோ குமாரின் உடல் இடுகாட்டுக்கு வேறொரு வழியில் எடுத்துச் செல்லப்பட்டது. அது சுற்று வழி, மேலும் தூரமும் கூட. ஆனால், மேஜோ குமாரை அன்றே தகனம் செய்யவேண்டும் என்பதில் கும்பல் உறுதியாக இருந்தது. அந்தக் கும்பலுக்கு தலைமைதாங்கி, அனைத்துக் காரியங்களையும் மும்முரமாக கவனித்துக் கொண்டிருந்தவர், மேஜோ குமாரின் மைத்துனர் மற்றும் பிபாவதி தேவியின் அண்ணனான சத்தியேந்திர பானர்ஜி (சத்திய பாபு என்று அனைவராலும் அழைக்கப்பட்டார்).

நகர்புறத்தைத் தாண்டி மேஜோ குமாரின் இறுதி ஊர்வலம் சென்றது. டார்ஜிலிங் இமயமலைத் தொடர்ச்சியில் பயணம் தொடர்ந்தது. பச்சைப் பசேல் என்ற புல்வெளி. அதைத் தொடர்ந்து அடர்ந்த காடுகள். மேகங்கள் மலைகளுடன் எப்பொழுதும் உரசியும் வளைந்தும் சென்று கொண்டிருக்கும். எப்பொழுது வேண்டுமானாலும் மழை வரும். இரவு நேரம் என்பதால் குளிர் அதிகமாக இருந்தது. இடுகாட்டுக்கு அருகில் சென்றபோது, சீற்றத்துடன் புயல்காற்று வீசத் தொடங்கியது. அதற்குமுன் கண்டிராத பெருங்காற்று. கையில் எடுத்து வந்த விளக்குகளும், ஏற்றிவந்த தீப்பந்தங்களும் அணைந்துவிட்டன. அடிக்கின்ற காற்றில் ஒருவராலும் திடமாக நிற்கமுடியவில்லை. காற்றைத் தொடர்ந்து ஜோவென்று மழையும் கொட்டியது. ஒருவருக்கொருவர் தன் பக்கத்தில் மற்றவர் இருக்கிறாரா இல்லையா என்று கூட பார்க்கமுடியவில்லை. சிறிது நேரத்திற்கெல்லாம் அங்குக் கூச்சலும் குழப்பமும் நிலவியது.

உடனே, சத்திய பாபு முடிவெடுத்தார். அங்கிருந்தவர்களிடம் தாங்கள் ஏந்தி வந்த மேஜோ குமாரின் உடம்பைப் பாதுகாப்பாக ஓரிடத்தில் வைத்துவிட்டு, மழை நிற்கும் வரை பாதுகாப்பாக ஒதுங்கிக் கொள்ளுமாறு கூச்சல் போட்டார். சிப்பந்திகளும் அப்படியே செய்தனர். மேஜோ குமாரின் உடல், அந்த இயற்கைச் சீற்றத்தின் நடுவே பாதுகாப்பான இடம் என்று கருதப்பட்ட பகுதியில் கிடத்தப்பட்டது. பிணத்தைத் தூக்கி வந்தவர்கள் அனைவரும் பாதுகாப்பான இடம் நோக்கி ஓடினார்கள். அங்கு, தொலைவில் சில குடிசைகள் தென்பட்டன. அவையெல்லாம் தேயிலைத் தோட்டத்தில் வேலை செய்யும் கூலித் தொழிலாளிகளின் வீடுகள். ஆனால், அனைத்து வீடு களும் பூட்டியே இருந்தன. அதனால், ஊர்வலத்தினர் அனை வரும் ஒரு பாறையின் தாழ்வாரத்தின் அடியில் ஒதுங்கிக் கொண்டனர்.

அடித்துப் பெய்த மழையுடன் அவ்வப்போது இடியும் மின்னலும் தாக்கியது. சுமார் ஒரு மணி நேரத்துக்குப் பிறகு மழை சற்று ஓய்ந்தது. எங்கும் மயான அமைதி. மழைநீர் மலைகளின் பாறைகளின் இடையே சிற்றோடையாக ஓடிக்கொண்டிருந்தது. அந்த நிசப்தத்தின் இடையில் மரக்கிளைகளிலிருந்து மழைநீர்த் துளிகள் சொட்டிக்கொண்டிருந்தன. தொப்பலாக நனைந்த இறுதி ஊர்வலத்தினர் அனைவரும் ஒன்று திரண்டனர். மேஜோ குமாரின் உடல் காணவில்லை.

எவ்வளவு தேடியும் மேஜோ குமாரின் உடல் கிடைக்கவில்லை.

செய்வதறியாமல் களைப்புடன் வீடு திரும்பினர். மேஜோ குமாரின் உடலை அடக்கம் செய்யவேண்டும் என்று தான் எடுத்த முயற்சி வீணாகிப்போனதை நினைத்து மனம் வருந்தினார் சத்திய பாபு. பங்களாவின் மேற்தளத்தில் உள்ள ஓர் அறைக்கு சத்திய பாபு சென்றார். கூடவே அவருடைய நம்பிக்கைக்குரிய வர்கள் நால்வரும் சென்றனர். அறைக்கதவு தாழிடப்பட்டது. சிறிது நேரத்துக்கெல்லாம் நால்வரும் வெளியே வந்தனர்.

மே 9, காலை 9 மணி அளவில் பங்களாவின் வாயிலில் ஒரு பாடை தயாராகக் கிடத்தி வைக்கப்பட்டிருந்தது. அதில், முழுதும் துணியால் சுற்றப்பட்ட ஓர் உடல் கிடத்தப்பட்டது. பங்களாவில் இருந்தவர்களும், அக்கம்பக்கத்தினரும் கிடத்தப்பட்ட உடலுக்கு மலர்வளையம் வைத்து நினைவு கூர்ந்தனர். பாடை

தூக்கப்பட்டது. சுடுகாட்டுக்கு எடுத்துச் செல்லப்பட்டது. கூடவே 30 நபர்கள் சென்றனர். அதில் சில முக்கியஸ்தர்களும் இருந்தனர். குறிப்பிடும்படியாக பர்தவான் சமஸ்தானத்தின் ராஜாவும் அந்த இறுதிச் சடங்கில் கலந்து கொண்டார். பர்தவானும் பாவலைப் போல ஒரு பெரிய ராஜ்ஜியம். இறுதி ஊர்வலம் செல்லும் வழியெல்லாம் ஏழைகளுக்கும் பிச்சைக் காரர்களுக்கும் தானம் வழங்கப்பட்டது. சீருடை அணிந்த கூர்காக்கள் ஊர்வலத்தை வழிநடத்திச் சென்றனர். சமுதாயத்தில் உயர்ந்த மனிதர் ஒருவர் இறந்துவிட்டார் என்பதைக் காட்டுவதற்காக ஒரு மணி நேரத்துக்கெல்லாம் மேஜோ குமாரின் உடல் இடுகாட்டுக்குக் கொண்டுசெல்லப்பட்டது.

மேஜோ ராஜாவின் உடல் தீக்கிரையாக்கப்படுவதற்கு முன்னர் செய்யப்படவேண்டிய சடங்குகளெல்லாம் சரியாகச் செய்யப் படவில்லை. உடல்மீது சுற்றப்பட்ட துணி கடைசிவரை அகற்றப்படவில்லை. மேஜோ ராஜாவின் முகத்தை அங்கு குழுமியிருந்தவர்கள் யாரும் பார்க்கவில்லை. உடல் குளிப் பாட்டப்படவில்லை. உடலில் நெய் பூசப்படவில்லை. உடலுக்குப் புதிய துணி அணிவிக்கப்படவில்லை. சிதைக்குத் தீ மூட்டுவதற்கு முன்னர், அங்கு உள்ளவர்களுக்குப் பிண்டம் வழங்கவேண்டும். அதுவும் வழங்கப்படவில்லை. ஆனால், மேஜோ ராஜாவின் உடல் தகனம் செய்யப்பட்டது. குறிப்பிடப் படவேண்டிய விஷயங்கள், இறுதிச் சடங்கை புரோகிதர் நடத்தவில்லை; மேஜோ குமாரின் அஸ்தியும் எடுத்துச் செல்லப் படவில்லை.

வீடு திரும்பிய சத்திய பாபு, 'மேஜோ குமாரின் உடல் தகனம் செய்யப்பட்டது' என்று ஜெய்தேபூருக்குத் தந்தி அனுப்பினார். கல்கத்தாவிலிருந்து வெளியாகும் பிரபல பத்திரிகையான ஸ்டேட்ஸ்மெனில், மேஜோ குமாரின் இரங்கல் செய்தி வெளியிடப்பட்டது. மேஜோ குமாரின் சொந்த ஊரில் நடக்க வேண்டிய ஏனைய சடங்குகளை நிறைவேற்றும் பொருட்டு, டார்ஜிலிங்கிலிருந்து அனைவரையும் புறப்படச் செய்தார் சத்திய பாபு. ஜெய்தேபூருக்குச் சென்றவர்களில் அஷுதோஷ் கோஷ் என்ற மருத்துவக் கல்லூரி மாணவனும் ஒருவன். அவன், பாவல் அரண்மனையின் ஆஸ்தான மருத்துவரின் மகன். மருத்துவக் கல்லூரியில் படித்துக்கொண்டிருந்தான். அவனுக்கும் இந்த வழக்கில் முக்கியப் பங்கு இருக்கிறது. அதைப் பின்னர்

பார்ப்போம். இப்பொழுது பாவல் ராஜ்ஜியத்தைப் பற்றி பார்த்துவிடுவோம்.

★

இந்தியாவில் ஆங்கிலேயர்களின் கட்டுப்பாட்டிலிருந்த வள மான மாகாணம், வங்கதேசம். சிப்பாய் கலகத்துக்குப் பிறகு, ஆங்கிலேயர்களுக்கு எதிராக புரட்சியை ஆரம்பித்துவைத்து, அதிகளவில் போராட்டத்தில் ஈடுபட்டவர்கள், வங்காளிகள் தான். புரட்சியை ஒடுக்கவேண்டியே, அப்போதைய இந்திய கவர்னராக இருந்த கர்ஸன் துரை, 1905ம் ஆண்டு மத அடிப்படையில் வங்காளத்தை இரண்டாகப் பிரித்தார். இந்துக்கள் அதிகமாக இருந்த மேற்குப் பகுதியை மேற்கு வங்காளமாகவும், முஸ்லிம்கள் அதிகமாக இருந்த கிழக்குப் பகுதியை கிழக்கு வங்காளமாகவும் பிரித்துவைத்தார். மேற்கு வங்காளம் மற்றும் இந்தியாவின் அப்போதைய தலைநகரம், கல்கத்தா. கிழக்கு வங்காளத்தின் தலைநகரம், டாக்கா.

பாவல் ராஜ்ஜியம், கிழக்கு வங்காளத்திலேயே உள்ள ஒரு பெரிய ஜமீன். சுமார் 1500 கிலோ மீட்டர் பரப்பளவு கொண்டது. இதன் தலைநகரம், ஜெய்தேபூர். டாக்காவிலிருந்து 20 மைல் தொலை வில் உள்ளது, இந்த ஜெய்தேபூர். சுமார் 2300 கிராமங்களை உள்ளடக்கியது. இந்த ஜமீனில், சுமார் 5 லட்சம் மக்கள் வசித்து வந்தனர். பெரும்பான்மையானவர்கள் முஸ்லிம்கள். இவர் களுக்குப் பிரதான தொழில், விவசாயம். மக்கள் ஆண்டொன் றுக்கு ஜமீனுக்குச் செலுத்தி வந்த வரி, 10 லட்சம் ரூபாய்க்கும் மேல். சென்ற நூற்றாண்டின் தொடக்கத்தில் இந்தத் தொகை அளப்பரியது. மக்களுக்கு தங்கள் ஜமீன்தான் கோயில்; அதை நிர்வகித்து வரும் ராஜாதான் தெய்வம்.

பாவல் அரண்மனையைச் சுற்றி ஆயிரக்கணக்கான ஏக்கரில் விவசாய நிலங்கள், நூற்றுக்கணக்கான பழத்தோட்டங்கள், அடர்ந்த காடுகள், வளைந்து நெளிந்து ஓடும் ஆறுகள், போலோ மைதானம், கிரிக்கெட் மைதானம், கால்பந்து மைதானம், குதிரைக் கொட்டம், யானைகள் என ஒரு ராஜ்ஜியத்துக்கே உரித்தான அனைத்துச் சங்கதிகளும் இருந்தன.

பாவல் அரண்மனையின் பெயர், ராஜ்பாரி. இந்த அரண்மனை சுமார் 30,000 நீட்டளவில் கட்டப்பட்டது. இந்த அரண்மனை, இரண்டு தளங்களைக் கொண்ட பத்து தொகுப்புகளைக்

கொண்டது. ஏகப்பட்ட அறைகளை உள்ளடக்கியது. ஐரோப்பிய விருந்தாளிகள் வந்தால், அவர்களைத் தங்க வைப்பதற்காகவே தனியே அறைகள் ஒதுக்கப்பட்டிருந்தன. பாவல் ராஜ்ஜியத்துக்கு ஆங்கிலேய துரைகள் வேட்டையாடுவதற்காக அடிக்கடி வருவது வழக்கம். அவர்களை வேட்டைக்கு அழைத்துச் செல்வது மேஜோ குமார்தான். அரண்மனையில் நடனம், நாட்டியம் மற்றும் இன்ன பிற கலைநிகழ்ச்சிகள் நடப்பதற்காக இரண்டடுக்குக் கட்டடம் கட்டப்பட்டது. அரண்மனையில் பல அடுப்பங்கறைகள் உள்ளன. அசைவம் சமைப்பதற்கென்றே தனியாக ஒரு பெரிய அடுப்பங்கறை உண்டு. அரண்மனையைச் சுற்றி ராஜ்ஜிய நிர்வாகத்துக்கான அலுவலகங்கள், கருவூலம், அரண்மனைக்கான மருத்துவமனை, சிப்பந்திகள் தங்கும் விடுதி என பலவும் இருந்தன. அரண்மனையை நிர்வாகம் செய்ய ஏகப்பட்ட அலுவலர்கள் இருந்தனர். வெள்ளைக்கார அலுவலர் களும் இருந்தனர். இவர்களைத் தவிர, சேவை செய்வதற்காக ஆயிரக்கணக்கான சிப்பந்திகள், பாதுகாவலர்கள் மற்றும் இன்ன பிறர் நியமிக்கப்பட்டிருந்தனர். ஜமீனின் ராஜா ராஜேந்திர நாராயண ராய், 1901ம் ஆண்டு வாக்கில் இறந்துவிட்டார்.

ராஜாவின் மனைவியான ராணி பிலாஸ்மனியும் 1907ம் ஆண்டு இறந்துவிட்டார். மேஜோ ராஜாவுடன் கூடப் பிறந்தவர்கள் இரண்டு சகோதரர்கள், மூன்று சகோதரிகள். சகோதரிகள் திருமணமாகிச் சென்றுவிட்டனர். தந்தை, தாய் இறந்த பிறகு, மூன்று சகோதரர்களும் ராஜ்ஜியத்திற்கு சொந்தக்காரர்களானார் கள். ராஜகுமாரர்கள் ஒவ்வொருவருக்கும் ராஜ்ஜியத்தில் மூன்றில் ஒரு பங்கு கிடைத்தது. மேஜோ ராஜாவுக்கு ஓர் அண்ணன், பெயர் ரானேந்திரா (சுருக்கமாக பாரா குமார் என்று அழைக்கப்பட்டார்). மேஜோ குமாரின் தம்பி ரபிந்திரா (சுருக்கமாக சோட்டா குமார் என்று அழைக்கப்பட்டார்).

நாம் வழக்கு விவகாரத்துக்கு மறுபடியும் வருவோம்.

★

ஜமீன் குடும்பத்தை நிர்வகிக்க, பேருக்குத்தான் மூன்று குமார்கள் இருந்தனர். மூவரும் பொறுப்பற்றவர்கள். யார் சொல் பேச்சும் கேட்க மாட்டார்கள். முரட்டுச் சுபாவம் கொண்டவர்கள். படிப்பு சுத்தமாக ஏறவில்லை. ஊதாரிகளும்கூட. வாழ்க்கையை

எப்பொழுதும் இன்பகரமாகக் கழிப்பதே தங்கள் கடமை என்று வாழ்ந்து வந்தவர்கள்.

மூவரில், மேஜோ குமாரைத்தான் அரண்மனையிலிருந்த அனைவருக்கும் பிடிக்கும். அவர் முரடனாக இருந்தாலும், சில நற்குணங்கள் படைத்தவராக இருந்தார். அவரை அவ்வளவு எளிதில் யாராலும் புரிந்து கொள்ளமுடியாது. தன்னுடைய மூன்று சகோதரிகளிடமும் அவர் பிரியமாக இருப்பார். அவரிடம் தலைமைப் பண்புகள் காணப்பட்டன. மேஜோ குமாரிடம் உறுதியான தன்மையும், அனைவரையும் வசீகரிக்கும் தோற்றமும் இருந்தது.

மேஜோ குமாருக்கு மிருகங்கள்மீது அலாதிப் பிரியம். அதனால், தன்னுடைய அரண்மனையிலேயே தனியாக ஒரு மிருகக் காட்சிசாலையைத் தோற்றுவித்து அதைத் திறம்பட நிர்வகித்து வந்தார். அந்த மிருகக்காட்சி சாலையில் புலி, சிறுத்தை, கரடி, நரி, குரங்கு, நெருப்புக் கோழி மற்றும் ஏனைய காட்டு மிருகங்களும் இருந்தன. மேஜோ ராஜாவின் செல்லப் பிராணி, ஃபுல்மாலா என்ற பெண் யானை. மேஜோ குமார் பிரமாதமாகக் குதிரை சவாரி செய்வார். காட்டு மிருகங்களை வேட்டையாடு வதில் வல்லவர். திறமையாக போலோ விளையாடுவார். பாரம்பரிய இந்திய சங்கீதம் மிகவும் பிடிக்கும். அதுவும் வங்காள மொழியில் உள்ள ஆன்மிகப் பாடல்கள் என்றால் மேஜோ குமாருக்கு உயிர். தபலா, சித்தார் மற்றும் கிளாரினெட் வாசிப் பதிலும் வல்லவர்.

மேஜோ குமார் ஓர் அற்புதமான அலங்கார ரதம் வைத்திருந்தார். அதில் அவர் தன் குதிரையைப் பூட்டி ராஜ்பாரி மைதானத்தை வலம் வருவார். அதைப் பார்க்கக் கண்கொள்ளாக் காட்சியாக இருக்கும். ஒருமுறை மேஜோ குமாருக்கும், டாக்காவின் நவாப் சலீமுல்லாஹ்வுக்கும் நூற்றுக்கணக்கான பார்வையாளர்களின் ஆரவாரத்துக்கிடையே ரதப் போட்டி நடைபெற்றது. அதில், மேஜோ குமார் சர்வ சாதாரணமாக வெற்றி பெற்று, போட்டிக் கான 1000 ரூபாய்க்கான பரிசுத் தொகையையும் தட்டிச் சென்றார்.

இன்பமயமான வாழ்க்கை மேஜோ குமாருடையது. பகலில் போட்டி, வேடிக்கை, விளையாட்டு என்றால் இரவில் களி யாட்டம். மேஜோ குமாருக்கு 16 வயது இருக்கும்போதுதான் அவருக்குப் பலான அனுபவம் கிடைத்தது. டாக்காவில் உள்ள

ஒரு பிரபல விலைமகளின் வீட்டுக்கு அழைத்துச் செல்லப் பட்டார். அவளுக்கு மேஜோ குமாரை விட இரண்டு மடங்கு வயது அதிகம். அவள், மேஜோ குமாருக்குக் காமக்கலைகள் அனைத்தையும் கற்றுத்தர வேண்டும் என்று கேட்டுக்கொள்ளப் பட்டாள். அவளும் மேஜோ குமாருக்கு ஐயம் திரிபுர கற்றுக்கொடுத்தாள். மேஜோ குமார் அனைத்தையும் சீக்கிரமாக கற்றுக்கொண்டுவிட்டார். விளைவு, பெண் பித்தனாகிப் போனார். மேஜோ குமார் நித்தம் ஒரு விலை மாதரிடம் சென்றார். அரண்மனை முழுவதும் அரசல் புரசலாக மேஜோ குமாரின் நடவடிக்கையைப் பற்றித்தான் பேச்சு. இதற்கு ஒரு முடிவு கட்டவேண்டும் என்று மேஜோ குமாரின் பாட்டி முடிவெடுத் தார். கால்கட்டு போடுவதுதான் ஒரே வழி என்று அரண்மனை யில் முடிவெடுக்கப்பட்டது.

கல்கத்தாவுக்கு அருகே உள்ள உத்தர்புரா என்ற ஒரு பிரபல ஜமீன் குடும்பத்தைச் சேர்ந்த பெண், பிபாவதி தேவி. அவளுக்கும் மேஜோ குமாருக்கும் நிச்சயதார்த்தம் செய்யப்பட்டு, வெகுவிமரிசையாக 1902ம் ஆண்டு திருமணம் நடைபெற்றது. அரண்மனையே விழாக்கோலம் பூண்டது. திருமணம் முடிந்த பிறகும், மூன்று நாள்களுக்குக் குறையாமல் விருந்து பரிமாறப் பட்டது. ஆயிரக்கணக்கானோர் தினந்தோறும் வந்து விருந்தில் கலந்து கொண்டனர். திருமணத்துக்குப் பிறகு, பிபாவதி அதிகமாக தன் பிறந்த வீட்டில்தான் இருந்தாள். மேஜோ குமாரின் மூர்க்கக் குணம் பிபாவதியை மிகவும் பயத்துக் குள்ளாக்கியது.

அரண்மனைக்கு நாட்டிய மங்கைகள் வருவதும், அவர்கள் தங்கள் நாட்டியத்தையும் இதர சாகசங்களையும் வெளிப்படுத்து வதும் தொடர்ந்தது. அப்படியொரு நாட்டிய நிகழ்ச்சியில், மேஜோ ராஜாவைத் தன்னுடைய நளினத்தால் அதிகமாகக் கவர்ந்தவள், எலோகேஷி. 17 வயது. நல்ல அழகு. தாள வாத்தியங்களுக்கு ஏற்றவாறு அவள் பிரமாதமாக ஆடினாள். மேஜோ குமாரும் அவளது நடனத்தால் சுண்டி இழுக்கப் பட்டார். பிறகென்ன, எலோகேஷிக்கு அரண்மனையிலேயே ஓர் அறை ஒதுக்கப்பட்டது.

எலோகேஷி அரண்மனையில் குடியேறியதால், அரண்மனை யில் ஒரே சலசலப்பு, கூச்சல், குழப்பம். வேறுவழியில்லாமல் மேஜோ குமார், எலோகேஷியை டாக்காவில் உள்ள

பேகம்பசாரில் தங்க வைத்தார். பாவம் மேஜோ குமார், எலோகேஷியைப் பார்ப்பதற்காக 20 மைல் செல்லவேண்டி யிருந்தது.

மேஜோ குமார், 1905ம் ஆண்டு சத்திய பாபுவின் தொந்தரவு தாங்கமுடியாமல் 30,000 ரூபாய்க்கு ஓர் ஆயுள் காப்பீட்டு பாலிசியை எடுத்தார். அந்த பாலிசியில் தன்னுடைய மனைவி யான பிபாவதி தேவியை நாமினியாக நியமனம் செய்தார். மேஜோ குமாருக்குக் காப்பீடு வழங்கிய நிறுவனம் ஸ்காட் லாந்தைச் சேர்ந்தது. அந்நிறுவனத்தின் தலைமையகம் எடின் பரோவில் இருந்தது. 30,000 ரூபாய்க்குக் காப்பீடு எடுப்பது என்பது அந்தக் காலத்தில் பெரிய விஷயம். காப்பீட்டு பாலிசியைப் பெறுவதற்கு முன்னர், மேஜோ குமார் மருத்துவ ஆய்வுக்கு உட்படுத்தப்பட்டார். பாலிசி எடுப்பவர் நல்ல உடல்நிலையில் இருக்கிறாரா இல்லையா என்பதைத் தெரிந்து கொள்வதற்காக நடத்தப்படும் ஆய்வு இது. மேஜோ குமாரைப் பரிசோதித்தவர், டாக்டர் காண்டி. மருத்துவச் சோதனையில் மேஜோ குமாரின் உடலில் உள்ள மச்சம் மற்றும் இதர அறிகுறிகள் எல்லாம் குறிப்பெடுக்கப்பட்டன.

1906ம் ஆண்டு வேல்ஸ் இளவரசர் ஜார்ஜ், கல்கத்தாவுக்கு வருகை தந்தார். அவரை வரவேற்க வங்கதேசத்தில் உள்ள ராஜாக்கள், நவாப்புகள் மற்றும் ஜமீன்தார்கள் என எல்லோரும் கல்கத்தா வில் குழுமினர். பாவல் ராஜ்ஜியத்தைச் சேர்ந்த மூன்று ராஜ குமாரர்களும் கல்கத்தாவுக்குச் சென்றனர். கல்கத்தாவுக்குச் சென்ற மேஜோ குமார் தன்னுடைய லீலைகளை அங்கும் தொடங்கினார். அங்கு அவருக்குப் பலதரப்பட்ட, பல்வேறு நாடுகளைச் சேர்ந்த மங்கைகள் கிடைத்தனர். மேஜோ குமார் எதிர்பார்த்த அளவுக்கு அதிகமாகப் பெண்கள் கிடைத்தனர். கூடவே, அவர் எதிர்பார்க்காத ஒன்றும் கிடைத்தது. சிப்பிலிஸ் (syphilis) - மேக நோய். விரைவில், நோய் முற்றிப்போய் உடம்பெல்லாம் புண்ணாகி, சீழ்பிடித்து அருவருப்பான ரணமாகிவிட்டது.

அந்தக் காலத்தில் சிப்பிலிஸைக் குணமாக்க பிரத்தியேக மருத்துவ சிகிச்சை முறையில்லை. இருக்கும் மருந்தை எடுத்துக் கொண்டால், குணமாக சில மாதங்கள் அல்லது ஆண்டுகள் ஆகும். சிப்பிலிஸ் நோயிலிருந்து மீண்டாலும் அது உடலில் பெரும் பாதிப்பை ஏற்படுத்தும். உடம்பிலுள்ள கொப்பளங்கள்

ஆறினாலும், அந்த இடத்தில் நீங்கா வடு ஏற்படும். வடுக்கள்
ஏற்பட்ட இடத்தில் இருக்கும் எலும்புகள் மற்றும் தண்டுவடம்
கடினமாகிப் புறந்தள்ளியிருக்கும். மருத்துவர் ஒருவர் இம்மாதிரி
வடுக்களைப் பார்த்தால், அது சிப்பிலிஸ் நோயால்தான்
ஏற்பட்டிருக்கிறது என்று சரியாகக் கூறிவிடுவார். உடம்பில்
காயம் ஏற்பட்டு அதனால் உண்டான வடுவுக்கும், சிப்பிலிஸ்
நோயால் உருவான வடுவுக்கும் நிறைய வித்தியாசங்கள்
உள்ளன. சிப்பிலிஸ் கண்டவர்களுக்கு உடம்பின் பல பகுதிகளில்
வெள்ளைத் தழும்புகள் ஏற்படும். குறிப்பாகக் கன்னத்தில்,
வாய்ப்பகுதியில், நாக்கில் மற்றும் பிறப்பு உறுப்பில். மூக்கின்
இரண்டு நாசிகளுக்கும் இடையில் இருக்கும் எலும்பு கடினமாகி,
மூக்கு கருடமூக்கு போல காட்சியளிக்கும். எல்லாவற்றுக்கும்
மேலாக, சிப்பிலிஸ் நோயால் பாதிக்கப்பட்டவர்களுக்கு
விரைப்பையில் (testicles) எவ்வித உணர்ச்சியும் இருக்காது.
விரைப்பைக்கு அழுத்தம் கொடுத்தாலும் வலி எதுவும்
இருக்காது.

மேஜோ குமாருக்குச் சிசிக்சைகள் ஆரம்பிக்கப்பட்டன.

★

1909ம் ஆண்டு தொடக்கத்தில் இங்கிலாந்திலிருந்து கிச்சனர் துரை
(இவர் இரண்டாம் உலக யுத்தம் நடந்தபோது, இங்கிலாந்து
அரசின் Secretary of State for war ஆக நியமிக்கப்பட்டார்).
கல்கத்தாவுக்கு ஒருமுறை வருகை தந்தார். ஒரு ராயல் பெங்கால்
புலியை எப்படியாவது வேட்டையாடவேண்டும் என்று
அவருக்கு ஆசை. புலி வேட்டை என்பது பெரும் சாகசம்
என்பதால் அதை முயன்று பார்க்கவிரும்பினார்.

ராயல் பெங்கால் டைகரை வேட்டையாடவேண்டும் என்றால்,
பாவல் ராஜ்ஜியத்தில் உள்ள கானகத்துக்குத்தான் செல்ல
வேண்டும். உடனே இந்திய அரசாங்கம் பாவல் அரண்மனைக்கு
கிச்சனர் துரை வரவிருப்பதாகத் தகவல் அளித்தது.

செய்தி கிடைத்ததும், ராஜ்பாரி அரண்மனையில் ஆலோசனைக்
கூட்டம் நடந்தது. கிச்சனர் பிரபு வருவது அரண்மனைக்குப்
பெருமை என்பதால் அவர் வருகையைச் சிறப்பிக்கவேண்டும்
என்று முடிவெடுக்கப்பட்டது. கிச்சனர் வேட்டையாடச்
செல்லும்போது யாரை அவருடன் அனுப்புவது? புலி

வேட்டையில் புலியாகத் திகழ்ந்த மேஜோ குமாரைவிட ஒரு சிறந்த வீரர் அகப்பட்டுவிடுவாரா என்ன?

★

மேஜோ குமார் தனக்குப் பிரியமான ஃபுல்மாலா யானையின் மீது ஏறி வேட்டைக்கு செல்வோரை வழிநடத்திச் சென்றார். மரத்தின் உச்சியில் மறைவான கூடாரம் அமைக்கப்பட்டது. கீழே, புலியை வரவைப்பதற்காக மூன்று மாடுகள் கட்டப்பட்டிருந் தன. கூடாரத்தில் கிச்சனர் துரை துப்பாக்கியும் கையுமாகத் தயாராக இருந்தார். கூடவே மேஜோ குமார் மற்றும் வேட்டைக் குழுவை சேர்ந்தவர்களும் தயாராக இருந்தனர். ஆனால், புலிதான் வரவில்லை. கிச்சனர் துரை பொறுத்துப் பொறுத்துப் பார்த்தார், புலி வருவதாகத் தெரியவில்லை. வேறுவழியில்லா மல், அங்கு அப்பாவியாக வந்த ஒரு மானைச் சுட்டுவிட்டு, தனக்கு இது போதும் என்று புலியைச் சுட்ட பெருமிதத்துடன் விடைபெற்றுக்கொண்டார்.

கிச்சனர் துரை கல்கத்தா சென்றவுடன், முதல் வேலையாக ராஜ்பாரிக்கு ஒரு கடிதம் எழுதினார். அந்தக் கடிதத்தில், பாவல் அரண்மனையில் தான் தங்குவதற்கும் பின்னர் வேட்டையாடு வதற்கும் சிறந்த முறையில் ஏற்பாடுகள் செய்யப்பட்டிருந்ததை நினைவுகூறி, தன்னுடைய மகிழச்சியையும் நன்றியையும் ராஜகுமாரர்களுக்குத் தெரிவித்தார். அதிலும் குறிப்பாக, மேஜோ குமாரை வெகுவாகப் பாராட்டியிருந்தார். சந்தர்ப்பம் கிடைத் தால் மேலும் ஒருமுறை மேஜோ குமாருடன் புலி வேட்டைக்கு வருவதாகத் தெரிவித்திருந்தார். அதன் பின்னர் கிச்சனர் துரை யால் புலி வேட்டைக்கு வர முடியவில்லை. ஆனால் மேஜோ குமார், அந்த ஆண்டு இறுதியில் ஓர் அருமையான ராயல் பெங்கால் டைகரை வீழ்த்தி, அதை அரண்மனைக்குப் பரிசாக எடுத்துவந்தார். இது நடந்தது 1909ம் ஆண்டு. மேஜோ குமார் தன் குடும்பத்துடன் டார்ஜிலிங் செல்வதற்குச் சிறிது நாள்களுக்கு முன்னர். இந்தச் செய்திகளிலிருந்து, மேஜோ குமார் மருத்துவ சிகிச்சைக்குப் பின்னர் சிப்பிலிஸ் நோயிலிருந்து தேறி, உடல் நலத்துடன் இருந்தார் என்பது தெரிகிறது.

இதன் பிறகுதான் மேஜோ குமாரின் மச்சினரான சத்திய பாபு, அந்த வருடத்தின் கோடையை மேஜோ குமார் தன் மனைவி யுடன் டார்ஜிலிங்கில் கழிக்கலாம் என்று யோசனை கூறி,

அதற்கான ஏற்பாடுகளையும் செய்தார். மேஜோ குமார், பிபாவதி தேவி, சத்திய பாபு, டாக்டருக்குப் படித்து வரும் அஷுதோஷ் கோஷ் மற்றும் சிப்பந்திகள் என அனைவரும் டார்ஜிலிங் சென்றடைந்தனர். டார்ஜிலிங்கில் அவர்கள் தங்கியது Step Aside என்ற பிரபல பங்களாவில். டார்ஜிலிங் சென்ற சில நாள் களிலேயே மேஜோ குமார் உயிரிழந்தார். அதன் பின்னர் நடந்த சம்பவத்தைத்தான் நாம் முதலிலேயே பார்த்தோம்.

★

மேஜோ குமாரின் சாவில், ஏதோ மர்மம் இருப்பதாகவே அரண்மனையில் இருந்தவர்கள் கருதினர். மேஜோ குமார் உயிருடன் இருப்பதாக, ராஜ்ஜியம் முழுவதும் வதந்தி பரவியது. மேஜோ குமாரின் உடல் தீயூட்டப்பட்டதை யாரும் பார்க்க வில்லை, அதனால் மேஜோ குமாருக்கு 11ம் நாள் செய்ய வேண்டிய சடங்கைச் செய்வதில் அரண்மனையில் குழப்பம் நீடித்தது.

ஆங்கிலேய அரசாங்கம் இந்த விஷயத்தில் ஒரு விசாரணை நடத்த வேண்டும் என்றும் பலர் பரவலாக கருத்து தெரிவித்தனர். ஆனால் அரசாங்கம், இந்த விஷயத்தில் மூக்கை நுழைக்க விரும்பவில்லை. காரணம், ஒரு பிரபலமான ஜமீனின் உள் விவகாரத்தில் தலையிடக்கூடாது. அப்படிச் செய்தால் அது மக்களுக்கு ஆங்கிலேயர்களின் மீதான வெறுப்பை அதிகரிக்கும். மேலும், நாடெங்கும் சுதந்தர வேட்கையில் பலர் ஆங்கிலேயர் களுக்கு எதிராக மக்களைத் தூண்டி வன்முறையில் ஈடுபட்டு வந்த சூழல். இந்த நேரத்தில் புதிய தலைவலி எதற்கு என்று ஆங்கிலேய அரசு ஒதுங்கிக்கொண்டது. மேலும் டார்ஜிலிங்கில் உள்ள பிரதான அரசு மருத்துவரே (Resident Civil Surgeon) மேஜோ குமார் இறந்துவிட்டதாகக் கூறி, இறப்புச் சான்றிதழ் வழங்கியிருக்கிறார். அதனால், இந்த விவகாரத்தில் மூக்கை நுழைக்க வேண்டியதில்லை என்று அரசு முடிவெடுத்தது.

அரசு முடிவெடுத்தால் என்ன, அரண்மனையின் ராஜமாதாவும் மூன்று குமாரர்களின் பாட்டியுமான ராணி சத்தியபாமா, பர்தவான் மகாராஜாவுக்குக் கடிதம் எழுதி அனுப்பினார். அந்தக் கடிதத்தின் சுருக்கம் பின்வருமாறு.

‘என்னுடைய பேரன் மேஜோ குமாரின் இறுதிச் சடங்கில் நீங்கள் கலந்து கொண்டதாக நான் கேள்விப்பட்டேன். அவனை

சுடுகாட்டுக்கு எடுத்து செல்லும் வழியில் பெரும் இடியும் மழையும் பெய்த சூழ்நிலையில், அவனது உடல் காணாமல் போனதாகக் கேள்விப்பட்டேன். அதன் பின்னர் அவனை சந்நியாசிக் கூட்டத்தினர் கூட்டிச் சென்றதாகவும், மேஜோ குமாரும் அந்தச் சாமியார்களுடன் ஊர் ஊராக சஞ்சாரம் செய்வதாகவும் மக்களிடையே வதந்தி பரவியிருக்கிறது. என்னையும், மக்கள் இதுபற்றி விசாரித்துக்கொண்டிருக்கிறார்கள். நான் ஆற்றாத துயரத்துடன் இருக்கிறேன். எனக்கு குழப்பமாக இருக்கிறது. எந்தக் கூற்று உண்மை? உங்களுக்கு உண்மை தெரியும். அதை நீங்கள் எனக்கு தெரியப்படுத்தினால் நான் மிகவும் நிம்மதி அடைவேன்.'

பர்தவான் மகாராஜா, ராணி சத்தியபாமாவுக்குப் பதில் கடிதம் அனுப்பினார். அதில், 'மேஜோ குமாரின் இறுதிச் சடங்கில் கொஞ்சம் பேர்தான் இருந்தனர்; தூரத்தில் இருந்த சிதையைக் காட்டி, அது மேஜோ ராஜாவினுடையது என்று அங்கிருந்தவர்கள் தெரிவித்ததாகக் குறிப்பிட்டிருந்தார். சிதைக்கு தீ மூட்டப்பட்டது சாயங்காலமா அல்லது விடியற்காலையா என்று தனக்கு நினைவில்லை...' என்று தன் கடிதத்தில் தெரிவித்திருந்தார்.

இதற்கிடையில் சத்திய பாபுவின் செயல்களிலும் நடவடிக்கைகளிலும் அரண்மனையில் இருந்தவர்களுக்கு நம்பிக்கையில்லை. சத்திய பாபு, மேஜோ குமாரின் சடங்கில் கூட கலந்து கொள்ளவில்லை, மாறாக அவர் வழக்கறிஞரின் ஆலோசனையைப் பெற கல்கத்தா சென்றிருந்தார்.

மூத்த ராஜகுமாரான் பாரா குமார், இனி பிபாவதி தேவி ராஜ்ஜியத்தின் நிர்வாகத்தில் எந்த விதத்திலும் தலையிடக்கூடாது என்ற வகையில் முடிவெடுத்து, அதற்கான பத்திரத்தைத் தயார் செய்தார். பத்திரத்தின்படி, ஜமீனின் நிர்வாகத்தில் பிபாவதிக்கு எந்த உரிமையும் இல்லை, மாறாக, மாதந்தோறும் பிபாவதி தேவிக்கு 1100 ரூபாய் ஜமீனிலிருந்து பணம் வந்து சேரும் என்று முடிவு செய்யப்பட்டு, அது இரண்டு தரப்பாலும் ஏற்றுக்கொள்ளப்பட்டது. சத்திய பாபுவை ராஜ்ஜிய நிர்வாகத்தில் தலையிட முடியாமல் செய்யும் முயற்சியாகவே இது கருதப்பட்டது. அரண்மனையிலிருந்த அனைவரும் இந்த முடிவை ஆமோதித்தனர்.

ஆனால் இன்னொரு பக்கம், சத்திய பாபு, தன் தங்கையிடம், தானே அவளுடைய பிரதிநிதி என்ற முறையில் பிபாவதியிட

மிருந்து ஒரு பவர் பத்திரத்தைப் பெற்றுக்கொண்டார். 19 வயதே நிரம்பிய, இளம் வயதில் விதவையான பிபாவதிக்குத் தான் செய்வது சரிதானா என்றெல்லாம் தெரியாமல், தன் அண்ணன் சொல்பேச்சு கேட்டு நடந்தாள். பவர் பத்திரத்தைப் பெற்றவுடன் சத்திய பாபு நேரே கல்கத்தா சென்று மேஜோ குமார் காப்பீடு எடுத்த நிறுவனத்திலிருந்து தங்கைக்குக் கிடைக்க வேண்டிய 30,000 ரூபாயைப் பெற்று, அதை தனது வங்கிக் கணக்கில் போட்டுக்கொண்டார். பிபாவதியிடம் வங்கிக் கணக்கில்லை. ஜமீனிலிருந்து அவளுக்கு கிடைக்கவேண்டிய தொகை, ஆண்டாண்டுக்கு அதிகரித்துக் கொண்டே இருந்தது. 1911ம் ஆண்டு பிபாவதிக்கு வழங்கப்பட்ட 1100 ரூபாய் மாதத் தொகை, 1913ல் 2500 ரூபாயாகவும், 1915ல் 4000 ரூபாயாகவும், 1917ல் 5000 ரூபாயாகவும் பின்னர் 1917ல் 7000 ரூபாயாகவும் உயர்ந்தது. இந்த மாதந்திரத் தொகை போக, ஒரு முறை அவளுக்கு 4,00,000 ரூபாய் கிடைத்தது. ஆனால், பிபாவதியின் பேரில் சொத்தோ முதலீடோ இல்லை.

★

1921ம் ஆண்டு, டாக்கா ரயில் நிலையத்தில் ஒரு சந்நியாசி வந்திறங்கினார். நீண்ட ஜடாமுடி அவரது முழங்கால்வரை தொட்டது. அவருக்கு நீண்ட தாடியும் இருந்தது. இடுப்பில் ஒரு துண்டை மட்டும் சுற்றியிருந்தார். அவரது உடம்பெல்லாம் சாம்பல் பூசப்பட்டிருந்தது. அந்த சந்நியாசிக்கு, டாக்கா ரயில் நிலையம் ஏற்கெனவே பரிச்சயமானது போல் தோன்றியது. ரயில் நிலையத்துக்கு வெளியில் வந்தவர், சற்றுத் தொலைவில் ஓர் ஆற்றங்கரையின் ஓரத்தில் இருந்த அரச மரத்தின் அடியில் போய் பத்மாசனத்தில் அமர்ந்துகொண்டார். அவருக்கு முன் னால் ஒரு துணியில் நெருப்பு எப்பொழுதும் எரிந்து கொண் டிருந்தது. அருகில் ஒரு கமண்டலம் இருந்தது. இவற்றைத்தவிர அந்த இளம் சந்நியாசியின் சொத்து என்று பார்த்தால் ஒரு கம்பளமும் குறடும்தான். எதிரே சற்று தூரத்தில்தான் ஓய்வு பெற்ற சார்பு நீதிபதியான தெபரதா முகர்ஜியின் வீடு இருந்தது.

தெபரதா முகர்ஜி, அந்த இளம் சந்நியாசியை நான்கு மாதங் களாக கவனித்துக்கொண்டிருக்கிறார். மழை, வெயில், இரவு, பகல் பேதமின்றி அந்த சந்நியாசி ஒரே இடத்தில்தான் அமர்ந் திருந்தார். ஒருநாள் இரவு 2:30 மணியிருக்கும். பெரும் மழை பெய்து கொண்டிருந்தது. அந்தச் சமயத்திலும், இளம் சந்நியாசி

அந்த இடத்தில் இருப்பாரா என்று தெபரதா முகர்ஜிக்கு சந்தேகம் எழுந்தது. உடனே அவர், கொட்டும் மழையையும் பொருட் படுத்தாமல் அரச மரத்தடிக்குச் சென்றார். என்ன ஆச்சரியம், தன்னைச் சுற்றி என்ன நடக்கிறது என்று சற்றும் கவலைப் படாமல், மிகவும் அமைதியாக சந்நியாசி அமர்ந்திருந்தார்.

மேலும், நான்கு மாதங்களுக்கு அவர் அங்கேதான் தங்கியிருந் தார். அவரைப் பார்க்க மக்கள் வந்தனர். ஹிந்தியில் பேசினார். மக்கள் அவரிடம் தங்களுக்கிருக்கும் வியாதி குணமாக வேண்டும் என்று மருந்து கேட்டால், அவர் சிறிது விபூதியை எடுத்துக் கொடுப்பார். இளம் சந்நியாசியைப் பற்றிய செய்தி ஊர் முழு வதும் பரவியது. காசிம்பூர் ஜமீன்தாரான பிரசாத் ராய் சௌத்ரி, இளம் சந்நியாசியைப் பார்க்க வந்தார். காசிம்பூர், பாவல் ராஜ்ஜியத்தின் தலைமையிடமான ஜெய்தேபூருக்கு அருகி லிருந்தது. காசிம்பூர் ஜமீன்தார், சந்நியாசியைத் தன்னுடைய ஜமீனுக்கு கூட்டிச்சென்றார். காசிம்பூரில் 6 நாள்கள் தங்கிய பிறகு, சந்நியாசி அங்கிருந்து 6 கிலோமீட்டர் தொலைவில் உள்ள ஜெய்தேபூருக்கு ஒரு யானை மீது அனுப்பி வைக்கப்பட்டார்.

1921 ஏப்ரல் 12, காலை ஆறு மணியளவில் சந்நியாசி ஜெய்தே பூருக்கு வந்து சேர்ந்தார். அங்கு வந்து ஒரு மரத்தினடியில் தங்கிக்கொண்டார். தங்கள் ஜமீனுக்கு ஓர் இளம் சந்நியாசி வந்திருப்பது காட்டுத்தீ போல் பரவியது. மக்கள் அவரைக் காண வந்தனர். மேஜோ குமாரின் மாமாவும், அவருடைய மகனான புத்துவும் இளம் சந்நியாசியைச் சந்தித்தனர். புத்து, இளம் சந்நியாசியைத் தங்கள் வீட்டுக்கு அழைத்துச்சென்று, தன்னுடைய தாயாரான ஜோதிர்மாயி தேவியிடம் அறிமுகம் செய்து வைக்கவேண்டும் என்று விரும்பினான். ஜோதிர்மாயி வேறு யாரும் இல்லை, மேஜோ குமாரின் இரண்டாம் அக்கா.

இளம் சந்நியாசி, ஜோதிர்மாயி வீட்டுக்கு அழைத்துச் செல்லப் பட்டார். அங்கு, வீட்டில் ஜோதிர்மாயியின் கணவனும், அவளது இரண்டு பெண்களும், மேஜோ குமாரின் பாட்டியுமான சத்திய பாமா தேவியும் மற்றும் சில உறவினர்களும் இருந்தனர். இளம் சந்நியாசி தலையைக் குனிந்திருந்தார். அங்குச் சுற்றியிருந்தவர் களை, ஒரு பக்கமாக கீழிருந்துப் பார்வையிட்டார். மேஜோ குமாரும் இப்படித்தான் பார்ப்பது வழக்கம். ஆச்சரியமாக, சந்நியாசியின் உருவம், கண், காது, உதடு, விரல்கள், கை, பாதம், முக வடிவம் அனைத்தும் மேஜோ குமாருடையது போல்

இருந்தது. ஜோதிர்மாயி உட்பட அங்கிருந்தவர்கள் அனைவரும் இந்த உருவ ஒற்றுமையைப் பற்றித்தான் பேசினர்.

ஜோதிர்மாயி சந்நியாசியைப் பார்த்து, தாங்கள் இன்னும் எவ்வளவு நாள்கள் தங்கத் தீர்மானித்திருக்கிறீர்கள் என்று ஹிந்தியில் கேட்டாள். அதற்கு சந்நியாசி, தான் மறுநாள் காலை பிரம்மபுத்திரா நதிக்குச் சென்று தீர்த்தம் ஆடப்போவதாக ஹிந்தியில் தெரிவித்தார். சந்நியாசிக்குப் பழங்களும் தயிரும் வழங்கப்பட்டன. சந்நியாசி தயிரை மட்டும் சாப்பிட்டுவிட்டு அங்கிருந்து கிளம்பினார். அவர் நடந்து போவதைப் பார்த்ததும், ஜோதிர்மாயிக்கு அதிர்ச்சி கலந்த ஆச்சரியம். சந்நியாசி மேஜோ குமாரைப் போலவே நடந்து சென்றார்.

மறுநாள் காலை சந்நியாசி, ஜோதிர்மாயி இல்லத்துக்குச் சென்றார். முந்தைய தினம் இருந்தவர்கள் அனைவரும் அங்கு குழுமியிருந்தனர். அப்போது மேஜோ குமாரின் மூத்த சகோதரி இந்துமாயியின் மகள் தபு, மேஜோ குமாரின் பழைய புகைப் படத்தை சந்நியாசியிடம் காட்டினாள். அந்தப் புகைப்படத்தைப் பார்த்தவுடன் சந்நியாசி அழத் தொடங்கிவிட்டார். பின்னர் தபு, சோட்டா குமாரின் புகைப்படத்தை காண்பித்தவுடன் இளம் சந்நியாசி தேம்பித் தேம்பி அழ ஆரம்பித்தார்.

ஜோதிர்மாயி சந்நியாசியைப் பார்த்து, 'நீங்கள் சந்நியாசி ஆயிற்றே, அழலாமா' என்று கேட்டாள்.

அதற்கு சந்நியாசி, 'மாயை என்னை அழச்செய்கிறது' என்று தெரிவித்தார்.

'நீங்கள் உலகத்தைத் துறந்தவராயிற்றே, உங்களுக்கா மாயை' என்று ஜோதிர்மாயி கேட்டாள்.

அதற்கு சந்நியாசி பதில் ஒன்றும் சொல்லவில்லை.

'என்னுடைய இரண்டாம் தம்பி டார்ஜிலிங்கில் இறந்துவிட்டார். அவரை இடுகாட்டுக்கு எடுத்துச்செல்லும் வழியில் இடி மின்னலுடன் மழை பெய்தது. மழையிலிருந்து தங்களைப் பாதுகாத்துக் கொள்ள தம்பியின் உடலை தூக்கிச்சென்றவர்கள், அவரது உடலை ஓரிடத்தில் இறக்கி வைத்துவிட்டு பாதுகாப் பான இடத்திற்குச் சென்றனர். பின்னர், சிலர் தம்பியின் உடல் எரியூட்டப்பட்டது என்று தெரிவித்தனர். ஆனால் வேறு சிலர்,

அவரது உடலைக் காணவில்லை, என்னுடையத் தம்பியின் உடல் எரியூட்டப்படவில்லை என்று தெரிவித்தனர்' என்று ஜோதிர் மாயி தகவலை சொல்லி முடிக்கும் முன்னரே சந்நியாசி குறுக்கிட்டார்.

'அது உண்மையில்லை, அவன் உடல் எரியூட்டப்படவில்லை. அவன் உயிரோடுதான் இருக்கிறான்.'

எல்லோரும் அதிர்ச்சியானார்கள்.

ஜோதிர்மாயி சந்நியாசியைப் பார்த்து, 'உங்களுடைய அங்க அடையாளங்கள் என்னுடைய தம்பி மேஜோ குமாரை ஒத்து இருக்கிறது, நீங்கள்தான் அவரா?' என்று வங்காளத்தில் கேட்டாள்.

'இல்லை. இல்லை...' என்று சந்நியாசி மறுத்தார்.

சந்நியாசிக்கு உணவு கொடுக்கப்பட்டது. எல்லோரும் அவரையே பார்த்துக் கொண்டிருந்தனர். சந்நியாசி சாப்பிடும்போது, அவருடைய ஆள்காட்டி விரல், மற்ற விரல்களுடன் சேராமல் தனியே நீட்டிக் கொண்டிருந்தது. மேஜோ குமார் சாப்பிடும்போதும் அப்படித்தான் சாப்பிடுவார். சந்நியாசின் குரல்வளை முடிச்சு, அவரின் சிகப்பும் பழுப்பும் கலந்த முடி, பழுப்பு நிறக் கண்கள், முகத்தில் உள்ள வடு, காது, மூக்கு, வாய், பல், உள்ளங்கை, கையின் பின்புறம், கை, கால் விரல்கள், நகம் என அனைத்தும் மேஜோ குமாரினுடையது போலவே இருந்தன. ஜோதிர்மாயி யின் கணிப்பு பொய்ப்பதற்கு வாய்ப்பே இல்லை, ஏனென்றால் அவள்தான் மேஜோ குமாரை குழந்தையிலிருந்து பார்த்து வந்தவளாயிற்றே. சந்நியாசியின் வார்த்தைகள் தெளிவில்லா மல் இருந்தாலும், அவருடைய குரல் மேஜோ குமாரை ஒத்திருந்தது.

சந்நியாசி, தான் அஷ்டமி ஸ்தானத்துக்காக வேண்டி டாக்கா வுக்குச் செல்லவேண்டும் என்று தெரிவித்தார். அவர் கிளம்பும் போது ஜோதிர்மாயி, டாக்காவில் எவ்வளவு நாள் இருப்பீர்கள் என்று கேட்டதற்கு, பத்து நாள்கள் என்று பதில் சொன்னார். சந்நியாசி ஜெய்தேபூரிலிருந்து, சந்திரநாத் மற்று சித்தகாங் அருகாமையில் உள்ள தலங்களுக்குத் தீர்த்த யாத்திரை சென்றார். தீர்த்த யாத்திரையை முடித்த பிறகு, அவர் டாக்காவில்

தன்னுடைய பழைய இடமான அரச மரத்தினடியில் போய் அமர்ந்து கொண்டார்.

ஜோதிர்மாயி தன்னுடைய மகனான புத்துவையும், அதூல் பாபுவையும் அனுப்பி, சந்நியாசியை டாக்காவிலிருந்து ஜெய்தேபூருக்கு அழைத்து வருமாறு கேட்டுக்கொண்டாள். அவர்களும் அப்படியே செய்தனர். இம்முறை சந்நியாசி ரயில் மூலம் ஜெய்தேபூர் வந்திறங்கினார். அவர் ஜெய்தேபூர் வந்த செய்தி, பாவல் ராஜ்ஜியத்தில் பெரும் கிளர்ச்சியை ஏற் படுத்தியது. மேஜோ ராஜா என்று கருதப்பட்ட சந்நியாசியைப் பார்க்கக் கூட்டம் கூடிவிட்டது.

★

ஒருநாள் சந்நியாசி விடியற்காலையில் குளிப்பதற்காக ஆற்றங் கரை சென்றார். அப்போது ஜோதிர்மாயி சந்நியாசியைப் பார்த்து, நீங்கள் உடம்பெல்லாம் சாம்பலைப் பூசி வரக்கூடாது என்று கேட்டுக்கொண்டாள். சந்நியாசி குளித்துவிட்டு, சாம்பல் பூசிக் கொள்ளாமல் வீடு திரும்பினார். வீட்டில் இருந்தவர்கள் அனை வரும் அவரை ஏற இறங்கப் பார்த்தனர். மேஜோ குமாரின் தோல் நிறத்தைவிட சிறிது வெண்மையாகவும் பளிச்சென்றும் இருந்தது சந்நியாசியின் தோல் நிறம். சந்நியாசி பிரம்மச்சரி யத்தைக் கடைபிடிப்பதால் முகத்தில் தேஜஸ் தெரிந்தது. ஜோதிர் மாயி சந்நியாசியின் காலைப் பார்த்தாள். ஆம், அவள் எதிர் பார்த்த வடு இருந்தது. தன் தம்பி சிறு வயதில் விளையாடிக் கொண்டிருக்கும்போது, அவனது காலில் ஒரு குதிரை ரதம் ஏறி காயம் பட்டு, அதனால் ஏற்பட்ட வடு அது.

ஜோதிர்மாயியும் மற்றவர்களும் பரபரப்படைந்தனர். 'நீங்கள் மேஜோ குமார் போல தென்படுகிறீர்கள். நீங்கள் அவராகத்தான் இருக்கக்கூடும். தயவுசெய்து நீங்கள் யார் என்று கூறிவிடுங்கள்!'

'இல்லை. நான் அவர் இல்லை. என்னை ஏன் தொந்தரவு செய்கிறீர்கள்? நான் இங்கிருந்து போய்விடுகிறேன். என்னை விட்டுவிடுங்கள்' என்று சாது பதிலளித்தார்.

'நீங்கள் உண்மையைக் கூறியாகவேண்டும். உண்மையைச் சொல்ல மறுத்தால் நான் சாப்பிடமாட்டேன், பட்டினி கிடப்பேன்' என்றாள் ஜோதிர்மாயி.

கூடியிருந்த ஊர் மக்கள் அனைவரும் சந்நியாசியைச் சுற்றிக் கொண்டனர். உண்மையைச் சொல்லுங்கள் என்று கூச்சலிட்டனர்.

நேரமாக நேரமாகக் கூட்டம் அதிகமாகிக் கொண்டே போனது. கூட்டத்தில் இருந்த ஒருவன், ‘உங்கள் பெயர் என்ன?’ என்று கேட்டான்.

‘இராமேந்திர நாரயண ராய் சௌத்ரி’ என்று பதிலளித்தார் சந்நியாசி.

‘தந்தை பெயர்?’

‘ராஜா ராஜேந்திர ராய் சௌத்ரி’

‘தாயின் பெயர்?’

‘ராணி பிலாஸ்மணி தேவி’

அங்கிருந்த மற்றொருவன், ‘ராஜா, ராணி பெயர் எல்லாருக்கும் தெரியும். உன்னை யார் வளர்த்தார் என்று சொல்?’ என்றான்.

‘அலோகா’ என்று பதிலளித்தார் சந்நியாசி. கூட்டத்திலிருந்தவர்களுக்கு ஒரே சந்தோஷம். ‘இரண்டாம் குமார் சாகவில்லை’ என்று கோஷம் போட்டார்கள். சந்நியாசி மயங்கி விட்டார். அவரை வீட்டுக்குத் தூக்கிச் சென்று ஆசுவாசப்படுத்தினார்கள். கண் விழித்த சந்நியாசி, அனைவரும் ஆச்சரியம் அடையும் வகையில் வங்காளத்தில் பேசினார். ஆனால், அது ஹிந்தி பேசும் தொனியிலிருந்தது. வாயில் ஏதோ கூழாங்கல்லை வைத்துக் கொண்டு பேசுவது போல் இருந்தது.

சந்நியாசியுடனான மக்களின் விசாரணை அடுத்த நாளும் தொடர்ந்தது. அங்கு கூடியிருந்தவர்களிடம் ஆஷு குப்தா என்பவர், ‘நான் கேட்கும் கேள்விக்கெல்லாம் இந்தச் சாது சரியாக பதில் சொல்லிவிட்டாரென்றால், நான் இவரை இரண்டாம் குமாராக ஒப்புக்கொள்கிறேன்’ என்றார்.

‘டார்ஜிலிங்கில், நாம் தங்கிய பங்களாவின் மேற்தளத்தின் கூரையில் ஒரு பறவை இருந்தது. அந்தப் பறவையை சுட்டது யார்? அதற்காக நீ ஏன் கோபித்துக் கொண்டாய்?’

சந்நியாசி இந்த கேள்விக்கான பதிலை சொல்வதற்கு முன்னால், கூட்டத்தில் இருந்த ஒருவன் ‘இந்த கேள்விக்கான பதிலை,

ஆஷு குப்தா முதலில் கவுரங் பாபுவிடம் தனியாக சொல்ல வேண்டும்' என்று கேட்டுக்கொண்டான். கவுரங் பாபு, ஜெய்தேபூரின் சார் பதிவாளர். அவருக்கு அந்த ஊரில் நல்ல மதிப்பு இருந்தது. பாவல் அரண்மனையைச் சேர்ந்தவர்களுக் கும் நன்கு தெரிந்தவர். ஆஷு குப்தா, கவுரங் பாபுவின் காதில் ரகசியமாகத் தன்னுடைய கேள்விக்கான பதிலைத் தெரி வித்தார்.

அங்குக் குழுமியிருந்த நூற்றுக்கணக்கான மக்கள், சந்நியாசி என்ன பதில் சொல்லப்போகிறார் என்று மிகவும் ஆர்வத்துடன் எதிர்பார்த்துக் காத்துக்கொண்டிருந்தனர். சந்நியாசி அமைதி யாக, அதேசமயம், தீர்க்கமாகப் பதிலைச் சொன்னார்.

'அந்தப் பறவையை சுட்டது ஹரி சிங்.'

ஆஷு குப்தா வானத்துக்கும் பூமிக்கும் குதித்தான். சந்நியாசி சொன்ன பதில் தவறு என்றான். அந்தப் பறவையை சுட்டது பிரேந்திர பானர்ஜி என்றான். குழுமி இருந்தவர்கள், கவுரங் பாபுவைப் பார்த்தார்கள். அவரும் தன்னிடம் சொல்லப்பட்ட பதில், பிரேந்திர பானர்ஜிதான் என்று தெரிவித்தார்.

அங்குக் கூடியிருந்தவர்களிடம் ஒரே கூச்சலும், குழப்பமும் நிலவியது. கவுரங் பாபு, 'பிரேந்திர பானர்ஜியை யாராவது அழைத்துக் கொண்டு இங்கு வந்தால் உண்மை தெரிந்துவிடும்' என்று கருத்து தெரிவித்தார்.

ஒருவன் வேகமாகச் சென்று, பிரேந்திர பானர்ஜியை கூட்டி வந்தான். பிரேந்திர பானர்ஜி வந்ததுதான் தாமதம். கவுரங் பாபு, 'டார்ஜிலிங்கில் பங்களாவில் நீ பறவையை ஏதாவது சுட்டாயா?' என்று கேட்டார்.

எல்லோரும் பிரேந்திர பானர்ஜி என்ன பதில் சொல்லப் போகிறான் என்று ஆவல் மிகுதியுடன் காத்திருந்தனர்.

வந்தது பதில். 'இல்லை. நான் சுடவில்லை. ஹரி சிங்தான் சுட்டான். எனக்குத் துப்பாக்கியால் எப்படிச் சுடுவது என்று கூட தெரியாது' என்றான் பானர்ஜி.

அங்கிருந்த கூட்டத்தினர் ஹோவென்று கத்தினர். அவர்கள் அனைவருக்கும் சந்தோஷம்.

தினந்தோறும் சந்நியாசியைப் பார்க்க நூற்றுக்கணக்கில் வந்த வர்கள், இப்போது ஆயிரக்கணக்கில் வந்தனர். ஜெய்தேபூருக்குச் சிறப்பு ரயில்களெல்லாம் இயக்கப்பட்டன. ஜோதிர்மாயி வீட்டிலிருந்து ராஜ்பாரி அரண்மனை வரை எங்கு பார்த்தாலும் ஜனக்கூட்டம்தான். இறந்ததாகக் கருதப்பட்ட தங்களுடைய அரசர் 12 ஆண்டு காலம் கழித்து மீண்டும் திரும்பி வந்ததில் மக்களுக்குச் சந்தோஷம்தான். அதுவும் சந்நியாசியாக வந்திருப் பதால், அந்த ஆச்சர்யத்தைக் காண்பதற்காகவே நிறைய கூட்டம் திரண்டது. நிறைய பேர் சந்நியாசியிடம் ஆசிபெற்றனர்.

கல்கத்தாவிலிருந்து வெளிவந்த பிரபல ஆங்கில பத்திரிகையான 'தி ஸ்டேட்ஸ்மென்', இந்த நிகழ்வுகளைப் பற்றி 'டாக்காவின் கிளர்ச்சி – Dacca Sensation' என்று தலைப்புச் செய்தி வெளி யிட்டது.

ஜெய்தேபூர் காவல் நிலையத்தில், அந்த ஊரில் நடக்கும் அன்றைய தின நிகழ்வுகள்/ செய்திகள் போன்றவை பதி வேட்டில் பதியப்படுவது வழக்கம். சந்நியாசி மறுபடியும் ஜெய்தேபூர் வந்த சமயத்தில், காவல் துறைப் பதிவேட்டில் பின்வரும் செய்திகள் பதியப்பட்டிருந்தன.

தேதி – 04.05.1921 – காலை 9 மணி

நீண்ட ஜடாமுடி வைத்திருந்த ஓர் அழகான சந்நியாசி புத்து பாபு வீட்டில் சில நாட்களாக தங்கி இருக்கிறார். அவர் ஊரும் பேரும் தெரியவில்லை. அந்த சந்நியாசியைப் பார்க்க நிறைய பேர் வந்து போகிறார்கள். அவருடைய உருவ அமைப்புகள் மேஜோ குமாரை ஒத்து இருப்பதாகப் பலர் கருதுகிறார்கள். மேஜோ குமார் இறக்கவில்லை என்றும் சந்நியாசிகளுடன் சந்நியாசியாக தேச சஞ்சாரம் செய்து கொண்டிருந்ததாகவும், அப்படி ஊர் சுற்றி கொண்டிருக்கும் தருவாயில் இங்கு வர நேர்ந்தது என்றும் மக்கள் பேசிக் கொண்டிருக்கிறார்கள்.

தேதி – 05.05.1921 – மாலை 3 மணி

வானம் தெளிவாக இருக்கிறது. மழை வருவதற்கான அறி குறிகள் எதுவும் தென்படவில்லை. ஊரில் தொற்றுநோய் அபாயம் எதுவும் இல்லை. ஒரு சந்நியாசி ஜெய்தேபூருக்கு வந்திருக்கிறார். அவரை மக்கள் அனைவரும் மேஜோ குமார்

என்று கருதுகிறார்கள். சந்நியாசியும், தான் தான் மேஜோ குமார் என்று அறிவித்திருக்கிறார்.

★

இதற்கிடையில், மேஜோ குமார் டார்ஜிலிங்கில் இறந்துபோய், டாக்காவில் சந்நியாசியாகத் தோன்றும்வரை ராஜ்பாரியில் பல துரதிர்ஷ்ட சம்பவங்கள் நடந்துவிட்டன. 1909ம் ஆண்டு மேஜோ குமார் இறந்துவிட்டார். அடுத்து, 1910ம் ஆண்டு பாரா குமார் இறந்துவிட்டார். 1913ம் ஆண்டு சோட்டா குமாரும் இறந்து விட்டார். ராஜ்குமாரர்கள் மூவருக்கும் திருமணம் ஆகியிருந் தாலும் யாருக்கும் வாரிசு கிடையாது. தந்தை, தாய், மகன்கள் என்று ஒவ்வொருவரும் அடுத்தடுத்துச் சில ஆண்டுகளில் இறந்ததால், இது ராஜ்பாரியின் சாபக்கேடு என்று நினைத்து ராஜ்பாரியில் தங்குவதைப் பலரும் தவிர்த்து வந்தனர். சில வேலையாள்கள் மட்டுமே பராமரித்து வந்தனர்.

மூன்று ராஜகுமாரர்களும் வாரிசு இல்லாமல் இறந்ததன் காரண மாக, அரசாங்கம் பாவல் ஜமீனை சமரஷ்னை செய்துவிட்டது. அதாவது வாரிசு இல்லாத ராஜ்ஜியத்தை அரசாங்கம் எடுத்துக் கொண்டு Court of Wards மூலமாக நிர்வகித்து வந்தது. அப்போது ஜமீனின் மேலாளராக செயல்பட்டவர், நீதாம் என்ற ஆங்கிலேயர். அவர் டாக்கா கலெக்டரான லின்ஸ்டேவுக்கு ஒரு கடிதம் எழுதினார்.

‘விசித்திரமான சம்பவம் ஒன்று ஜமீனில் நடந்து கொண்டிருக் கிறது. சுமார் ஐந்து மாதங்களுக்கு முன்னர் நல்ல சிவப்பு நிறம் கொண்ட ஒரு சந்நியாசி டாக்காவுக்கு வந்திருக்கிறார். அவர் ஹரித்வாரிலிருந்து வந்ததாகத் தெரிகிறது. அவரை காசிம்பூர் ஜமீன்தார் தன் வீட்டுக்கு அழைத்துச் சென்று இருக்கிறார். சில நாள்களுக்குப் பிறகு, சந்நியாசி ஜெய்தேபூருக்கு அனுப்பி வைக்கப்பட்டிருக்கிறார். பின்னர், ஜோதிர்மாயி வீட்டுக்கு அழைக்கப்பட்டிருக்கிறார். அங்கு அந்த சந்நியாசியைப் பார்த்த மாத்திரத்தில் ஜமீனின் மக்களெல்லாம், அவர்தான் இரண்டாம் குமாரான மேஜோ குமார் என்று கூறுகிறார்கள். ஜமீனுக்கு உட்பட்ட அனைத்து கிராம மக்களும் அவரைக் காண வரு கிறார்கள். அவரை இரண்டாம் குமார் என்றும் சுட்டிக் காட்டு கிறார்கள். அந்த சந்நியாசி, ஜமீனில் இருப்பது, பெரும் கிளர்ச்சியை உண்டுபண்ணுகிறது.

நேற்று இரவு, கிராமவாசிகள் அந்த சந்நியாசியைக் கட்டாயப் படுத்திக் கேட்டதில், தான் ராமேந்திர நாராயண ராய் என்றும், தன்னைச் சிறு வயதில் பார்த்துக் கொண்டிருந்த தாதியின் பெயர், அலோகா டாஹி என்றும் தெரிவித்திருக்கிறார். அதன் பிறகு அந்த சந்நியாசி மயக்கம் அடைந்துவிட்டார். கூடியிருந்த மக்கள் அனைவரும் 'ஹுல்லா தனி', 'ஜெய் தனி' என்று கோஷம் போட ஆரம்பித்துவிட்டார்கள்.

அங்கு இருந்த மக்கள் அனைவரும் அவரை இரண்டாம் குமார் என்று ஏற்றுக்கொண்டனர். ஜமீன் அவரை அங்கீகரிக்கவில்லை என்றாலும், தாங்கள் அவர் பக்கம் இருப்பதாக தெரிவித்தனர். மேஜோ குமாரின் உறவினர்கள் அந்த சந்நியாசியிடம், அவரைப் பற்றிய பழைய விவரங்கள் அனைத்தும் கூறுமாறு கேட்டுக் கொண்டனர்.

இந்த நிலையில் அரசாங்கம் ஒரு விசாரணை நடத்தவேண்டும். நாளுக்கு நாள் சாதுவைப் பார்க்க கூட்டம் கட்டுக்கடங்காமல் ஜெய்தேபூருக்குத் திரண்டு வருகிறது. இந்தச் சூழ்நிலையில், தங்களைத் தக்க நடவடிக்கை எடுக்குமாறு ஆவண செய்கிறேன். இப்படிக்கு, நீதாம்.'

★

ஜமீனின் மேலாளர் நீதாம் எழுதிய கடிதத்தின் ஒரு பிரதி, இறந்த மேஜோ குமாரின் மனைவியான பிபாவதி தேவிக்கு அனுப்பப் பட்டது. சத்திய பாபு உஷாரானார். அவர் சந்நியாசியைச் சந்திக்கவில்லை. மாறாக, Secretary, Board of Revenue - லேத்பிரிஜ் என்பவரைச் சந்தித்து மேஜோ குமார் இறப்பு குறித்த அரசு ஆவணங்களின் நகலைப் பெற்றார். அதை டாக்கா கலெக்டருக்கு அனுப்பிவைத்தார். சத்திய பாபு இவ்விஷயம் குறித்து, வைஸ்ராய் கவுன்சில் உறுப்பினரான லீ என்பவரைச் சந்தித்தும் பேசினார். பின்னர் டார்ஜிலிங் சென்று, மேஜோ குமார் இறந்து விட்டார் என்பதை நிரூபிப்பதற்குத் தேவையான ஆதாரங்களைத் திரட்டினார். சத்திய பாபு ஆங்கிலேய அரசாங் கத்தில் உள்ள முக்கியமான அதிகாரிகளை எல்லாம் சந்தித்து, தனக்கு ஆதரவு திரட்டினார். சந்நியாசி ஒரு போலி என்று தான் செல்லும் இடங்களிலெல்லாம் பிரசாரம் செய்தார். ஜமீனை நிர்வகித்து வந்த ஆங்கிலேயே மேலாளரான நீதாம், சந்நி யாசியை ஜமீனின் ராஜாவாக அங்கீகரிக்கவில்லை.

இதற்கிடையில், கிட்டத்தட்ட ஒரு லட்சம் ஜமீன் மக்கள் ஒன்று திரண்டு, பாவல் தாலுக்தார் பிரஜா ஸமித்தி என்ற சங்கத்தைத் தோற்றுவித்தனர். அந்தச் சங்கத்தின் நோக்கம், சந்நியாசிதான் இரண்டாம் குமார் என்று நிரூபிப்பதாகும். பின்னர், பாவல் ராஜ்ஜியத்தை Court Court of Wards-இடமிருந்து மீட்டு, மேஜோ குமாரிடம் ஒப்படைக்கவேண்டும். அதற்குத் தேவையான பணம் திரட்டப்பட்டது. அந்தச் சங்கத்தின் தலைவராக வசதிமிக்க பாபு டிகேந்திர நாராயண் கோஷ் என்பவர் நியமனம் செய்யப்பட்டார்.

கலெக்டரிடம் மனுத் தாக்கல் செய்யப்பட்டது. சந்நியாசியின் கூற்று சரிதானா என்று அரசாங்கம் விசாரித்து முடிவெடுக்க வேண்டும் என்று மேஜோ குமாரின் இரு சகோதரிகளின் பேரில் மனுத் தாக்கல் செய்யப்பட்டது. சந்நியாசியான ராஜ்குமாரைப் புகழ்ந்து நிறைய பாடல்களும் கவிதைகளும் புனையப்பட்டன. கிராமங்களில் சந்நியாசிக்கு ஆதரவு தேடி இந்தப் பாடல்கள் பாடப்பட்டன. ஆங்காங்கே சந்நியாசிக்கு ஆதரவாக கிராமங் களில் சொற்பொழிவுகள் நிகழ்த்தப்பட்டன. அரசாங்கத்துக்குச் செலுத்த வேண்டிய வரிகளைச் செலுத்த கிராம மக்கள் மறுத் தனர். அரசாங்கத்தின் அரண்மனை மேலாளர், அரண்மனையில் இருப்பவர்கள் யாரேனும் சந்நியாசிக்கு ஆதரவாக நடந்து கொண்டால் அவர்கள் மீது கடுமையான நடவடிக்கை எடுக்கப் படும் என்று எச்சரித்தார். மிர்சாபூர் என்ற இடத்தில் கலவரம் வெடித்தது. அந்த கலவரத்தின்போது, ஒருவர் காவல் துறை யினரின் துப்பாக்கிச் சூட்டில் இறந்துபோனார். இதுபோன்ற சம்பவங்கள் பல ஊர்களிலும் நடைபெற்றன.

1921 மே 21 அன்று, டாக்கா கலெக்டர் லின்ஸ்டே, சந்நியாசியிடம் விசாரணை நடத்தினார். விசாரணையின் முடிவை கலெக்டர், ஜூன் 7 அன்று வெளியிட்டார்.

‘இரண்டாம் குமார் டார்ஜிலிங்கில் 12 ஆண்டுகளுக்கு முன்னர் இறந்துவிட்டார். அவர் உடம்பு எரிக்கப்பட்டுவிட்டது. இப் போது, இரண்டாம் குமார் என்று சொல்லிக் கொள்ளும் சந்நியாசி உண்மையானவர் இல்லை. அவர் ஒரு போலி. அவர் உண்மை யான குமார் என்று நினைத்து அவரிடம் வரி செலுத்துபவர் களுக்கு அரசாங்கம் பொறுப்பேற்கமுடியாது.’

இப்படிக்கு, ஜெ.ஹ.லின்ஸ்டே, டாக்கா கலெக்டர்.

★

1924ம் ஆண்டு வரை, சந்நியாசி டாக்காவில் தன்னுடைய சகோதரிகளின் வீட்டுக்கு அருகில் தங்கினார். பின்னர் அவர் கல்கத்தா சென்றுவிட்டார். அங்கு அவர் நிறைய பேரைச் சந்தித்தார். வைஸ்ராய் வழங்கிய விருந்து உபசாரங்களில் கலந்து கொண்டார். மேஜோ குமார் ஓட்டுவது போன்று கல்கத்தா வீதிகளில் டாம் டாம் காரில் சுற்றி வந்தார். நில உரிமையாளர்கள் சங்கத்தில் உறுப்பினரானார். கிழக்கு வங்காள ஃப்லோடிலா நிறுவனத்தின் (East Bengal Flotilla Service Ltd) இயக்குநராக நியமனம் செய்யப்பட்டார். இந்நிறுவனம் சிறு போர்க் கப்பல் களைத் தயார் செய்து விற்று வந்தது. இந்நிறுவனத்தின் உரிமை யாளர், அப்போது கல்கத்தாவிலேயே பிரபலமான கோடீஸ்வர ரான ஹலோதர் ராய்.

சந்நியாசி டாக்கா வந்து சரியாக 9 ஆண்டு காலம் கழித்து, அதாவது மேஜோ குமார் இறந்ததாகச் சொல்லப்பட்ட பிறகு 21 ஆண்டுகள் கழித்து, டாக்கா மாவட்ட அமர்வு நீதிமன்றத்தில், சந்நியாசியின் சார்பாக வழக்கு தொடரப்பட்டது. வாதி - குமார் ராமேந்திர நாராயண் ராய் என்ற பெயரில் சந்நியாசி. பிரதிவாதி - பிபாவதி தேவி, ராஜ்குமார் ராமேந்திர நாராயண் ராயின் மனைவி. சந்நியாசியால் வழக்கில் கோரப்பட்ட பரிகாரம், தன்னை ராமேந்திர நாராயண் ராயாக அறிவிக்கவேண்டும். அதாவது நீதிமன்றம், தன்னை பாவல் ஜமீனின் இரண்டாம் குமாராக அங்கீகரிக்கவேண்டும்.

இப்படி ஒரு பரிகாரம் கேட்டால், இறந்ததாகக் கருதப்படும் இரண்டாம் குமார் என்பவர் வேறு யாருமல்ல, தான் தான் என்பதை சந்நியாசி நிரூபிக்கவேண்டும். கூடவே இரண்டாம் குமார் இறக்கவில்லை என்பதையும். முடியுமா? அரசாங்கமும் ஆவணங்களும் அவருக்கு எதிராகவே இருந்தன. சந்நியாசி ஒரு போலி என்பதை நிரூபிப்பதாக சத்தியபாபு உறுதி எடுத்திருந்தார். ஜமீன் மக்கள் அனைவரும் சந்நியாசியின் பக்கம். அரசாங்கம், சத்திய பாபுவின் பக்கம். மக்களுக்கும் அரசாங்கத்துக்கும் இடையில் நடந்த போர் இது. டாக்கா நீதிமன்றம்தான் போர்க் களம்.

★

இந்தச் சம்பவமும், அதன் தொடர்ச்சியாகத் தொடரப்பட்ட வழக்கும் நாடு முழுவதும் பெரும் சர்ச்சையைக் கிளப்பியது.

பொதுமக்களும் ஆங்கிலேய அரசாங்கமும் சுதந்தரப் போராட்டத்தை எப்படித் தங்களுடைய சார்பு நிலையில் பார்த்தார்களோ, அதே சார்பு நிலையில்தான் இந்த வழக்கும் பார்க்கப்பட்டது. ஆனால், வழக்கை விசாரிக்கும் நீதிபதிக்கு எந்தச் சார்பு நிலையும் இருக்கக்கூடாது. அவர் நடுநிலையாகத்தான் வழக்கை விசாரிக்க வேண்டும். அவர் நியாயமான முறையிலும், சாட்சிகளின் அடிப்படையிலும், ஆவணங்களின் பரிசீலனையின்படியும்தான் தீர்ப்பு வழங்கவேண்டும். இரண்டு தரப்பிலும் சாட்சிகள் இருந்தபோதும், ஒருவரது அடையாளத்தைத் தீர்மானிப்பது அவ்வளவு எளிதல்ல. ஆனால், தீர்மானித்தாகவேண்டிய கட்டாயத்தில் இருந்தார் நீதிபதி பன்னாலால் பாசு.

கணவனுக்கும் மனைவிக்கும் இடையிலான, மன்னிக்கவும் கணவன் என்று ஏற்றுக்கொள்ளப்படாதவருக்கும் அவரது மனைவிக்கும் இடையிலான வழக்கு விசாரணை தொடங்கியது. இரண்டு தரப்பிலும் பிரபல வழக்கறிஞர்கள் ஆஜரானார்கள். வழக்கு விசாரணை நடந்த நீதிமன்றத்தில், வரலாறு காணாத அளவுக்குக் கூட்டம் நிரம்பி வழிந்தது. மக்கள் ஒருவரை யொருவர் முண்டியத்துக்கொண்டு நீதிமன்றத்தில் இடம்பிடிக்க முனைந்தார்கள். வழக்கைப் பார்ப்பதற்காக மட்டுமல்ல, வழக்கின் நாயகன், நாயகி என்று வழக்கில் தொடர்புடைய அனைவரையும் பார்க்கும் ஆர்வம் அனைவருக்கும் இருந்தது.

வழக்கு 1930ம் ஆண்டு தொடுக்கப்பட்டாலும், வழக்கு விசாரணை தொடங்கியது என்னவோ 1933ம் ஆண்டு டிசம்பர் வாக்கில்தான்.

சந்நியாசி கூண்டில் ஏறினார். அவரை முதலில் விசாரணை செய்தது, அவருடைய வழக்கறிஞர் பி.சி. சாட்டர்ஜி. முதல் விசாரணை முடிவதற்கு மூன்று நாள்களாயின. அனைவரும் எதிர்பார்த்த அந்த முக்கியமான கேள்வி கேட்கப்பட்டது. இறந்துபோனதாகச் சொல்லப்படும் மேஜோ குமாரான நீங்கள் எப்படி உயிர் பிழைத்தீர்கள்? எப்படி சந்நியாசி ஆனீர்கள்?

சந்நியாசி பின்வருமாறு பதிலளித்தார்.

'டார்ஜிலிங்கில், இடுகாட்டில் நான் முனங்கிக் கொண்டிருந்தேனாம். அப்போது அருகாமையில் இருந்த நான்கு சாதுக்கள் என்னைக் காப்பாற்றினர். எனக்கு நினைவு திரும்புவதற்கு வெகு

நாள்களாயின. மீண்டபோது, பழைய நினைவுகள் எல்லாம் மறந்து போயின. அந்தச் சாதுக்களில் தலைமை சாதுவான தரம்தாஸ், என்னை அவருடைய சிஷ்யனாக ஏற்றுக்கொண்டார். சாதுக்கள், என்னை சுந்தர்தாஸ் என்று அழைத்தனர். பின்னர், அந்தச் சாதுக்களுடன் நான் காசிக்குச் சென்றேன். காசியில் – ஆஷிகாட்டில் நான்கு ஆண்டுகள் தங்கியிருந்த பின்னர், அங் கிருந்து நாங்கள் இந்தியாவின் வட மாநிலங்கள் அனைத்துக்கும் சென்றோம். சுமார் 2,000 மைல்கள் கடந்திருப்போம். பொதுவாக நாங்கள் அனைத்து இடங்களுக்கும் நடந்தே சென்றோம்.

காசியிலிருந்து முதலில் இமயமலைக்குச் சென்றோம். அங் கிருந்து கீழிறங்கி அமர்நாத் குகையில் உள்ள பனிலிங்கத்தைத் தரிசித்தோம். அமர்நாத்தில், என் குருவான தரம்தாஸிடம் நான் தீட்சைப் பெற்றேன். அமர்நாத்திலிருந்து ஸ்ரீநகர் சென்றோம். அங்கு என் குருவின் பெயரைக் கையில் பச்சைக்குத்திக் கொண் டேன். ஸ்ரீநகரில் இருந்து நேபாளம் சென்றோம். காட்மண்டுவில் உள்ள பசுபதிநாத் கோயிலுக்குச் சென்றோம். பசுபதிநாத் கோயிலில் ஓராண்டு காலம் தங்கினோம். அங்கிருந்து இன்னும் வடக்கே உள்ள தீபத்துக்குச் சென்றோம். தீபத்தில் உள்ள புத்த கோயிலில் லாமாக்களுடன் ஓராண்டு தங்கினோம். தீபத்தி லிருந்து மறுபடியும் நாங்கள் நேபாளத்துக்கு வந்தோம். நேபாளத்தில் பரஹா சத்ரா என்ற ஒரு மலைஸ்தலத்தில், டாக்கா என்ற பெயர் நினைவுக்கு வந்தது. அந்தப் பெயரை நான் உச்சரித்தேன்.

தரம்தாஸ் என்னைப் பார்த்து, ‘நீ என்ன சொன்னாய்?’ என்று கேட்டார். ‘நீ யார் என்று உனக்கு நினைவுக்கு வந்து விட்டதா?’

‘அது என் வீடு’ என்று பதிலளித்தேன்.

‘நீ போக வேண்டிய நேரம் வந்துவிட்டது. கிளம்பு’ என்றார் என்னுடைய குரு.

‘நான் உங்களை மறுபடியும் எப்போது சந்திப்பேன்?’

‘நான் காசியில் இருப்பேன். நீ மாயையைக் கடந்துவிட்டால், சந்நியாசத்தில் ஏற்றுக்கொள்ளப்படுவாய்’ என்று பதிலளித்தார்.

இரண்டு நாள்களில் மற்ற சாதுக்களை விட்டுப் பிரிந்தேன். நான் அவர்களுடன் 11 ஆண்டுகள் ஒன்றாகக் கழித்திருக்கிறேன்.

அவர்களுடன் பல தூர தேசங்களுக்குச் சென்றிருக்கிறேன். அவர்களை விட்டுப் பிரியமுடியாமல் பிரிந்தேன். இறுதியில், டாக்கா ரயில் நிலையத்துக்கு வந்தேன்.'

முதல் விசாரணையில் சந்நியாசி வெளிப்படுத்திய விஷயங்கள் இவை.

பிபாவதியின் வழக்கறிஞர் தன்னுடைய குறுக்கு விசாரணையை ஆரம்பித்தார். 'சந்நியாசி சொன்னது எதற்கும் ஆதாரம் இல்லை. எனவே அந்த சாட்சியம் உண்மை என்பதை எப்படி எடுத்துக் கொள்ளமுடியும்? அவருடைய வாதங்கள் ஏன் ஜோடனையாக இருக்கக்கூடாது?'

இந்த வாதம் ஏற்புடையதாகவே இருந்தது.

தான் சொன்னது உண்மைதான் என்பதை நிரூபிப்பதற்கு, நான்கு சாதுக்களை நீதிமன்றத்தில் கொண்டுவந்து நிறுத்தினார் சந்நியாசி. அந்த நான்கு சாதுக்களின் பெயர்களும் பின்வருமாறு. தரம் தாஸ், பீதம்தாஸ், லோக்நாத் தாஸ் மற்றும் தர்ஸன் தாஸ் என்ற நேக்கு. இதில் முதலில் குறிப்பிட்ட மூன்று சாதுக்களும் சந்நியாசம் பெற்றுவிட்டனர். நான்காமவர் சிறு வயதுக்காரர். இன்னும் சன்னியாசம் பெறவில்லை. நால்வரும், ஒருவர் பின் ஒருவராகக் கூண்டில் ஏறி சாட்சியம் அளித்தனர். அவர்கள் அனைவரும் ஒரே மாதிரியே சாட்சியம் அளித்தனர். அவர்கள் சொன்னதற்கும், சந்நியாசி சொன்ன சாட்சியத்துக்கும் எந்த வித்தியாசமும் இல்லை.

'நாங்கள் நாக சந்நியாசிகள். நாங்கள் நால்வரும் சாஸ்திரங் களிலும், புராணங்களிலும் குறிப்பிடப்பட்டுள்ள கோயில்களுக் கும், புனிதத் தலங்களுக்கும் சென்று கொண்டிருந்தோம். அப்படிப் போகும் வழியில், நாங்கள் டார்ஜிலிங்குக்கு வந் தோம். அங்கு ஊருக்கு வெளியே தங்கியிருந்தோம். நாங்கள் பிச்சை எடுத்து உணவருந்தினோம். நாங்கள் இருந்த பகுதியில் குடியானவர்களும் கூலித் தொழிலாளர்களும் இருந்தனர். அவர்கள் எங்களுக்கு அளித்த உணவை உண்டு வந்தோம்.

மே 8ம் தேதி அன்று, இரவு நன்கு இடி இடித்துக்கொண்டிருந்தது. இருட்டில் குளிர் காய்ந்துகொண்டிருந்தோம். அப்போது தொலைவில் ஹரிபோல்! ஹரிபோல்! என்று முழக்கம் கேட்டது. இதற்கிடையில் இடி, மின்னலுடன் நன்கு மழை ஆரம்பித்து

விட்டது. அதனால் அந்த முழக்கம் நின்றுபோனது. தரம் தாஸ், நேக்குவை வெளியே என்ன நடக்கிறது என்று பார்க்கச் சொன்னார். நேக்கு வெளியே பார்த்துவிட்டு வந்து, வெளியே சில மனிதர்கள் மழையில் கூச்சல் போட்டுக்கொண்டு இங்கேயும் அங்கேயும் ஓடுகின்றனர் என்றான்.

கொஞ்ச நேரம் கழித்து இடி, மின்னல், மழை எல்லாம் ஓய்ந்து போனது. அந்த இடத்தில் பெரும் அமைதி நிலவியது. தரம் தாஸ் மறுபடியும் நேக்குவை அழைத்து, வெளியே என்ன நிலவரம் என்று பார்த்து வரச்சொன்னார். வெளியே சென்ற நேக்கு சிறிது நேரத்திற்கெல்லாம் ஓடிவந்து, 'பாபாஜி வெளியே வாருங்கள், யாரோ ஒருவர் முனகும் சத்தம் கேட்கிறது' என்றான். லோக்நாத், நேக்குவுடன் ஒரு விளக்கை ஏந்திக்கொண்டு விரைந்து சென்றார். இருவரும் பாறையின் அடிவாரத்திலிருந்து சத்தம் வரும் இடத்தை நோக்கிச் சென்றனர். அங்கு, வெள்ளைத் துணியால் சுற்றப்பட்ட ஒரு மனிதன், பாடையில் கிடத்தப்பட்டிருந்தான். துணியை நீக்கிவிட்டு இருவரும் பார்த்தார்கள். வலி தாங்க முடியாமல், ஒரு மனிதன் தவித்துக்கொண்டிருந்தான். அவனது கால்கள் கட்டப்பட்டிருந்தன. கால்கட்டை அவிழ்த்து விட்டார் லோக்நாத். மூக்கில் கை வைத்துப் பார்த்தார். பின்னர் நேக்குவைப் பார்த்து, 'இந்த மனிதன் உயிருடன்தான் இருக்கிறான், சீக்கிரம் சென்று மற்ற இரண்டு சாதுக்களையும் கூட்டிவா' என்று கட்டளை யிட்டார். பின்னர் நாங்கள் நால்வரும், அந்த மனிதனை நாங்கள் வசித்த குடிலுக்குத் தூக்கி வந்தோம்.

அந்த மனிதனின் உடல் நனைந்திருந்தது. அவன் குளிரில் நடுங்கிக் கொண்டிருந்தான். நடுங்கிக் கொண்டிருந்த அவன் உடம்பைச் சுற்றிக் கம்பளி போடப்பட்டது. நாங்கள் இருந்த குடிலில் அனைவருக்கும் இடமில்லை என்பதால், அந்த மனிதனைத் தூக்கிக்கொண்டு, மலையின் அடிவாரத்துக்குச் சென்றோம். அங்கு எங்கள் கண்ணில் ஒரு குடில் தென்பட்டது. ஆனால், அதன் கதவுகள் பூட்டப்பட்டிருந்தன. தரம்தாஸ், கதவை உடையுங்கள் என்றார். மழைநீரில் கதவு நனைந்து ஈரப் பதத்துடன் இருந்ததால் லோக்நாத்தும், நேக்குவும் கதவில் பூட்டப்பட்டிருந்த சங்கிலியை இழுத்தவுடன், பூட்டு கையோடு உடைத்துக்கொண்டு வந்துவிட்டது. குடிசையின் உள்ளே ஒரு கட்டில் மட்டும் இருந்தது. நாங்கள் தூக்கி வந்த மனிதனை அந்தக் கட்டிலில் கிடத்தினோம். துணியில் நெருப்பை வளர்த்து,

கட்டிலுக்கு அருகாமையில் வைத்தோம். குளிரில் நடுங்கிக்
கொண்டிருந்தவனின் உள்ளங்கைகளையும், பாதங்களையும்
நாங்கள் நால்வரும் மாறி மாறித் தேய்த்துவிட்டோம். ஒரு மணி
நேரத்தில் அந்த மனிதனின் நடுக்கம் நின்றது. மூச்சுவிடுவது
சீரானது. ரத்த ஓட்டம் பரவியது.

சுமார் நான்கு நாள்கள் அந்த மனிதன் கோமாவில் இருந்தான். ஒரு
நாள் காலையில், தரம்தாஸ் அந்த மனிதனின் மீது சுற்றப்
பட்டிருந்த கம்பளியை எடுத்துப் பார்த்துபோது, அவனது
உடம்பில் கொப்பளங்கள் சீழ் பிடித்திருப்பது தெரியவந்தது.
'இவனுக்கு மருந்து கொடுக்க வேண்டும்' என்று தரம்தாஸ் தெரி
வித்தார். ஐந்தாவது நாள் அந்த மனிதனுக்கு நினைவு திரும்பி
யது. அவன் கண்களைத் திறந்து பார்த்தான். ஏதோ உளறினான்.
எங்களுக்கு அவன் என்ன சொல்கிறான் என்று புரியவில்லை.
அவனது கண்கள், விட்டத்தையே பார்த்துக்கொண்டிருந்தன. ஒரு
சாது அவனைப் பார்த்து 'இவன் புத்திசுவாதினம் இல்லாதவன்
போல் நடந்து கொள்கிறான்' என்றார். மற்றொரு சாது 'இவன்
பிழைத்துவிட்டான், இவனுக்கு நாம் உதவி செய்யவேண்டும்'
என்றார். நாங்கள் அதற்கு ஒப்புக்கொண்டோம்.

நாங்கள் தங்கியிருந்த குடிசை, கிரிஜா பாபு என்பவனின் கிடங்கு.
நாங்கள் ஒரு மனிதனுக்கு உதவி செய்வதைப் பார்த்து, எங்களை
அங்குத் தங்க அனுமதித்தான். கிரிஜா பாபு பணம் செலவழித்து,
சில ஆயுர்வேத மருந்துகளை வாங்கிக்கொடுத்தான். நாங்கள்
பிச்சை எடுத்து வந்த உணவை அந்த மனிதனுக்குக் கொடுத்
தோம். சிறிது சிறிதாக அந்த மனிதன் குணமடைந்தான். ஓரளவு
அவன் குணமடைந்த பிறகு, அவனிடம் பேச்சுக் கொடுத்தோம்.
ஆனால், அவனிடமிருந்து எந்தப் பதிலும் வரவில்லை. அவன்
பேந்தப் பேந்தப் பார்த்துக்கொண்டு, ஏதோ உளறிக் கொண்டிருந்
தான்.

தரம்தாஸ் மற்ற சாதுக்களிடம், 'நாம் பொறுமையாக இருக்க
வேண்டும்; காலம் வரும்போது எல்லா விஷயமும் விளங்கும்;
அதுவரைக்கும் நாம் காத்திருக்கவேண்டும்; இவன் இனிமேல்
என்னுடைய சிஷ்யன்; இது கர்ம வினை' என்றார்.

இரண்டு வாரத்துக்குப் பிறகு, அந்த மனிதனை அழைத்துக்
கொண்டு நால்வரும் டார்ஜிலிங்கை விட்டுச் சென்றோம்.
தரம்தாஸ் தன்னுடைய புதிய சிஷ்யனுக்கு, சுந்தர்தாஸ் என்று

பெயரிட்டார். அங்கிருந்து நாங்கள் ஐவரும் பல ஊர்களுக்குச் சென்றோம்.

அதற்குப் பின்னர் என்ன நடந்தது என்பதைத்தான், பாவல் சந்நியாசி தன்னுடைய சாட்சியத்தில் பதிவு செய்தார்.'

★

சாதுக்கள் அனைவரும் ஹிந்தியில் பேசியதாலும், அவர்களுடன் 12 ஆண்டுகள் சுந்தர்தாஸ் கழித்ததாலும் அவனும் அரைகுறை யாக ஹிந்தி பேசினான். பிபாவதி தேவியின் வழக்கறிஞர் ஏ.என்.சௌத்ரி பாவல், சந்நியாசியை மேற்சொன்ன விவகாரங் களில் குறுக்கு விசாரணை செய்தார். நான்கு சாதுக்களையும் குறுக்கு விசாரணை செய்தார். பாவல் சந்நியாசியை மட்டும் சுமார் ஐந்து நாள்கள் குறுக்கு விசாரணை செய்தார். மேஜோ குமாருடைய குடும்பம், அவருடைய மூதாதையர், அவர் வளர்ந்த சூழ்நிலை, அவரை வளர்த்தவர்கள், அவருடைய சொந்தக்காரர்கள் என்று பலவற்றையும் குறித்து குறுக்கு விசாரணை மேற்கொண்டார்.

பாவல் சந்நியாசி அனைத்துக்கும் பொறுமையாகப் பதில் சொன் னார். அந்தரங்கமான விஷயங்கள்கூட விட்டுவைக்கப் படவில்லை. மேஜோ குமார் ஒரு பெண் பித்தர் என்பதிலிருந்து அவர் எந்தெந்த விலைமாதர் வீட்டுக்கெல்லாம் சென்றார் போன்றவை வரை அனைத்தும் விவாதிக்கப்பட்டன.

மேஜோ குமார், தன் அரண்மனையில் வசதியான சூழ்நிலையில் வாழ்ந்தவர். மேற்கத்திய கலாச்சாரமும் பழக்கவழக்கமும் அவருக்கு அத்துப்படி என்பதால் அவை குறித்தும் கேள்விகள் கேட்கப்பட்டன.

★

கிரிக்கெட் விளையாடத் தெரியுமா? ஸ்டம்ப்ஸ் என்றால் என்ன? எல்.பி.டபிள்யூ. என்றால் என்ன? க்ரீஸ் என்று எதைக் குறிப் பிடுகிறார்கள்? அம்பயர் என்பவர் யார்? டென்னிஸ் விளை யாட்டில் டியூஸ் என்றால் என்ன? பில்லியர்ட்ஸ் விளையாட்டு என்றால் என்ன?

அடுத்ததாக, மேற்கத்திய ஆடைகளைப் பற்றியும் கேள்விகள் கேட்கப்பட்டன. மிலிட்டரி காலர் என்றால் என்ன? Lounge suit என்றால் என்ன? Chesterfield cloth என்றால் என்ன?

அடுத்ததாக, சாப்பாட்டு மேஜையில் வைக்கப்படும் பொருள் களைப் பற்றி சௌத்ரி கேட்டார். Salt cellar, cruet stand, tumbler, napkin cloth என்று எதையும் விட்டு வைக்கவில்லை. புகைப் படக்கருவி, கேமரா, ஃபோக்கஸ், லென்ஸ்... பற்றியும் கேட்கப்பட்டன. Crushed food என்றால் என்ன என்று கேட்கப் பட்டபோது, சந்நியாசி சாவகாசமாக, 'அது குதிரைகளுக்கு வழங்கப்படும் தீனி' என்றார்.

அடுத்து வேட்டை. Muzzle end, breach end, magpie, cat's eye, bulls eye, cordite, choke, bore, Martini Henri. ஆனால், இந்தக் கேள்விகளுக்குச் சரியான பதில்கள் வரவில்லை. வழக்கறிஞர் சௌத்ரி ஒரு விஷயத்தை கவனத்தில் எடுத்துக்கொள்ள தவறிவிட்டார். வேட்டையாடுபவர்களுக்குத் துப்பாக்கியை எப்படி பயன்படுத்தவேண்டும் என்று தெரிந்திருந்தால் போதும், அதைப் பற்றிய விளக்கங்கள் அவருக்குத் தெரிந்திருக்க வேண் டிய அவசியம் இல்லை.

அதேபோல் சௌத்ரி, நீதிமன்றத்தில் நிரூபிக்க நினைத்தது, மேஜோ குமார் ஆங்கிலயேர்களைப் போல அவர்களது முறை யில் உணவு உட்கொள்வார் என்று. அதை நிரூபிக்கும் பொருட்டு, 1908ம் ஆண்டு கிச்சனர் துரை ராஜ்பாரிக்கு வந்த போது, அவருடன் சேர்ந்து மூன்று ராஜகுமார்களும் விருந்துண் டனர் என்று பிபாவதியின் சார்பில் சாட்சியம் அளிக்கப்பட்டது. ஆனால், அந்த சாட்சியம் பொய் என்று நிரூபணம் ஆனது. காரணம், கிச்சனர் துரை ராஜ்பாரிக்கு வந்தபோது, அவருடன் உணவு உட்கொண்டவர்கள் மூத்த குமாரும் இளைய குமாரும் தான். மேஜோ குமார், கிச்சனர் துரை வேட்டையாடுவதற்குத் தேவையான வசதிகளை செய்து கொடுப்பதற்காகக் கானகத் துக்குச் சென்றுவிட்டார்.

மேஜோ குமார் யாருக்கும் அடங்காத சுதந்தரப் பறவையாக வாழ்க்கையை சந்தோஷமாகக் கழித்தாரே தவிர, அவருக்கு ஆங்கில மோகம் கொஞ்சமும் இல்லை.

மேஜோ குமார் நன்கு படித்தவராகவும் உலக அறிவு உள்ளவ ராகவும் இருந்திருந்தால், அத்தகைய கேள்விகளை எழுப்பி யிருக்கலாம். மேஜோ குமார் பள்ளிக்கூடத்துக்கே செல்லாதவர். அதிகபட்சம் தனது பெயரை ஆங்கிலத்தில் எழுதத் தெரியும், அவ்வளவுதான். அப்படி இருக்கையில் சந்நியாசியிடம் அது

போன்ற கேள்விகளைக் கேட்டு, அதற்குப் பதில் சொல்ல வில்லை என்று சொல்வது ஏற்புடையதாகாது.

சௌத்ரி மேலும் ஒரு தவற்றைச் செய்தார். சந்நியாசியிடம் அவருடைய முந்தைய வாழ்க்கையில் நடந்த சில விஷயங்களை மட்டும் கேட்டுவிட்டு, மற்ற விஷயங்களை விசாரிக்காமல் விட்டுவிட்டார். யாராவது முன்கூட்டியே அவருக்கு இதுபற்றி சொல்லிகொடுத்திருக்கலாம் என்பது அவர் கணிப்பு. ஆனால், அதற்காக அந்த விஷயங்களில் கேள்வி கேட்காமல் விடுவதும் சரியல்ல. ஒருவருக்கு மற்றவரின் வாழ்க்கைக் குறிப்புகள் எவ்வளவுதான் சொல்லிக்கொடுக்கப்பட்டிருந்தாலும், அவரால் எல்லாவற்றையும் ஞாபகம் வைத்திருக்கமுடியாது. எப்போது எங்கே குறுக்கு விசாரணை மேற்கொள்வார்கள் என்பதும் தெரியாதல்லவா?

குறுக்கு விசாரணையில் சௌத்ரி கேட்ட கேள்விகளுக்கு சந்நியாசி அளித்த பதில்களைத் தொகுத்துப் பார்க்கையில் ஒரு விஷயம் தெளிவானது. மேஜோ குமார் ஆங்கிலேயர்கள் போல் ஆடை உடுத்தவில்லை, ஆங்கிலேயர்கள் போல் உணவு அருந்தவில்லை, ஆங்கிலேயர்கள் போல் விருந்துக்குச் செல்ல வில்லை, ஆங்கிலேயர்கள் விளையாடிய விளையாட்டுகளை விளையாடவில்லை. மொத்தத்தில், சௌத்ரி, சந்நியாசிடம் செய்த குறுக்கு விசாரணை, சந்நியாசிக்குச் சாதகமாகவே மாறியது.

உங்களுக்குத் தபலா வாசிக்க தெரியுமா, பாடத் தெரியுமா? என்றெல்லாம்கூட கேட்டார். வங்காள பாட்டிலிருந்து ஒரு சில வரிகளையும் பாடச்சொன்னார். அதற்கு சந்நியாசி முடியாது என்று பதிலளித்து விட்டார்.

ஆச்சரியம்! ராஜ்பாரி அரண்மனையில் எப்பொழுதும் இரவில் பாட்டு, நடனம் என்று அனைத்து விதமான கச்சேரிகளும் நடை பெறும். மேலும், ஜோதிர்மாயி தன்னுடைய விசாரணையின் போது, தனது தம்பி குளிக்கும்போது ஓரிரண்டு வரிகள் வங்காளத்தில் பாடுவார் என்று சொல்லியிருந்தார். வங்காள தேசத்தில் பாட்டுப் பாடாதவர்களே இருக்கமுடியாது. இசை அவர்களுடைய வாழ்க்கையோடு ஒன்றிப் போனது. சந்நியாசி ஹிந்துஸ்தானியாகவே இருந்தாலும், 13 ஆண்டுகளுக்கும் மேலாக வங்காளத்தில் இருந்தவர். அப்படியிருக்க, அவருக்குப்

பாடல் வரிகள் தெரியவில்லை என்றால், அவர் போலியாகத் தான் இருக்க வேண்டும். இது சௌத்ரியின் வாதம்.

ஆனால் நீதிபதி, இந்த வாதத்தை ஏற்கவில்லை. அதற்கு அவர் தன் தீர்ப்பில் வெளியிட்ட காரணங்கள் பின்வருமாறு :

'பாடுபவர்கள் எல்லோருமே மேடைப் பாடகர்கள் அல்லர். வெகுஜன மக்கள், படிப்பறிவில்லாதவர்கள் சாதாரணமாகப் பொது இடங்களில் பாடுவதில்லை. நிறைய வற்புறுத்தலுக்குப் பிறகுதான் அவர்களைப் பாடவைக்கமுடியும். அதுவும் கூட உறுதியல்ல. ஒரு விவசாயியோ அல்லது படிப்பறிவில்லாத வனோ அனைவருக்கும் மத்தியில் அதுவும் நீதிமன்றத்தில் பாடிவிட மாட்டான். அவர்களுடைய கூச்ச சுபாவம் அவர் களைப் பாடவிடாமல் தடுக்கும். படிப்பறிவு பெற்றவர்களின் கதை தனி. அவர்களுக்கு மற்றவர்கள் போல் அவ்வளவு கூச்ச சுபாவம் இருக்காது. அவர்களுடைய படிப்பறிவு அவர்களது வெட்கத்தைப் போக்கிவிடும். ராகம் தெரியவில்லை என்றாலும் தைரியமாகப் பாடுவார்கள். ஆனால், மற்றவர்கள் விஷயம் அப்படி இல்லை. சில பாடல் வரிகள் அர்த்தமற்றதாக முட்டாள் தனமாக இருக்கும், அல்லது காதலைப் பற்றி இருக்கும். இம்மாதிரி பாடல்களை யாரும் நீதிமன்றம் போன்ற பொது இடங்களில் பாடமாட்டார்கள். அப்படிப் பாடுவது சரியாக இருக்காது என்று அவர்கள் எண்ணலாம். மேஜோ குமாரின் பின்னணியிலும், அவருடைய குணாதிசயங்களின் அடிப்படை யிலும்தான் இந்தக் கேள்விக்கான பதிலைப் பார்க்கவேண்டும். இந்தப் பின்னூட்டத்தில் பார்க்கும்பொழுது, சந்நியாசி நீதி மன்றத்தில் பாட மறுத்தது ஒன்றும் வியப்பில்லை.'

மேஜோ குமார் உருவாக்கிய வனவிலங்குப் பூங்காவில் அவருக்குப் பிடித்த விலங்கைப் பற்றி கேள்வி கேட்கப்பட்டது. சந்நியாசியும், வெள்ளை நரி என்று அதற்குப் பதிலளித்தார். ஆனால், சௌத்ரி அது உண்மையில்லை என்று வாதிட்டார். ஆனால், சௌத்ரியின் (பிபாவதியின்) போதாத காலம், அவர் தரப்பு சாட்சி ஒருவர் நிலைமையைப் புரிந்து கொள்ளாமல், மேஜோ குமாருக்குப் பிடித்த விலங்கு வெள்ளை நரி என்பதை மட்டும் சொல்லாமல், மேஜோ ராஜா அந்த விலங்குக்குத் தன் கையாலேயே உணவு பரிமாறுவார் என்றுவேறு சொல்லித் தொலைத்துவிட்டார்.

இன்னொரு சாட்சி சொன்ன சாட்சியமும் பிபாவதியின் வழக்குக்கு எதிராகப் போனது. மேஜோ குமார் யானை மேல் ஏறும்போது வித்தியாசமாக ஏறுவார். மேஜோ குமார் முதலில் யானையின் துதிக்கையில் தன் காலை வைத்துப் பின்னர், யானையின் காதை இழுத்துப்பிடித்து ஒரேயடியாக யானையின் மேல் ஏறி உட்காருவார். இம்மாதிரி யானையின் மீது ஏறு வதற்குத் தனிப்பட்ட பயிற்சியும் திறமையும் தேவை. சௌத்ரி யின் வாதம் என்னவென்றால், யானை மீது ஏறுவதற்கு அரண் மனையில் பிரத்தியேக ஏணிகள் இருக்கும்போது, ஏன் இப்படி யெல்லாம் ஏறிக் கஷ்டப்படுவானேன் என்பதுதான். ஆனால், பிபாவதியின் சாட்சிகளில் ஒருவர், மேஜோ குமார் யானையின் மீது ஏறும்பொழுது ஏணிகளைப் பயன்படுத்தமாட்டார், மாறாக, அதனுடைய துதிக்கையில் கால்வைத்து வித்தியாசமாக ஏறுவார் என்று போட்டு உடைத்தார். மேஜோ குமார் சாரட் குதிரை வண்டியை ஓட்டும்போது, கடிவாளத்தை வலது கையில்தான் பிடிப்பார். இதைத்தான் சந்நியாசியும் கூறினார். ஆனால் சௌத்ரி, குதிரைவண்டி ஓட்டுகிறவர்கள் அனைவருமே கடி வாளத்தைத் தங்களுடைய இடது கையில்தான் பிடித்திருப் பார்கள் என்று வாதிட்டார். ஆனால், கூண்டில் ஏறி சாட்சி சொன்ன அனேகமானவர்கள், மேஜோ குமார் எவ்வளவு வேகமாகக் குதிரை வண்டியை ஓட்டினாலும் கடிவாளத்தைத் தன்னுடைய வலது கையில்தான் பிடித்திருப்பார் என்று சாட்சியம் அளித்தனர்.

மேஜோ குமார் பல பேருக்கு எழுதியதாகப் பல கடிதங்களை நீதிமன்றத்தில் ஆஜர்படுத்தினார், பிபாவதியின் வழக்கறிஞர் சௌத்ரி. அவருடைய வாதம், மேஜோ குமாருக்கு எழுதப் படிக்கத் தெரியும் என்பது. அந்தக் கடிதங்களையெல்லாம் சந்நியாசி ஏற்றுக்கொள்ள மறுத்துவிட்டார். விசித்திரமாக, எல்லாக் கடிதங்களிலும் ஒரே மாதிரியான செய்திகள் இடம்பெற் றிருந்தன. அதாவது அனைத்துக் கடிதங்களுமே, அரண் மனைக்கு வந்துபோன ஆங்கில துரைகளுக்கு எழுதப்பட்டன வாகவே இருந்தன. அக்கடிதங்களில் இடம்பெற்ற விவரங்களும் ஒரே மாதிரியானவையாக இருந்தன. நீதிபதி, இக்கடிதங்கள் எல்லாம் மோசடி என்று கூறிவிட்டார். மேஜோ குமாரின் வாழ்க்கை வரலாறு, அவர் எப்படிப்பட்டவர், அவர் செய்தது, செய்யாதது என அனைத்து விவகாரங்களும் அலசி ஆராயப் பட்டன.

தன்னிடம் கேட்கப்பட்ட அனைத்துக் கேள்விகளுக்கும் சந்நியாசி சரியாகப் பதிலளித்தார். அவரைக் குறுக்கு விசாரணை செய்ததில், பிபாவதிக்குச் சாதகமாக ஒன்றும் தேறவில்லை. இப்படியே போனால் பிபாவதியின் வழக்கு தவிடுபொடியாகி விடும் என்று உணர்ந்த அவருடைய வழக்கறிஞர் சௌத்ரி, வழக்கை வேறு விதத்தில் கையாண்டார். சந்நியாசிக்கும் மேஜோ குமாருக்கும் உள்ள வேற்றுமையை நிரூபிப்பதில் கவனத்தை செலுத்தினார். ஆனால், அவரால் நிரூபிக்க முடியவில்லை.

ராஜ்பாரியில் வெகுகாலம் மேலாளராக இருந்த ராய் காளி பிரஸன்ன கோஷ் என்பவர் கூண்டில் ஏற்றப்பட்டு விசாரிக்கப் பட்டார். பிரஸன்ன கோஷுக்கு மேஜோ குமாரைப் பிறந்தகி லிருந்தே தெரியும். பிரஸன்ன கோஷ் சொன்ன விவரங்கள் : மேஜோ குமார் நல்ல நிறம். அவர் கண்களும், முடியும் பழுப்பு நிறத்தில் இருக்கும். சுமாரான உயரம். நல்ல உடல்வாகு.

மேஜோ குமார் ஸ்காட்டிஷ் நிறுவனத்தில் எடுத்த பாலிசியும் தொடர்புடைய ஆவணங்களும் நீதிமன்றத்துக்கு வரவழைக்கப் பட்டன. பாலிசி எடுக்கும்போது ஓர் ஆங்கிலேய மருத்துவர், மேஜோ குமாரை முழு உடல் பரிசோதனை செய்திருந்தார். பரிசோதனை அறிக்கையில் இடம்பெற்ற விவரங்களும் சாட்சிகள் சொன்ன விவரங்களும் சந்நியாசியோடு ஒத்துப் போயின.

இதுபோக, மேஜோ குமாருடைய 8 பழைய புகைப்படங்களும் சந்நியாசியின் 16 புகைப்படங்களுடன் ஒப்பிடப்பட்டன. இரு தரப்பிலிருந்தும் தலா இரண்டு பிரபல புகைப்படக்காரர்கள் சாட்சியம் அளித்தனர். பிபாவதி தரப்பின் சாட்சியங்களில் ஒருவர், பெர்சி பிரவுன். இவர் லண்டனில் உள்ள பிரசித்தி பெற்ற ராயல் கலைக்கல்லூரியில் பயின்றவர். பின்னர், கல்கத்தா கலைக் கல்லூரியின் முதல்வராக 18 வருடங்கள் பணியாற்றினார். அவர், இரு தரப்பு புகைப்படங்களையும் பார்த்துவிட்டு அதில் வேற்றுமைதான் அதிகமாக இருக்கிறது என்று தெரிவித்தார். அதே கருத்தைத்தான் கல்கத்தாவில் உள்ள பிரபல புகைப்பட நிறுவனமான போர்ன் அன்ட் ஷப்பர்ட் நிறுவனத்தின் மேலாண்மை இயக்குநரான மசில் வைட்டும் தெரிவித்தார்.

சந்நியாசியின் சார்பில் இரண்டு பேர் சாட்சியம் அளித்தனர். முதலாமவர், எட்னா லாரன்ஸ் என்ற கல்கத்தாவில் உள்ள ஒரு

பிரபல புகைப்பட நிறுவனத்தை சேர்ந்த விண்டர்டன். பெர்லின், முனிச், டிரஸ்டென், பாரிஸ், லண்டன் ஆகிய நகரங்களில் புகைப்படத் துறையில் பயிற்சி பெற்றவர். இவர், மேஜோ குமாரின் புகைப்படத்திலும் சந்நியாசியின் புகைப்படத்திலும் நிறைய ஒற்றுமைகள் இருக்கின்றன என்று தெரிவித்தார். அவர் முக்கியமாக ஒரு விஷயத்தைக் குறிப்பிட்டார். சந்நியாசியின் புகைப்படத்தில் காது வித்தியாசமான தோற்றத்தில் காணப் படுகிறது. அதே வித்தியாசம் மேஜோ குமாருடைய புகைப் படத்திலும் தெரிகிறது. இரண்டு புகைப்படங்களிலும் மேல் உதடும் கீழ் உதடும் ஒன்றோடொன்று ஒட்டியிருக்கவில்லை. இரண்டு புகைப்படங்களிலும் கண் இமைக்குக் கீழே சதை வளர்ச்சியிருக்கிறது. மேலும், இடது கையில் உள்ள நடு விரலும், ஆள் காட்டி விரலும் ஒரே அளவில் இருக்கின்றன.

சந்நியாசியின் இன்னொரு சாட்சியான பேராசிரியர் கங்குலி, ஓவியக் கலையில் தேர்ச்சி பெற்ற, பிரசித்தி பெற்ற ஓவியர். இவர் நிறைய மகாராஜாக்களையும் ஆங்கில கவர்னர்களையும் தத்ரூபமாக ஓவியம் தீட்டியிருந்தார். அந்தக் காலத்திலேயே ஒரு முழுநீள ஓவியம் தீட்டுவதற்கு சுமார் 7000 ரூபாய் சம்பளமாக வாங்குவார். அவர், அரசு கலைக் கல்லூரியில் துணை மேலாளராகப் பணியாற்றியவர். பிபாவதியின் சாட்சியான பெர்சி பிரவுனின் நெருங்கிய நண்பரும்கூட. ஓவியத்தின் நுணுக்கங்களை நன்கு அறிந்தவராதலால், கங்குலியால் தன்னிடம் காண்பிக்கபட்ட புகைப்படங்களில் உள்ள ஒற்றுமை, வேற்றுமைகளைத் தெளிவாகச் சொல்ல முடிந்தது. அவர் தன்னுடைய பயிற்சியையும் அனுபவத்தையும் வைத்து இரு தரப்பிலிருந்தும் காண்பிக்கப்பட்ட புகைப்படங்களும் ஒரே ஆளுடையது என்ற கருத்தைத் தெரிவித்தார். தன் அனுபவத்தில் இதுவரைக்கும் இப்படி ஒரு காது அமைப்பு கொண்ட ஒரு மனிதரை நான் பார்த்ததே இல்லை என்றும் கூறினார்.

நீதிபதி, கங்குலியின் சாட்சியத்தை, உண்மையானதாகவும் பொருத்தமானதாகவும் உள்ளது என்று ஏற்றுக்கொண்டார்.

அடுத்து சந்நியாசியின் மார்பு. பிபாவதி சாட்சிக் கூண்டில் ஏறி தன்னுடைய கணவரான மேஜோ குமாருக்கு மார்பில் முடியே இருக்காது என்று சாட்சியம் அளித்தார். ஆனால், மேஜோ குமாரின் சகோதரியோ, தன்னுடைய தம்பியின் மார்பில் நிறைய முடிகள் காணப்படும் என்றார். மேஜோ குமாருக்கு மஸாஜ்

செய்தவர்கள், வேலையாள்கள், மல்யுத்தம் செய்தவர்கள் என்று ஆறு சாட்சிகளும் இதையே உறுதிபடுத்தினார்கள். மேஜோ குமார் மல்யுத்தத்துக்கு வருவதற்கு முன்னர் தன்னுடைய மார்பைச் சவரம் செய்து கொண்டுதான் வருவார் என்றார்கள். இது பாவல் ராஜ்ஜியத்தில் ஒரு பழக்கமாக உள்ளது என்று நீதிபதியும் தன் தீர்ப்பில் வெளியிட்டிருக்கிறார்.

அடுத்து, மேஜோ குமாரின் பாத அளவு. மேஜோ குமார் சுமாரான உயரம்தான். அவருக்கு எப்பொழுதும் காலணிகள் மற்றும் ஷு தயார் செய்து தருபவர், கல்கத்தாவில் உள்ள ஒரு பிரபல சீன ஷு தயாரிப்பாளர். அவர் நீதிமன்றக் கூண்டில் ஏற்றப்பட்டார். மேஜோ குமாரின் ஷு அளவு 6 என்றும், சந்நியாசியின் ஷு அளவும் அதேதான் என்றும் அவர் உறுதியளித்தார்.

சந்நியாசியின் இடது கணுக்காலில் ஒரு தழும்பு இருந்தது. மேஜோ குமார் குதிரை லாயத்தைக் கவனித்துக்கொண்டிருந்த போது, ஒரு குதிரை வண்டி அவரது காலில் ஏறியது. அப்போது ஏற்பட்ட தழும்பு அது. இதை உறுதிசெய்து வாதிட்டார் சந்நியாசியின் வழக்கறிஞர் சாட்டர்ஜி. ஆனால், பிபாவதியின் வழக்கறிஞர், பொய்கதை என்று இதை நிராகரித்தார். இந்த விபத்து மேஜோ குமாரின் தம்பியான சோட்டு குமாரின் திருமணத்துக்கு 6 நாள்கள் முன்பு ஏற்பட்டது. அந்தத் திருமண விழாவிலும்கூட, முடவர்கள் பயன்படுத்தும் உதைகாலையே மேஜோ குமார் பயன்படுத்தினார் என்று பல சாட்சிகள் தெரிவித்தனர். இன்ஷுரன்ஸ் கம்பெனியில் இருந்து வரவழைக்கப்பட்ட மேஜோ குமாரின் மருத்துவ அறிக்கையிலும், இந்த வடு பற்றிய குறிப்பு இருந்தது.

தன்னுடைய பாதங்களின் மேல்பகுதிகளில் தோல் தடிமனாகி செதில் செதிலாக இருப்பதை சந்நியாசி நீதிமன்றத்தில் காண்பித்தார். மேஜோ குமாருக்கும் இப்படி இருக்கும் என்று கூறினார். இந்தக் கூற்று உண்மைதானா என்று விசாரிக்க ராஜ்பாரி அரண்மனையின் ஆஸ்தான மருத்துவரான டாக்டர் அஷுதோஷ் தாஸ் குப்தா வரவழைக்கப்பட்டார். டாக்டரும் எல்லோருடைய கால்களிலும் இதுமாதிரி இருக்காது. இது, ஒருவகையான மரபணுவால் ஏற்பட்ட பிரத்தியேக வடிவம். பொதுவாக பாவல் ஜமீன் குடும்பத்தினர் அனைவரின் கால்களிலுமே இப்படித்தான் இருக்கும் என்றார். சோட்டு குமாரின் காலும் இப்படித்தான் இருந்தது. மேஜோ குமாரின் இரண்டு சகோதரிகளுக்கும்

அவர்களது மகன் மற்றும் மகள்களின் கால்களிலும் இந்த வித்தியாச அமைப்பு இருந்தது என்று வாக்குமூலம் அளித்தார்.

அடுத்து, மூக்கு. சந்நியாசியின் மூக்கு சற்று வீக்கத்துடன் கருட மூக்கு போல காட்சியளித்தது. தனக்கு சிப்பிலிஸ் நோய் கண்டதால் மூக்கு இப்படி உருவம் பெற்றது என்றார் அவர். மேஜோ குமாரின் மூக்கும் இப்படித்தான் இருந்தது என்றார். இதை நிரூபிக்க அல்லது பொய்யாக்க இரு தரப்பிலிருந்தும் மருத்துவர்கள் வரவழைக்கப்பட்டனர்.

பிரதிவாதி சார்பில் லெப்டினண்ட் கர்னல் டென்ஹாம் வைட் சாட்சியம் அளித்தார். இவர் கல்கத்தா பிரஸிடன்சி மருத்துவ மனையின் ரெஸிடன்ட் சர்ஜன். மேலும், இவர் கல்கத்தா மருத்துவக் கல்லூரியில் ரண சிகிச்சையில் பேராசிரியராக இருந்தார். பிரதிவாதி சார்பில் சாட்சியளித்த இன்னொருவர் மேஜர் தாமஸ், இவர் மான்செஸ்டர் மருத்துவமனையில் (Venereal Hospital) பணியாற்றிவிட்டு, இந்தியாவில் மருத்துவத் துறையில் சேர்ந்தவர். வினியரியல் என்பது பாலியல் தொடர் பான நோய்.

சந்நியாசியின் தரப்பில் சாட்சியம் அளித்தவர் லெப்டினண்ட் கர்னல் கே.கே சாட்டர்ஜி. இவர், லண்டனில் உள்ள ராயல் மருத்துவக் கல்லூரியில் பயின்றுப் பட்டம் பெற்றவர். மருத் துவத்துறையில் குறிப்பிடும்படி பல புத்தகங்களை எழுதியிருக் கிறார். அதிலும் ‘வெப்ப மண்டலத்தில் சிப்பிலிஸ்’ என்ற இவரது புத்தகம் மிகவும் பிரபலம்.

மூன்று டாக்டர்களும், நீதிபதி முன்னிலையிலும் இரு தரப்பு வழக்கறிஞர்கள் முன்னிலையிலும் சந்நியாசியின் உடலைப் பரிசோதனை செய்தனர். இந்த விவகாரத்தில் மேற்சொன்ன டாக்டர்களைத் தவிர மேலும் நான்கு டாக்டர்களும் விசாரிக்கப்பட்டனர்.

சிப்பிலிஸ் ஒரு தொற்று வியாதி. பிறப்புறுப்பின் மூலமாக இந்த வியாதி தொற்றிக்கொள்ளும். சிப்பிலிஸ் தொற்றிக்கொண்ட வுடன் உடல் முழுவதும் புண் தோன்ற ஆரம்பிக்கும். பின்னர், மர்ம உறுப்புகளும் நிணநீர் சுரப்பிகளும் தடிமனாகி வீக்கம் காணும். இது முதல் படி. அடுத்தக் கட்டமாக நோய்கிருமி, ரத்தத்தில் கலக்க ஆரம்பிக்கும். இது இரண்டாம் படி. அடுத்து

மூன்றாம் படியாக, உடல் முழுவதும் கொப்பளங்கள் வெடிக்க ஆரம்பிக்கும், கொப்பளங்கள் பெரிதாகி அந்த இடமே கட்டிப்பட்டு ரணமாகிவிடும். பார்ப்பதற்கே சகிக்க முடியாது.

இந்த ரணக்கட்டி தோலுக்கடியில், கல்லீரலில், எலும்பில் அல்லது மற்ற உடல் உறுப்புகளில் தோன்றும். இந்த இடத்தில் தான் இது தோன்றும் என்றில்லை. அந்த ரணக்கட்டியை மருந்து கொடுத்து சரி செய்தாலும், அந்த இடத்தில் அழியாது வடு தோன்றும்.

இப்பொழுது மருத்துவர்கள், சந்நியாசியின் உடலில் காணப் படும் வடுக்கள் எல்லாம் சிப்பிலிஸ் நோய் தாக்கத்தினால்தான் ஏற்பட்டனவா என்று முடிவுசெய்யவேண்டும். அதுவும் குறிப்பாக அந்த கருட மூக்கின் தோற்றம் எதனால் ஏற்பட்டது என்று நீதிமன்றத்தில் சொல்லியாகவேண்டும்.

நிபுண சாட்சிகளாக வந்த அந்த மூன்று மருத்துவர்களும் சந்நியாசியின் மூக்கின் எலும்பில் தேவையற்ற வளர்ச்சி காணப் படுவதை உறுதி செய்தனர். ஆனால், எதனால் அவ்வாறு வளர்ந்திருக்கிறது என்று டென்ஹாம் வைட்டும் மேஜர் தாமஸூம் சொல்லவில்லை. எங்காவது அடிபட்டுகூட மூக்கின் எலும்பு வீக்கம் அடைந்திருக்கலாம் அல்லது சிப்பிலிஸ் நோயினால்கூட இது ஏற்பட்டிருக்கலாம் என்றனர். ஆனால் கர்னல் சாட்டர்ஜி, இந்த வீக்கம் கண்டிப்பாக சிப்பிலிஸ் நோயினால்தான் ஏற்பட்டிருக்கும் என்று திட்டவட்டமாக கூறினார். அதற்கு ஆதாரமாக 'தாமஸ் அன் மையில்ஸ்' என்ற 'மேனுவல் ஆஃப் சர்ஜரி' புத்தகத்திலிருந்து மேற்கோள் காட்டினார்.

நீதிபதி அனைத்து மருத்துவர்களையும் தன்னுடைய தனிப்பட்ட அறைக்கு வரச் சொன்னார். சந்நியாசி, நீதிபதியின் அறைக்கு கூட்டி வரப்பட்டார். கூடவே வழக்கறிஞர்களும் சென்றனர். சந்நியாசி ஒரு மேஜை மீது படுக்க வைக்கப்பட்டார். டாக்டர் டென்ஹாம் வைட், சந்நியாசியின் பிஜத்தை மூன்று முறை அழுத்தினார். மற்றவர்களாக இருந்தால் ஒரு அழுத்தத்திற்கே வலி தாங்கமுடியாமல் அழுது இருப்பார்கள். ஆனால், சந்நியாசி ஒன்றும் நடக்காதது போல் இருந்தார். சிப்பிலிஸ் கண்டவர்களின் முக்கிய அறிகுறியே பிஜத்தில் அழுத்தம் ஏற்பட்டால் வலி ஒன்றும் இருக்காது என்பதுதான்.

மேலும், நாக்கில் ஏற்பட்ட வெடிப்பு, அவர் கால் விரல்களுக்கு இடையில் காணப்படும் ரண வடு (மருத்துவப் பெயர், Rhagades), அழுத்தத்துடனும் சத்தத்துடனும் அவர் வெளியிடும் மூச்சுக்காற்று ஆகியவை சிப்பிலிஸ் நோய் கண்டவர்களுக்குத் தான் ஏற்படும் என்று நீதிமன்றத்தில் விளக்கினார் கர்னல் சாட்டர்ஜி.

மேஜோ குமாரின் ஆண்குறியில் ஒரு குறிப்பிட்ட இடத்தில் மச்சம் இருந்தது. ஆனால், இதை யார் உறுதிபடுத்துவார்கள்? அதற்காக ஒருவர் வந்தார். அவர் வந்ததும், எப்போதும் இருந்ததை விட நீதிமன்றம் கூடுதல் சலசலப்புக்கு ஆளானது. நீதிமன்றத்தில் அந்த விவகாரத்தைக் குறித்து சாட்சி சொல்ல வந்தது வேறு யாரும் இல்லை, நடன மங்கை எலோகேஷி தான். அப்போது அவளுக்கு சுமார் 35 வயது இருக்கும். சாட்சிக் கூண்டில் எலோகேஷி ஏறினாள். அவளிடம் கேள்வி கேட்கப் பட்டது. அவளும், ஆமாம் அது உண்மைதான் என்றாள். எலோகேஷியின் சாட்சியத்தை ஊர்ஜிதப்படுத்தும் வகையில் மேஜோ குமாரை வளர்த்த வேலைக்காரர்களும் நீதிமன்றத்திற்கு வந்து சாட்சியம் சொன்னார்கள். ஆமாம், மச்சம் உண்மைதான்.

சந்நியாசியிடம் அந்த மச்சம் இருக்கிறதா? நீதிபதி அதை ஊர்ஜிதப்படுத்திக்கொள்ள வேண்டுமே! சந்நியாசியும் மருத்துவரும் நீதிபதியின் தனியறைக்கு அழைத்து வரப் பட்டனர். ஆம், குறிப்பிட்ட இடத்தில் மச்சம் இருந்தது. நீதிபதி, மேஜோ குமாரின் மச்சத்தைப் பரிசோதித்துவிட்டு, மீண்டும் நீதிமன்றத்துக்குள் நுழைந்தார். ஆம், மச்சம் காணப்பட்டது என்று அவர் அறிவித்ததுதான் தாமதம். அங்கிருந்தவர்களெல் லாம் 'ஹோ'வென்று கத்த ஆரம்பித்துவிட்டார்கள்.

அடுத்த நாள் செய்தித்தாள்களில், நீதிமன்றத்தில் நடந்த சுவாரஸ்யமான செய்திகள் விரிவாக இடம்பெற்றிருந்தன. வரவேற்பு காரணமாக, வழக்கத்தைவிட கூடுதல் பிரதிகள் அச்சிடவேண்டியிருந்தது.

★

இறுதியாக, சாட்சியங்களின் அடிப்படையில் நீதிபதி ஒரு பட்டியல் தயாரித்தார். மேஜோகுமாருக்கும் சந்நியாசிக்குமான ஒற்றுமை/வேற்றுமை பட்டியல் அது.

144

	அடையாளக் குறி	மேஜோ குமார்	சந்நியாசி
1	நிறம்	சிவப்பு நிறம்	சிவப்பு நிறம்
2	தலைமுடி	பழுப்பு நிறம்	பழுப்பு நிறம்
3	முடியின் தன்மை	சுருட்டை	சுருட்டை
4	மீசை	தலை முடியை விட மெலிதானது	தலை முடியை விட மெலிதானது
5	கண்கள்	பழுப்பு நிறம்	பழுப்பு நிறம்
6	உதடு	கீழ் உதட்டின் வலது புறத்தில் ஒரு வளைவு காணப்படுகிறது	கீழ் உதட்டின் வலது புறத்தில் ஒரு வளைவு காணப்படுகிறது
7	காது	காது மடல் ஒரு கோணத்தில் கூர்மையாக இருக்கிறது	காது மடல் ஒரு கோணத்தில் கூர்மையாக இருக்கிறது
8	காதின் கீழ்புறம் தொங்கும் சதை	கன்னத்துக்கு நெருக்கமாக இல்லை, மேலும் துளை போடப்பட்டுள்ளது	கன்னத்துக்கு நெருக்கமாக இல்லை, மேலும் துளை போடப்பட்டுள்ளது
9	குரல்வளை முடிச்சு	மிகவும் தெளிவாகத் தெரிகிறது	மிகவும் தெளிவாகத் தெரிகிறது
10	மேல் இடது மோலார் பல் வரிசை	உடைந்து காணப்பட்டது	உடைந்து காணப்பட்டது
11	கைகள்	சிறியவை	சிறியவை
12	இடது கையில் உள்ள நடு விரல் மற்றும் ஆள் காட்டி விரல்	வலது கையை ஒப்பிடுகையில் சமமாக இல்லை	வலது கையை ஒப்பிடுகையில் சமமாக இல்லை
13	வலது கண் இமைக்குக் கீழே சதை வளர்ச்சி	இருந்தது	இருந்தது
14	பாதத்தின் மேல் புறம்	செதில் செதிலாக மடிப்புகளுடன் காணப்பட்டது, ஷூ அளவு - 6	செதில் செதிலாக மடிப்புகளுடன் காணப்பட்டது, ஷூ அளவு - 6

15	இடது கணுக்காலின் மேல் தாறுமாறாக ஒரு தழும்பு	இருக்கிறது	இருக்கிறது
16	சிப்பிலிஸ்	இருந்தது	இருந்தது (எதிர்தரப்பு ஏற்றுக்கொள்ளவில்லை)
17	சிப்பிலிஸால் ஏற்பட்ட வடுக்கள்	இருந்தன	இருந்தன (எதிர்தரப்பு ஏற்றுக்கொள்ளவில்லை)
18	தலையிலும் முதுகிலும் கொப்பளங்கள் இருந்ததற்கான அடையாளம்	இருந்தது	இருந்தது
19	கவட்டியில் அறுவை சிகிச்சை செய்ததற்கான அடையாளம்	காணப்பட்டது	காணப்பட்டது
20	வலது கையில் புலி நகம் பதிந்த அடையாளம்	காணப்பட்டது	காணப்பட்டது
21	ஆண் குறியில் ஒரு சிறிய மச்சம்	காணப்பட்டது	காணப்பட்டது

இந்த வழக்கு நடந்த சமயத்தில் கைரேகைவியல் நிபுணத்துவம் அடைந்திருந்த போதிலும், வழக்கில் பயன்படுத்தப்பட வில்லை. காரணம் சந்நியாசியின் கைரேகையை ஒப்பிட்டுச் சொல்வதற்கு மேஜோ ராஜாவின் கைரேகை கிடைக்கவில்லை. இப்போது இருப்பது போன்று டிஎன்ஏ-வை வைத்து உண்மையை கண்டுபிடிக்கும் முறை அன்று இருந்திருந்தால், பாவல் சந்நியாசியின் வழக்கு எளிதாக முடிந்துபோயிருக்கும்.

சாட்சியங்கள் சந்நியாசிக்கு ஆதரவாக இருந்தாலும் பிபாவதியின் வழக்கறிஞரான செளத்ரி விடுவதாக இல்லை. சரி, மேஜோ ராஜாதான் சந்நியாசி என்றால், அவர் எதற்கு பன்னிரண்டு ஆண்டுகள் சும்மாயிருக்கவேண்டும் என்ற கேள்வியை நீதிமன்றத்தில் எழுப்பினார். அவர் உயிருடன் இருந்திருந்தால் எப்போதோ அரண்மனைக்கு திரும்பி இருக்கவேண்டும், அப்படி இல்லாமல் 12 ஆண்டு காலம் கழித்து வருவது ஏன்? நல்ல கேள்விதான். அதற்கான பதிலாக, சந்நியாசியின் வழக்கறிஞர் சாட்டர்ஜி சொன்னது - அம்னீசியா.

அம்னீசியாவைப் பற்றி சந்நியாசி தன்னுடைய வாக்குமூலத்தில் சொன்னதாவது, 'நான் காட்டில் மலைப்பகுதியில் ஏதோ ஒரு குடிலில் இருந்தேன். என்னை நான்கு சாதுக்கள் கவனித்துக் கொண்டார்கள். என்னால் அவர்களுடன் பேச முடியவில்லை. பல நாள்கள் கழித்து, என்னை அவர்களுடன் வரும்படி கூறினர். நான் எங்கு சென்றேன் என்று நினைவில்லை. ரயில் எங்கெங்கோ பல இடங்களுக்கு சென்றதாகத் தோன்றுகிறது. நாள்கள் மாதங்கள் ஆயின, மாதங்கள் வருடங்களாயின. எனக்கு என்னுடைய குரு ஒருநாள் தீட்சை வழங்கினார். நான் அப்போது அவரிடம், 'நான் யார்? எங்கிருந்து வந்தேன்?' என்றேன். அதற்கு அவர், 'தகுந்த காலம் வரும்போது நான் உன்னை உன் வீட்டுக்கு அனுப்பி வைக்கிறேன்' என்றார். மேலும், என்னுடைய குரு, நான் மாயை கலைந்து திரும்பினால் என்னை சந்நியாசத்தில் சேர்த்துக் கொள்வதாகக் கூறினார். அதற்குப் பிறகு நான் யோகி ஆக முடியும் என்றார். நான் டாக்காவுக்குச் சென்று, அங்கு சில மாதங்கள் தங்கினேன். பின்னர் அங்கிருந்து ஜெய்தேபூருக்குச் சென்றேன். பிறகு, எனக்குக் கொஞ்சம் கொஞ்சமாக நினைவு திரும்பியது.'

இது கட்டுக்கதை என்றார் பிபாவதியின் வழக்கறிஞர். சந்நியாசி யின் கூற்றை நிரூபிக்க, நீதிமன்றத்தின் ஆதாரங்கள் கொண்டு வரப்பட்டன. பல மருத்துவர்களும் மனோதத்துவ அறிஞர்களும் சாட்சிகளாக விசாரிக்கப்பட்டனர். வாதியின் சார்பில் லெஃப்டினண்ட் கர்னல் ஹில் என்பவர் விசாரிக்கப்பட்டார். இவர் ஒரு எம்.டி. மேலும் இவர் ராஞ்சியில் உள்ள ஐரோப்பிய மன நலக் காப்பகத்தில் சூப்பிரண்டண்டாக 30 வருடகாலம் பணியாற்றி இருக்கிறார். ஆயிரக்கணக்கான நோயாளிகளுக்குச் சிகிச்சை அளித்திருக்கிறார்.

பிரதிவாதியின் தரப்பில் மேஜர் துன் ஜிபாய் எம்.பி.பி.எஸ் அவர்களும், மேஜர் தாமஸ் அவர்களும் விசாரிக்கப்பட்டனர். இவ்விரண்டு மருத்துவர்களுமே, திடீர் அதிர்ச்சிக்கு (Shell shock) உள்ளான நோயாளிகளுக்கு மருத்துவம் அளித்திருப்பதாக தெரிவித்தனர். மேஜர் துன் ஜிபாய், டாக்டர் டெய்லர் எழுதிய 'Readings in Abnormal Psychology and Mental Hygiene' என்ற புத்தகத்திலிருந்து மேற்கோள் காட்டி, ஒருவருக்கு விபத்தோ அல்லது உடம்பில் எந்தவிதக் கோளாறோ இல்லாத போதும், 'அம்னீசியா' ஏற்படக் கூடும் என்றார். இந்த ஞாபக மறதியில் பல

விதங்கள் உள்ளன என்றும், அவற்றுக்குப் பல மருத்துவப் பெயர்கள் உள்ளன என்றும் தெரிவிக்கப்பட்டது. இந்த மாதிரி ஞாபக மறதி, ரிக்ரஷனில் தொடங்கி டபுள் அல்லது மல்டிப்பிள் பெர்ஸினாலிட்டி டிஸ்ஆர்டராகவோ மாறும் என்றார்கள்.

★

இங்கிலாந்தில், ரிக்ரஷன் தொடர்பாக ஒரு பிரபல சம்பவம் நடைபெற்றது. ஹானா என்று ஒரு பாதிரியார் இருந்தார். அவர் திடீரென்று ஒரு நாள், காலையில் பிறந்த குழந்தை போன்று நடந்து கொள்ள ஆரம்பித்துவிட்டார். அவருடைய அறி வாற்றல் மறைந்துபோனது. முந்தைய நினைவுகள் எதுவும் இல்லை. இது ஒரு குழந்தை நிலை என்று மனோதத்துவர்கள் குறிப்பிடுகிறார்கள். இந்த ரிக்ரஷன் பற்றிய விவரங்கள் Sidis and Goodhart எழுதிய 'Multiple Personality' என்ற புத்தகத் தில் இருக்கிறது.

ஞாபக மறதியில் இன்னொரு வகை, டபுள் பர்சனாலிட்டி அல்லது டிஸ்அஸோஸியேசன். அதாவது, ஒருவர் சாதாரண மானவராகத்தான் இருப்பார். ஆனால், அவருக்குத் தான் யார் என்ற உணர்வு இருக்காது. இது போன்ற நபர்களைப் பற்றி பேராசிரியர் ஜேனட் (Pierre Janet) என்பவர் புத்தகமாகத் தொகுத்து வெளியிட்டிருக்கிறார். ஒரு விசித்திரமான குறிப்பு, அந்தப் புத்தகத்தில் இடம்பெற்றிருக்கிறது. இங்கேயும் மறதிக்கு ஆளானவர் ஒரு பாதிரிதான். அவர் அமெரிக்க நாட்டைச் சேர்ந்தவர். அவர் பெயர், ஆன்சல் பவுர்னி. அவர் திடீரென்று ஒருநாள் வீட்டை விட்டு எங்கோ சென்றுவிட்டார். பின்னர், நூறு மைல்களுக்கு அப்பால் பென்ஸில்வேனியா மாநகரத்தில் 'பிரவுன்' என்ற பெயரில் ஒரு பெட்டிக்கடை நடத்தி வந்தார்.

ஜேனட் எழுதிய 'Major symptoms of Hysteria' என்ற புத்தகத்தி லிருந்து மேலும் ஓர் எடுத்துக்காட்டு கொடுக்கப்பட்டது. ஒரு மனிதன் தான் யார் என்பதை மறந்துவிட்டு, ஒவ்வொரு நாளும் ஒவ்வொரு தொழிலைச் செய்து வந்தான். பின்னர், நான்கு மாதங்கள் கழிந்து அவன் பழைய நிலைக்குத் திரும்பினான். ஆனால், இடைப்பட்ட காலத்தில் தான் என்ன செய்து வந்தோம் என்ற எந்த ஞாபகமும் அவனுக்கு இல்லை.

★

இந்தக் கதைகளை விவரித்து சந்நியாசியை நியாயப்படுத்த முயன்றபோது, பிபாவதி சார்பில் சாட்சியம் அளித்த மருத்துவர்கள் ஒப்புக்கொள்ளவில்லை. சந்நியாசி தன்னுடைய சுற்றுப் பயணத்தின் முதல் ஆண்டில் டார்ஜிலிங்கிலிருந்து காசிக்குச் சென்ற சமயத்தில் ரிக்ரஷனில் இருந்தது உண்மையானால், அது டிஸ்அசோசியேஷன் இல்லாமல் ஏற்பட்டிருக்க வாய்ப்பில்லை என்றனர். இரண்டாவதாக, சந்நியாசி தன்னுடைய இரண்டாம் பர்சனாலிட்டியை இழந்து முதல் பர்சனாலிட்டியைப் பெற்றார் என்றால், அவருக்கு இரண்டாம் பர்சனாலிட்டியின் நினைவு இருக்காது. மூன்றாவதாக டிஸ்அசோசியேஷன் எல்லோருக்கும் சாதாரணமாக வராது. நரம்பு வியாதி, இழுப்பு /வலிப்பு இருப்பவர்கள் அல்லது ஹிஸ்டீரியா நோயாளிகளுக்குத்தான் வரும் என்று மேஜர் தாமஸூம் மேஜர் துன் ஜிபாயும் தெரிவித்தனர்.

மேஜர் தாமஸ் மற்றும் மேஜர் துன் ஜிபாய் ஆகியோர் சொன்ன கருத்துகளை எதிர்த்தார், லெப்டினண்ட் கர்னல் ஹில். மற்ற மருத்துவர்களைவிட டாக்டர் ஹில்ஸூக்குத்தான் மனநோயாளிகளுக்குச் சிகிச்சை அளித்த அனுபவம் அதிகம் இருக்கிறது. அவர் நீதிமன்றத்தில் அளித்த வாக்குமூலத்தில், சந்நியாசி குழந்தை நிலையில் இருந்ததாக எங்கேயும் குறிப்பிடவில்லை என்றார். அவருக்கு மரம், மலை, சாதுக்கள், ரயில்... போன்ற விவரங்கள் தெரிந்திருக்கிறதே தவிர, டார்ஜிலிங்கிலிருந்து காசி வரை என்ன நடந்தது என்று தெரியவில்லை என்றார் ஹில்ஸ்.

இந்த சாட்சியத்தைப் பற்றி நீதிபதி தன் தீர்ப்பில் கீழ்வருமாறு கூறினார்.

‘பாவல் சந்நியாசி வழக்கில் சொல்லப்பட்ட சம்பவங்கள் ஆச்சரியமாக இருக்கின்றன. ஆனால், அதற்காக அந்தச் சம்பவங்கள் நடைபெறவில்லை என்று சொல்லமுடியாது. இப்படியெல்லாம் நடக்குமா என்று பலர் கேட்கலாம். நடக்காது என்று யாராலும் அறுதியிட்டுச் சொல்லமுடியாது. இம்மாதிரி சம்பவங்கள் பல உலகளவில் நடைபெற்றிருக்கிறது என்பதற்குப் பல ஆதாரங்கள் நீதிமன்றத்தில் காட்டப்பட்டன. இரு தரப்பும் அதை ஒப்புக் கொண்டிருக்கின்றன. இது சம்பந்தமாக பல மனோதத்துவவியல் புத்தகங்களிலிருந்து மேற்கோள்கள் காட்டப்பட்டுள்ளன. குறிப்பாக, டாக்டர் டெய்லரின் அப்னார்மல் சைக்காலஜி பல ஆதாரங்களை அளிக்கிறது.

ஆக, ஒருவர் இம்மாதிரி மனநிலைக்கு ஆட்படமுடியாது என்று எந்தக் காரணத்தையும் முன்வைக்க முடியாது. மேஜர் தாமஸ் அல்லது மேஜர் துன்ஜிபாய் சொல்வது போல அம்னீசியா ஒரு குறிப்பிட்ட சூழ்நிலையில்தான் அல்லது ஒரு குறிப்பிட்ட அளவுகோலுக்கு உட்பட்டுதான் வரும் என்பதை ஏற்றுக் கொள்ளமுடியாது. சில நோயாளிகள், தாங்கள் இருக்கும் சூழ்நிலையோடு தங்களை இணைத்துக்கொள்வர். வேறு சிலர், தங்களுடைய குழப்பமான மனநிலையில், தாங்கள் இருக்கும் சூழ்நிலையோடு ஒட்டாமல் வாழ்வர். இவ்விரு வேறுபாட்டு நிலைகளுக்கு நடுவில், பலதரப்பட்ட மனநிலை கொண்ட மனிதர்கள் இருக்கிறார்கள். முதல் உலக யுத்தத்துக்குப் பிறகு Disassociation, Regression போன்ற மன நோய்களால் பல போர் வீரர்கள் அவதிப்பட்டனர். போர் வீரர்களுக்கு ஏற்பட்ட இந்தப் பாதிப்பு War neuroses என்று அழைக்கப்பட்டது. இவர்களைக் குணப்படுத்துவதற்கென்றே சிறப்பு மருத்துவமனைகள் தொடங்கப்பட்டன. பாதிக்கப்பட்ட போர் வீரர்களுக்கு அவர் களுடைய பெயர், ஊர், அவர்களுடைய ரெஜிமண்ட்/ பட்டாலியன் எதுவும் நினைவில் இல்லை. போருக்கு முன்பு அவர்கள் எப்படி வாழ்ந்தார்கள், அவர்களுக்குத் திருமணம் ஆகிவிட்டதா இல்லையா எதுவும் சொல்லமுடியவில்லை. இருப்பினும், தாங்கள் சார்ந்திருந்த சூழ்நிலையைப் புரிந்து அவர்களால் வாழமுடிந்தது. அவர்கள் தங்களைச் சுற்றி யிருந்தவர்களிடம் சகஜமாகப் பேசினார்கள். மற்றவர்களைப் போல எல்லாப் பொருள்களையும் பயன்படுத்தினர். புதிதாக யாராவது இவர்களைப் பார்த்தால், அவர்களால் இந்த போர் வீரர்கள் அம்னீசியா நோயாளிகள் என்று அடையாளம் கண்டுகொள்ளமுடியாது.

மேற்சொன்ன சம்பவங்களைப் பற்றி தெரிந்துகொள்ளும்போது நமக்கு வியப்பாக இருக்கிறது. அம்னீசியா நோயாளிகளை வகைப்படுத்தமுடியும். அம்னீசியா நோயாளிகளெல்லாம் ஒரே மாதிரியானவர்கள் என்று சொல்ல முனைவது ஏற்புடையது ஆகாது. இவர்களைச் சட்டத்துக்கு ஆட்படுத்தமுடியாது. சில அம்னீசியா நோயாளிகளுக்கு நினைவு திரும்புவதற்கு சில மாதங்கள் ஆகும். சிலருக்கு வருடக்கணக்கில் ஆகும். சிலருக்கு நினைவு திரும்பவே திரும்பாது. இந்த வழக்கில் சந்நியாசிக்கு நினைவு திரும்புவதற்கு 12 ஆண்டுகள் ஆகியிருக்கிறது.

இந்த வழக்கில், பிபாவதி தரப்பில் நிரூபணம் செய்யவேண்டிய விஷயம் என்னவென்றால், டார்ஜிலிங்கில் தொடங்கி இந்த வழக்கு விசாரணை நடக்கும் வரை உள்ள காலத்தில் சந்நியாசி தான் மேஜோ குமார் என்பதை அடையாளப்படுத்தவில்லை. மாறாக, சந்நியாசி மேஜோ குமாராக இருக்கமுடியாது என்பதை நிரூபிக்கவேண்டும். அப்படி முடியவில்லையென்றால், டார்ஜிலிங்கிலிருந்து டாக்காவரை நடந்த சம்பவங்களில் காட்டப்படும் சிறு சிறு முரண்பாடுகள் வழக்கில் எந்தப் பாதிப்பையும் ஏற்படுத்தப் போவதில்லை.

வாதியின் தரப்பில் கொடுக்கப்பட்ட சாட்சியங்களைச் சந்தேகிப் பதற்கில்லை. சந்நியாசிக்கு 12 ஆண்டு காலம் அம்னீசியா இருந்தது என்பது ஏற்றுக்கொள்ளப்படுகிறது. அதனால்தான் மேஜோ குமார் உயிரோடு இருந்தும், அவரால் அரண்மனைக்குத் திரும்ப முடியவில்லை.'

★

சந்நியாசிக்கு அம்னீசியா இருந்தது என்று முடிவாகிவிட்டது. பிறகென்ன வழக்கை முடித்துவிட்டு தீர்ப்பு சொல்லவேண்டியது தானே என்கிறீர்களா?

ஆனால், தீர்ப்பு சொல்வதற்கு முன்னர், நீதிமன்றம் மற்ற சில விவகாரங்களை அலச வேண்டியிருந்தது. சந்தேகத்தின் பேரில் தீர்ப்பு கூறுவது ஏற்புடையதாகாது. இப்படியும் இருக்கலாம், அப்படியும் இருக்கலாம் என்று பத்தாம்பசலித்தனமாகத் தீர்ப்பு சொல்ல முடியாது. ஐயமின்றி நிரூபித்தாகவேண்டும். வக்கீல் சௌத்ரி, சந்நியாசி மேஜோ குமாராக இருக்கமுடியாது, அவர் போலி என்பதை நிரூபிக்கும் விதத்தில் சில சாட்சியங்களையும் வாதங்களையும் முன் வைத்தார். அவற்றையும் பார்த்து விடுவோம். அப்போதுதான் வழக்கு முழுமை பெறும்.

பிபாவதி தரப்பில் சொல்லப்பட்ட விஷயம் இது. 1909 மே 8ல், டார்ஜிலிங்கில் மழை பெய்தது என்று சந்நியாசியும் அவருக்கு ஆதரவாக சாட்சியம் அளித்த சாதுக்களும் சொன்னது பொய். அன்று மழையே பெய்யவில்லை. இந்த வாதம் எதிர்கொள்ளப் பட்டது. 'மழை பெய்ததற்கான ஆதாரம் வானிலை ஆய்வு மையத் தின் மழைப் பதிவேடுகளில் இருக்கிறது' என்றார் பிபாவதியின் வழக்கறிஞர் சௌத்ரி. ஓர் ஊரில் இரண்டு மூன்று இடங்களில்

எவ்வளவு மழை பெய்திருக்கிறது என்று அங்குள்ள மழைப் பதிவேடுகளில் பதிவு செய்யப்படும். நீதிபதி டார்ஜிலிங்கில் மழையைப் பதிவு செய்யும் அனைத்து இடங்களுக்கும் சம்மன் அனுப்பி, 1909 மே 8 அல்லது 9ம் தேதியில் எவ்வளவு மழை பதிவாகியிருக்கிறது என்ற அறிக்கையை அவர்களுடைய கோப்புகளிலிருந்து நீதிமன்றத்துக்கு அனுப்பி வைக்குமாறு சம்மனில் கேட்டுக்கொண்டார்.

டார்ஜிலிங்கில் சுமார் ஆறு இடங்களில் மழை கணக்கிடப் படுகிறது. அவை பின்வருமாறு :

1) புனித ஜோசப் கல்லூரி

2) புனித பால் பள்ளிக்கூடம்

3) தாவரவியல் பூங்கா

4) டார்ஜிலிங் நகராட்சி அலுவலகம்

5) பிளண்டர்ஸ் கிளப்

6) Observatory Hill

புனித பால் பள்ளிக்கூடத்தில் பதிவாகும் மழையின் அளவை அரசாங்கம் அவ்வப்போது தன்னுடைய அரசிதழில் வெளி யிட்டது. அரசிதழ் குறிப்பின்படி, 1909 மே 4, காலை 8 மணி யிலிருந்து – மே 12 மாலை 4 மணி வரைக்கும் டார்ஜிலிங்கில் மழை எதுவும் பெய்யவில்லை. புனித ஜோசப் கல்லூரியின் குறிப்பின்படி, மே 11 மற்றும் 12ம் தேதியன்று மழை பெய்ததாகக் குறிப்பு இருந்தது. அதுவும், அந்தக் குறிப்பில் மே 12 அன்று சுமார் 300 mm மழை பெய்ததாகக் குறிப்பிடப்பட்டிருந்தது.

புனித ஜோசப் கல்லூரியில் உள்ள வானிலை ஆய்வு மையத்தை, அந்தக் கல்லூரியின் பேராசிரியர் பாதிரியார் பீல் என்பவர் நிர்வகித்து வந்தார். அவர் பாவல் சந்நியாசி வழக்கில் சாட்சியம் அளித்தார். டார்ஜிலிங்கில் மார்க்கெட் அமைந்திருக்கும் இடத்திலிருந்து சுமார் 500 அடி தாழ்வான பகுதியில் புனித ஜோசப் கல்லூரி அமைந்துள்ளது. மேலும், டார்ஜிலிங்கில் முக்கியமான இடமாக கருதப்படும் நார்த் பாயிண்டிலிருந்து சுமார் ஒன்றரை மைல் தொலைவில் கல்லூரி உள்ளது. புனித ஜோசப் கல்லூரியிலோ அல்லது புனித பால் பள்ளிக்கூடத்திலோ மழை பெய்யவில்லை என்றால் டார்ஜிலிங் மார்க்கெட்டிலும்,

நார்த் பாயின்டிலும் மழை பெய்யாது என்று பேராசிரியர் பீல் திட்டவட்டமாக கூறினார்.

ஆனால், ஜல்பைகுரி மாவட்டதில் (டார்ஜிலிங், ஜல்பைகுரி மாவட்டத்தில் இருக்கிறது) உள்ள அரசாங்கப் பதிவேட்டின்படி குறிப்பிட்ட தேதிகளில், கீழே கொடுக்கப்பட்டிருக்கும் அளவுக்கு மழை பெய்திருந்தது.

மே 5ம் தேதி, 2.41 அங்குல மழை பெய்திருக்கிறது

மே 6ம் தேதி, 4.98 அங்குல மழை பெய்திருக்கிறது

மே 7ம் தேதி, 5.77 அங்குல மழை பெய்திருக்கிறது

மே 8ம் தேதி, 3.36 அங்குல மழை பெய்திருக்கிறது

மே 9ம் தேதி, 1.15 அங்குல மழை பெய்திருக்கிறது

மே 10ம் தேதி, 0.21 அங்குல மழை பெய்திருக்கிறது

மே 11ம் தேதி, 0.79 அங்குல மழை பெய்திருக்கிறது

மே 12ம் தேதி, 2.10 அங்குல மழை பெய்திருக்கிறது

வாதியின் தரப்பில், டார்ஜிலிங் நகராட்சியிலிருந்து 1909ம் வருடத்துக்கான மழைக்கான பதிவேடு வரவழைக்கப்பட்டது. பிரதிவாதியின் தரப்பில், தாவரவியல் பூங்காவில் பதியப்பட்ட மழைக்கான விவரங்கள் அடங்கிய கோப்புகள் நீதிமன்றத்தில் சமர்ப்பிக்கப்பட்டன. தாவரவியல் பூங்கா, டார்ஜிலிங் மார்க்கெட் இருக்கும் இடத்திலிருந்து கீழே தாழ்வான பகுதியில் விக்டோரியா சாலையில் அமைந்துள்ளது.

வானிலை ஆய்வாளர்கள் உள்பட அனைத்துச் சாட்சிகளும் ஒப்புக்கொண்ட ஒரு விஷயம் என்னவென்றால், டார்ஜிலிங் போன்ற மலைப்பாங்கான பிரதேசங்களில் எப்பொழுது வேண்டுமானாலும் மழை பெய்யும். மலைப்பிரதேசங்களில், சமதரையில் உள்ளது போல் பருவக்காற்று அடித்தால்தான் மழை பெய்யும் என்ற கணக்கெல்லாம் இல்லை. மேலும், அனைவரும் ஒப்புக்கொண்ட இன்னொரு விஷயம், மலைப்பகுதிகளிலேயே ஒரு பகுதியில் மழை பெய்யும், ஆனால், சற்றே தொலைவில் உள்ள இன்னொரு இடத்தில் மழைத் தூறல் கூட விழுந்திருக் காது. இதற்கு ஓர் உதாரணம், மே 12 அன்று டார்ஜிலிங்கில் உள்ள புனித ஜோசப் கல்லூரியிலும் அதன் சுற்று வட்டாரத்திலும் மழை பெய்திருந்தது. ஆனால், புனித பால் பள்ளிக்கூடத்திலும் அதன்

சுற்று வட்டாரப்பகுதிகளிலும் மழை இல்லை. பெரும்பாலான மழைப் பதிவேடுகளில் பார்க்கும்போது, மே 8ம் தேதியன்று கார்டு ரோடு ஏரியாவில் மழை பெய்திருப்பதாகக் காட்டப் பட்டிருக்கிறது. ஆனால், கார்டு ரோடு ஏரியாவுக்கு அருகாமையில் சரிசமமான உயரத்தில் அமைந்துள்ள பாசார் ஏரியாவிலோ அல்லது தாவரவியல் பூங்காவிலோ மழை பெய்ததாக நகராட்சி மழைப் பதிவேட்டில் எந்தக் குறிப்பும் இல்லை.

ஆனால், நகராட்சி மழைப் பதிவேட்டை பார்க்கும்போது, அதில் சில தில்லுமுல்லுக்கள் நடைப்பெற்றிருப்பது தெரியவந்தது. பதிவேட்டில் தேதிகள் திருத்தம் செய்யப்பட்டிருந்தன.

அதேபோல், தாவரவியல் பூங்காவில் பராமரிக்கப்பட்டு வந்த மழைப் பதிவேடும் நம்பத் தகுந்தாற் போல் இல்லை. தாவரவியல் பூங்காவில் உள்ள மழைப் பதிவேட்டை பராமரித்து வந்த குமாஸ்தாவை நீதிமன்றம் சம்மன் செய்தது. அந்த குமாஸ்தா 1908ம் ஆண்டு, தான் வேலைக்குச் சேர்ந்ததாகவும், 1908 டிசம்பர் 8ம் தேதி முதல், தான் மழைப் பதிவேட்டைப் பராமரித்து வருவதாகவும் தெரிவித்தார். பதிவேட்டில் ஒவ்வொரு வருடத்துக்கும் ஒரு பக்கம் ஒதுக்கப்பட்டிருந்தது. 1903ம் ஆண்டிலிருந்து மழைக்கான பதிவுகள் முதல் பக்கத்திலும், தட்ப வெட்ப நிலைக்கான பதிவுகள் மறு பக்கத்திலும் குறிக்கப்பட்டிருந்தன. 1909ம் ஆண்டு வரை இந்த முறை கடை பிடிக்கப்பட்டு வந்திருக்கிறது. திடீரென்று தட்ப வெட்பநிலைப் பதிவுகள் முதல் பக்கத்திலும், மழைக்கான பதிவுகள் மறுபக்கத் திலும் மாற்றிப் பதியப்பட்டிருந்தன. ஏன் பதிவேடு திடீரென்று மாற்றப்பட்டது என்று கேட்டதற்கு, அந்த குமாஸ்தா, நான் மழை, தட்ப வெட்பம் என்ற தலைப்பை முன்னாடியே எழுதிவிடுவேன் என்றும், அதற்கான பதிவுகளை பின்னர் பதிவு செய்வேன் என்றும் பதிலளித்தார். நீதிபதி, குமாஸ்தாவிடம், பதிவேட்டின் பதிவுகளில் குறியீடு செய்வதற்காகப் பயன் படுத்தப்பட்ட பேனா மையும் மாறியிருப்பதைச் சுட்டிக்காட்டி னார். மேலும், பதிவேட்டில் பயன்படுத்தப்பட்ட மையையும் எழுதப்பட்ட எழுத்துகளையும் பார்க்கும்பொழுது அது சமீபத்தில் எழுதப்பட்டதாகத் தெரியவந்தது.

பதிவேட்டின் ஒவ்வொரு பக்கத்திலும் தாவரவியல் பூங்காவின் க்யுரேட்டர் – மேற்பார்வையாளர் தன் கையொப்பத்தை இட்டு

முத்திரையிட வேண்டும். ஆனால், பதிவேட்டில் க்யுரேட்டர் கையெழுத்து இல்லை. 1908ம் ஆண்டு முதல் தொடர்ச்சியாக இன்று வரை, தானே பதிவேட்டில் குறிப்பு எழுதி வருவதாக குமாஸ்தா சாட்சியம் அளித்தார். ஆனால், அவருடைய பணிப் பதிவேட்டை பார்த்தால் அவர், 1922ம் வருடம் ஆகஸ்டு 15ம் தேதியிலிருந்து 31ம் தேதி வரை விடுப்பில் சென்றிருந்தது தெரியவந்தது. இருப்பினும், குமாஸ்தா விடுப்பில் சென்ற நாள்களில்கூட அவருடைய கையெழுத்து பதிவேட்டில் காணப் பட்டது. எனவே, குமாஸ்தாவின் சாட்சியம் நம்பும்படியாக இல்லை. மேலும், மழைப் பதிவேடு உண்மையானதாக இல்லை. அதில் காணப்படும் பதிவுகள் எல்லாம் உட்புகுத்தப் பட்டிருக்கிறன. 1909ம் ஆண்டு, அதற்குப் பிறகு உள்ள வருடங்களுக்கான பதிவேடுகள் ஜோடிக்கப்பட்டவை, அது உண்மையானதாக இல்லை என்று நீதிபதி முடிவுக்கு வந்தார்.

பிரதிவாதித் தரப்பில், 1908 மே 8ம் தேதி அன்று மழை பெய்ய வில்லை என்று ஆணித்தரமாக நிரூபிக்கமுடியவில்லை. சரி, மேஜோ குமார் சாகவில்லை என்றால் இறந்தவர் யார்? அல்லது யாருடைய பிணம் எரிக்கப்பட்டது? என்ற கேள்வியை நீதிபதி எழுப்பினார்.

இது ஒன்றும் கொலை வழக்கோ அல்லது கொலை முயற்சி வழக்கோ இல்லை. இருந்தாலும், இந்த வழக்குக்கு மேஜோ குமார் இறக்கவில்லை, அவர் உடல் தீயூட்டப்படவில்லை என்பதை நிரூபித்தாக வேண்டும்.

★

நீதிமன்றத்தில் மேஜோ குமாரின் மரணம் அல்லது மரணமாகக் கருதப்படும் சம்பவத்தைக் குறித்து இரு வேறு கதைகள் முன் வைக்கப்பட்டன. ஒன்று, சந்நியாசியின் கூற்று. இன்னொன்று, எதிர் தரப்பான பிபாவதியின் கூற்று.

மேஜோ குமார் டார்ஜிலிங்கில் இருக்கும்போது நல்ல ஆரோக்கி யத்துடன்தான் இருந்தார். சிப்பிலிஸ் நோய்க்குக்கூட முறையான மருத்துவ சிகிச்சை எடுத்துக்கொண்டு அந்த நோயிலிருந்து மீண்டார். டார்ஜிலிங்கில் இருக்கும்போது தினந்தோறும் காலையில் போலோ விளையாடச் செல்வார். மாலை வேலை களில் ஸ்னூக்கர், பில்லியர்ட்ஸ் விளையாடுவார்.

சந்நியாசி நீதிமன்ற சாட்சிக் கூண்டில், மேஜோ குமாருக்கு டார்ஜிலிங்கில் என்ன நடந்தது என்ற விவரத்தைப் பின்வருமாறு தெரிவித்தார்.

'1908 மே 5ம் தேதி எனக்கு வாய்வுத் தொல்லை அதிகமாக இருந்தது. என்னுடைய மைத்துனன் சத்திய பாபு, மருத்துவக் கல்லூரி மாணவன், அஷுதோஷ் குப்தாவை எனக்கு வைத்தியம் பார்க்கும்படி அனுப்பி வைத்தான். (அஷுதோஷ் குப்தாவும், ஜெய்தேபூரிலிருந்து மேஜோ குமாருடன் டார்ஜிலிங் வந்த கும்பலில் ஒருவன். அவனுடைய தந்தைதான் ஜெய்தேபூர் அரண்மனையின் மருத்துவர்).

மே 6 அன்று எனக்கு வாய்வுத் தொல்லையுடன் வயிற்று வலியும் ஏற்பட்டது. நான் வலிதாங்காமல் கோபப்பட்டேன், அனை வரிடமும் எரிந்து விழுந்தேன். (மேஜோ குமார் சாதாரணமாகவே கோபக்காரர், முரடர். தன்னுடைய வயிற்று வலியின் காரணமாக அவர் அனைவரிடமும் கடிந்து கொண்டார். அவருடைய மனைவி பிபாவதி ஏதும் பேசாமல் பயந்து போய், பங்களாவின் ஓர் அறையில் தனியே இருந்தாள். பிபாவதிக்கு இரண்டு ஆயாக்கள்தான் பேச்சுத் துணைக்கு. சத்திய பாபு, பிபாவதிக்குத் துணையாக அரண்மனையிலிருந்து யாரையும் கூட்டி வரக்கூடாது என்று சொல்லியிருந்தார்).

எனக்கு வைத்தியம் செய்வதற்கு ஐரோப்பிய மருத்துவர் ஒருவர் வந்தார். ஐரோப்பிய மருத்துவர் எழுதிக் கொடுத்த மருந்தை நான் இரண்டு நாள் உட்கொண்டேன். ஆனால் 7ம் தேதி, ஆஷு பாபு ஒரு கண்ணாடிக் குடுவையில் ஏதோ ஒரு மருந்தை கொண்டு வந்து என்னை சாப்பிடும்படி கட்டாயப்படுத்தினான். அந்த மருந்தை வாங்கி நான் வாயில் ஊற்றிக்கொண்டேன். அவ்வளவு தான், ஒரே நெஞ்செரிச்சல். எரிச்சல் தாங்கமுடியாமல் அலறி னேன். 'ஆஷு நீ எனக்குக் குடிப்பதற்கு என்ன கொடுத்தாய்?' என்று கத்தினேன். எரிச்சல் தாங்கமுடியாமல் குடித்த மருந்தை வாந்தி எடுத்தேன். வாந்தி எடுப்பது தொடர்ந்தது. நிற்கவே இல்லை.

அடுத்த நாள் 8ம் தேதியன்று, மலம் கழிக்கும்போது ரத்தப் போக்கு ஏற்பட்டது. பிறகு சிறிது நேரத்துக்கெல்லாம் சுய நினைவிழந்து மயங்கி விட்டேன். அதற்குப் பிறகு எனக்கு என்ன நடந்தது என்று தெரியவில்லை.'

அதன் பின்னர் என்ன நடந்தது என்று, தான் விசாரித்துத் தெரிந்து கொண்ட விவரங்களை சந்நியாசி தன்னுடைய வழக்குக்கான பிராதில் பின்வருமாறு தெரிவித்திருக்கிறார்.

'மே 8, சனிக்கிழமை 6 மணியளவில் நான் இறந்ததாக நினைத்துக் கொண்டு, ஈமக் காரியங்கள் செய்ய அன்று இரவே 7 மணி யிலிருந்து 8 மணி அளவில் என்னை இடுகாட்டுக்குத் தூக்கிச் சென்றிருக்கிறார்கள். சுடுகாட்டுக்குச் செல்லும் வழியில் இடி மின்னலுடன் கூடிய பலத்த மழை பெய்திருக்கிறது. பலத்தக் காற்று வீசியிருக்கிறது. இந்த இயற்கை சீற்றத்தைத் தாக்குப் பிடிக்கமுடியாமல் என்னைத் தூக்கி வந்தவர்கள் என்னை வழியிலேயே விட்டுவிட்டனர்.

அந்தச் சூழ்நிலையில், அருகிலிருந்த நான்கு சாதுக்கள் நான் முனங்குவதைக் கேட்டு என்னைத் தூக்கிவந்து அடைக்கலம் கொடுத்திருக்கிறார்கள். பின்னர், எனக்குத் தகுந்த மருத்துவ சிகிச்சை அளித்து காப்பாற்றியிருக்கிறார்கள்.

இதற்கிடையில், என்னை இடுகாட்டுக்குத் தூக்கி வந்த நபர்கள் என்னைக் காணாமல் வீட்டுக்குச் சென்றுவிட்டார்கள். பிறகு அடுத்த நாள் காலை, வேறொரு இறந்தவரின் பிணத்தைத் தூக்கி வந்து, என்னுடைய உடம்பை தேடிக் கண்டுபிடித்துவிட்டதாகக் கூறி, மறுபடியும் இடுகாட்டுக்குச் சென்று புதிதாகத் தூக்கி வந்த உடம்பை எரியூட்டி இருக்கிறார்கள். அந்த உடம்பு, தலை முதல் கால் வரை துணியால் சுற்றப்பட்டிருந்தது. அதன் முகத்தைக் கூட ஒருவராலும் பார்க்க முடியவில்லை.'

இந்தச் சம்பவங்களைப் பற்றி பிபாவதி தன்னுடைய சாட்சி யத்தில் சொன்னதாவது :

'மேஜோ குமார், மே 6ம் தேதி முதல் உடல் நலம் இல்லாமல் இருந்தார். மே 7ம் தேதியன்று அவர் உடல் நிலையில் எந்த முன்னேற்றமும் இல்லை. 8ம் தேதியன்று அவர் உடல் நிலை மோசமடைந்தது. அன்று, டாக்டர் லெப்டினண்ட் கர்னல் ஜான் டெல்ப்பு கால்வெர்ட், மேஜோ குமாருக்குச் சிகிச்சை அளிக்க வந்தார். அவர், குமாருக்கு ஊசி போட முனைந்தார். ஆனால், குமார் அதற்கு மறுத்துவிட்டார். குமார் தன்னுடைய படுக்கை யறைக்கு அடுத்த அறையில் ஒரு விரிப்பில் படுத்திருந்தார். காலை 8 மணியிலிருந்து 9 மணியளவில் டாக்டர் நிப்பாரன்

சந்திர சென் என்பவர் வந்து குமாரைப் பார்த்தார். நான் ஓர் அறையின் கதவருகே நின்றுகொண்டிருந்தேன். ஆஷு பாபுவும், சத்திய பாபுவும் குமாருடன் ஏதோ பேசிக்கொண்டிருந்தார்கள்.

பிறகு காலை 10 மணியளவில் குமாருக்கு வாந்தி வந்தது. மதியம் 2 மணியளவில் குமாரின் வயிற்று வலி அதிகமானது. குமாருக்கு ரத்தப் போக்கு ஏற்பட்டது. டாக்டர் கால்வெர்ட்டை அழைத்து வர ஆள்கள் அனுப்பப்பட்டனர். டாக்டர் கால்வெர்டு மாலை 4 மணியிலிருந்து 6 மணிக்குள்ளாக வந்து குமாரைப் பார்த்தார். டாக்டர் கால்வெர்டு, குமாருக்கு உடனடியாக ஊசி போட்டாக வேண்டும் என்று தெரிவித்தார். குமார் அதற்கு ஒப்புக் கொண் டார். ஊசி போட்ட பிறகு குமாரின் வலி குறைந்தது. ஆனால், குமார் ரொம்பவும் சோர்ந்து காணப்பட்டார்.

அதற்குப் பிறகு, சில செவிலியர்கள் வந்து குமாரைப் பார்த்துக்கொண்டனர். குமாரின் உடம்பு சில்லென்று ஆனது. செவிலியர்கள், குமாரின் உடம்பில் ஏதோ பவுடரைப் போட்டுத் தேய்த்துவிட்டனர். டாக்டர் கால்வெர்ட் மாலை 8 மணி வரை இருந்தார். பின்னர், அவர் உணவருந்துவதற்காகச் சென்று விட்டார்.

இருட்டிய பிறகு என்னுடைய மாமா சூரிய நாரயண் பாபு, பி.பி.சிர்கார் என்ற ஒரு மருத்துவருடன் குமாரைப் பார்க்க வந்தார். மே 8 நள்ளிரவில் மேஜோ குமார் இறந்துவிட்டார். அவர் இறக்கும் தருணத்தில், டாக்டர் கால்வெர்ட் மற்றும் டாக்டர் நிப்பாரான் சந்திர சென் ஆகிய இருவரும் இருந்தார்கள்.'

(டாக்டர் கால்வெர்டு மற்றும் டாக்டர் நிப்பாரனை விசாரிக்கையில், தாங்கள் இரவில் குமாருடன் இருக்கவில்லை என்றும், வீட்டுக்குச் சென்றபிறகு மீண்டும் திரும்பிவந்து குமாரைப் பார்க்கவில்லை என்றும் தெரிவித்தனர்).

பிபாவதி தன்னுடைய சாட்சியத்தில் மேலும் சொன்னதாவது, 'குமார் இறந்த பிறகு, நான் குமாரின் கையைப் பிடித்துக் கொண்டு அழுது கொண்டிருந்தேன்.'

(குமார், டார்ஜிலிங்கில் தங்கியிருந்த Step Aside பங்களாவின் மேற்பார்வையாளரான ராம் சிங் சுபா, பங்களா அருகில் ஒரு வீட்டில் வசித்து வந்தார். அவர் தன்னுடைய சாட்சியத்தில் கூறிய விஷயம் இது. 'நான் லேபாங் ரேஸ் கோர்ஸில் குதிரைப்

பந்தயத்தைப் பார்த்துவிட்டு அந்தி சாயும் நேரத்தில் வீடு திரும்பினேன். வரும் வழியில் குமார் தங்கி இருந்த பங்களாவில் அனைத்து விளக்குகளும் எரிந்து கொண்டிருந்தன. அங்கு வீட்டில் பெண்கள் அழுது கொண்டிருந்தனர். நான் பங்களாவுக்குள் நுழைந்து அங்கு உள்ளவர்களை விசாரித்ததில், குமார் சற்று நேரத்துக்கு முன்னர் இறந்துவிட்டதாகத் தெரிவித்தனர்.' ராம் சிங் சுபா மேலும் தொடர்ந்தார். 'நான் 7:30 மணியளவில் பங்களாவின் மாடிக்குச் சென்று பார்த்தேன். அங்கு, முன் அறையில் குமார் தரையில் கிடத்தப்பட்டு இருந்தார். அவர் உடல் முழுதும் ஒரு துணியால் மறைக்கப்பட்டிருந்தது. அங்கு சத்திய பாபு, ஆஷு பாபு, டாக்டர் பி.பி.சிர்கார் மற்றும் பங்களாவின் உறுப்பினர்கள் சிலர் இருந்தனர். அங்கு, பத்து நிமிடம் தலையைக் குனிந்தவாறு இருந்துவிட்டு வராண்டாவின் வழியாக வெளியே வர முற்பட்டேன். அப்பொழுது, ஓர் அறையைக் கடக்க நேர்ந்தது. அந்த அறையின் கண்ணாடிக் கதவின் வழியாக பிபாவதியைப் பார்க்க முடிந்தது. அங்கு அவள் ஓர் இரும்புக் கட்டிலின் மேல் குப்புறப் படுத்துக்கொண்டு அழுதுகொண்டிருந்தாள். பிபாவதி இருந்த அறை வெளியில் பாட்லாக் பூட்டால் பூட்டப்பட்டிருந்தது.' மேற்சொன்ன சாட்சியத்தின் அடிப்படையில் பார்க்கும்போது பிபாவதி உண்மையைச் சொல்லவில்லை என்று தெரிகிறது).

பிபாவதி தன்னுடைய சாட்சியத்தில் மேலும் தொடர்ந்தார். 'மேஜோ குமார் Billory colic காரணமாக உயிர் இழந்தார். நள்ளிரவு என்பதால் மேஜோ குமாரை அடக்கம் செய்யமுடியவில்லை. மறுநாள் காலை, மேஜோ குமாரின் உடல் ஊர்வலமாக எடுத்துச் செல்லப்பட்டு இடுகாட்டில் தீயூட்டப்பட்டது. '

இரு தரப்பினரும் தத்தம் நிலைப்பாடுகளை நிரூபிக்க, மொத்தமாக 96 சாட்சிகளை விசாரித்தனர். அந்தச் சாட்சிகளில் முக்கியமானவர், டாக்டர் லெப்டினண்ட் கர்னல் ஜான் டெல்ப்பு கால்வெர்ட். இவர் பிபாவதியின் தரப்புச் சாட்சியாக விசாரிக்கப்பட்டார். டாக்டர் கால்வெர்ட், சம்பவம் நடந்த சமயத்தில் டார்ஜிலிங்கில் சிவில் சர்ஜனாகப் பணியாற்றினார். ஓய்வு பெற்றபிறகு அவர் இங்கிலாந்துக்குச் சென்றுவிட்டார். அவரை இங்கிலாந்து சென்று விசாரிக்க, டாக்கா நீதிமன்றம் ஒரு விசாரணை கமிஷனை ஏற்படுத்தியது. தள்ளாடும் வயதில் டாக்டர் கால்வெர்ட், விசாரணை கமிஷன் முன்னர் ஆஜராகி, 22

வருடங்கள் முன் நடந்த சம்பவங்கள் குறித்துச் சாட்சியம் அளித்தார். டாக்டர் நிப்பாரன் சந்திர சென் என்பவரும் மேஜோ குமாருக்கு வைத்தியம் அளித்த வகையில் பிபாவதியின் தரப்பில் சாட்சியம் அளித்தார்.

மே 8ம் தேதி, மதியம் 12 மணியளவில் மேஜோ குமாருக்கு ரத்தப் போக்கு ஏற்பட்டு உடல் நிலை மோசமடைந்தத் தருணத்தில் டாக்டர் கால்வெர்டும் டாக்டர் நிப்பாரன் சந்திர சென்னும் அவருக்குச் சிகிச்சை அளித்திருக்கின்றனர். இந்த இரண்டு மருத்துவர்களும் மேஜோ குமார் குணமடைய நிறைய மருந்துகள் எழுதிக் கொடுத்தனர்.

டார்ஜிலிங்கில் உள்ள ஸ்மித் ஸ்டெயின்ஸ்டிரீட் அன் கோ (Smith Steinstreet & Co) என்ற மருந்துக்கடையின் பதிவேட்டிலிருந்து திரட்டப்பட்ட விவரங்களின்படி, டாக்டர் கால்வெர்ட் முதலில் எழுதிக் கொடுத்த மருந்துச்சீட்டு, டாக்டர் கால்வெர்டைத் தொடர்ந்து, டாக்டர் நிப்பரான் எழுதிக்கொடுத்த மருந்துகள், டாக்டர் கால்வெர்ட் இரண்டாம் முறை எழுதிக் கொடுத்த மருந்துகள், டாக்டர் சென் மேஜோ குமாருக்காகக் கடைசியாக எழுதிக் கொடுத்த மருந்துகள் ஆகியவை பரிசீலிக்கப்பட்டன.

மேற்சொன்ன மருந்துகள் எதற்காக வழங்கப்பட்டன என்று நீதிமன்றத்தில் விவாதிக்கப்பட்டது. வாதியின் தரப்பில் இரண்டு மருத்துவர்களும், பிரதிவாதித் தரப்பில் இரண்டு மருத்துவர் களும் சாட்சியம் அளித்தனர்.

டாக்டர் மேக் கில்கிறிஸ்ட் என்பவரும் டாக்டர் பிராட்லி என்பவரும் வாதியின் சார்பில் சாட்சியம் அளித்தனர். மேஜர் தாமஸ் மற்றும் கர்னல் டாக்டர் டென்ஹாம் வைட் என்பவரும் பிரதிவாதித் தரப்பில் சாட்சிகளாக விசாரிக்கப்பட்டனர். மருத்துவம் தொடர்பான பல கேள்விகள் கேட்கப்பட்டன. மருத்துவப் புத்தகங்கள் பல அலசி ஆராயப்பட்டன.

பிபாவதித் தரப்பில், Biliary Colic-க்கால் தான் மேஜோ குமார் உயிரிழந்தார் என்று சொல்லப்பட்டது. ஆனால், அதற்கு எந்த ஆதாரமும் இல்லை. மேஜோ குமார் உடல் நலம் இல்லாமல் இருந்த சமயத்தில், அவருக்கு Biliary Colic என்று எந்த மருத்து வரும் தெரிவிக்கவில்லை. மேஜோ குமார் சிகிச்சை பெற்று வந்த சமயத்தில், அந்தப் பெயரை அவர் குடும்பத்தார் யாரும்

கேள்விப்படவே இல்லை. மேஜோ குமார் இறந்த பிறகு முதல் முறையாக மே 10ம் தேதியன்று, மேஜோ குமாரின் அண்ணனான மூத்த குமாருக்கு (பாரா குமாருக்கு) டாக்டர் கால்வெர்ட் எழுதிய கடிதத்தில்தான் அது குறிப்பிடப்பட்டிருப்பதாகப் பிரதிவாதித் தரப்பில் சாட்சியம் அளிக்கப்பட்டது.

ஏன் டாக்டர் கால்வெர்ட், பாரா குமாருக்கு அந்தக் கடிதத்தை எழுதினார் என்று பிரதிவாதித் தரப்பில் சொல்லப்படவில்லை? யார் அந்தக் கடிதத்தை பாரா குமாரிடம் சேர்த்தனர் என்பதற்கும் விளக்கம் இல்லை. சத்திய பாபுவால் இது தொடர்பான சரியான விளக்கம் தர முடியவில்லை.

1921ம் ஆண்டில் சந்நியாசியைப் பற்றி விசாரணை நடத்திய டாக்கா கலெக்டரான நீதாமிடம், சத்திய பாபு, டாக்டர் கால் வெர்டின் கடிதத்தை முதன்முறையாகக் கொடுத்திருக்கிறார். அந்தக் கடிதத்தை சத்திய பாபு கலெக்டரிடம் கொடுத்ததன் காரணம், மேஜோ குமாரின் இறப்பு எப்படி நிகழ்ந்தது என்ற விவரத்தை டாக்டர் கால்வெர்ட் அதில் தெரிவித்திருந்தார்.

டாக்டர் கால்வெர்ட் நீதிமன்ற விசாரணை கமிஷனிடம் அளித்த சாட்சியத்தில், மேஜோ குமார் ரத்தப் போக்கு ஏற்பட்டு உயிர் இழந்தார் என்று தெரிவித்தார். ஆனால், அவர் பாரா குமாருக்கு எழுதிய கடிதத்தில், மேஜோ குமார் Biliary Colic-கால் இறந்ததாக குறிப்பிட்டிருந்தார். டாக்டர் கால்வெர்ட்டின் கூற்றில் முரண் பாடு இருக்கிறது. ஓர் இடத்தில் மேஜோ குமார் இறந்ததற்கான காரணம் Biliary Colic என்று சொன்ன டாக்டர் கால்வெர்ட், இன்னொரு இடத்தில் ரத்தப் போக்கு என்றார்.

இந்த வழக்கில் Biliary Colic பற்றி அதிகம் இடம்பெறுவதால், அது குறித்து ஒரு சிறு அறிமுகம் இங்கே அவசியமாகிறது. சாட்சியம் அளித்த நான்கு மருத்துவர்களும் Biliary Colic பற்றிய தங்களுடைய விளக்கங்களுக்கு ஆதாரமாக 'Price's Treatise' என்ற மருத்துவப் புத்தகத்தையே மேற்கோளாகக் காட்டினர். கல்லீரல் வெளிப்படுத்தும் பித்தமானது, ஹெபட்டிக் சுரப்பி மூலமாக சிஸ்டிக் சுரப்பியில் சென்று சேருகிறது. பிறகு சிஸ்டிக் சுரப்பி, பித்தநீரை மண்ணீரலுக்கு எடுத்துச்செல்கிறது. சில சமயங்களில் இந்தப் பித்தநீர், சிஸ்டிக் சுரப்பியில் கட்டிப்பட்டு நாளடைவில் கற்களாக மாறிவிடுகிறது. அப்படி சிஸ்டிக் சுரப்பி யில் உருவாகும் பெரிய கற்களால் வலது தோள்பட்டையில்

தீவிர வலி ஏற்படும். வயிற்றில் வலி ஏற்படாது. வயிற்றுக்கும் Biliary Colicக்கும் எந்தத் தொடர்பும் இல்லை. இதனால், உயிரிழப்பு ஏற்படுவது மிகவும் அரிதானது. அறுவை சிகிச்சை மூலமாகத்தான் Biliary Colicக்கைச் சரி செய்ய முடியும். இந் நோய் ஏற்படுத்தும் வலியைக் குறைப்பதற்காக வேண்டுமானால் பாதிக்கப்பட்டவர்களுக்கு ஓபியம் வழங்கப்படும் .

அனைத்து மருத்துவர்களும் கருத்து ஒத்துச் சொன்ன விஷயம், ஒருவருக்கு Biliary Colic இருந்தால் அவருக்கு ரத்தப் போக்கு ஏற்படாது என்பதுதான். காரணம் சிஸ்டிக் சுரப்பியில் உருவான கல்லால் சுரப்பி பாதிக்கப்பட்டு ரத்தம் கசிந்து குடல் வழியாக வெளியேறும். அப்படி வெளியேறும் ரத்தம் சிவப்பாக இருக்காது. கருப்பாகவும் தார் போன்றுமிருக்கும். காரணம், கல்லின் பாதிப்பால் ஏற்பட்ட ரத்தம் சிறுகுடல் வழியாக பெருங்குடலுக்குச் சென்று, அங்கிருந்து மலக்குடலுக்கு வந்து சேர்வதற்கு சுமார் 25 அடி நீளம் உள்ள குடல்பகுதிகளைக் கடக்கவேண்டும். அப்படிக் கடக்கும் வழியில் மற்ற உணவுகளுடன் ரத்தமும் ஜீரணிக்கப்பட்டு, அதனுடைய கழிவுகள் கருப்பாகவும் தார் போன்றும் வெளியேறும். மலத்தில் ரத்தம் வெளிப்பட்டால், அது குடலின் கீழ்பகுதி அல்லது ஆசனவாயில் ஏற்பட்ட பாதிப்பால்தான் இருக்குமே தவிர Biliary Colicக்கால் இருக்காது.'

மேஜோ குமாருக்கு வைத்தியம் பார்த்த டாக்டர் கால்வெர்டும் மேற்சொன்ன மருத்துவ விளக்கத்தை ஒப்புக்கொண்டார்.

நீதிமன்றத்தில் சாட்சியம் அளித்த நான்கு மருத்துவர்களும், மேலும் இரண்டு விஷயங்களைத் தெளிவுபடுத்தினர். அவை 'மேஜோ குமாருக்கு ஏற்பட்டது வயிற்றுப் போக்கு, வயிற்றுக் கடுப்பு இல்லை. காரணம் மேல்சொன்ன நோய் இருந்தால் இந்த இரு உபாதைகளும் ஏற்படாது. மலச்சிக்கல்தான் ஏற்படும்.'

சத்திய பாபு, ராஜ்பாரி அரண்மனைக்கு மேஜோ குமாரின் நிலைமையைத் தெரிவிப்பதற்காக அனுப்பிய தந்திகளில் எதிலுமே மேஜோ குமாருக்கு Biliary Colic என்று குறிப்பிட வில்லை.

அந்தத் தந்திகள் பின்வருமாறு:

மே 6 – காலை 10 மணி. நேற்று இரவு குமாருக்குக் காய்ச்சல் அடித் தது. 99-க்கு கீழ்தான் இருந்தது. இப்பொழுது காய்ச்சல் இல்லை.

மே 6 – மாலை 6:45 மணி, குமாருக்குக் காய்ச்சல். தாங்க முடியாத வயிற்று வலி. சிவில் சர்ஜன் குமாரைக் கவனித்து வருகிறார்.

மே 6 – மாலை 8:55 மணி, காய்ச்சல் இருந்தது. இரண்டு மணி நேரத்துக்கு மேலாக வயிற்று வலி. இப்பொழுது குறைந்து விட்டது. கவலைப்பட வேண்டியதில்லை. மறுபடியும் வரும் என்ற பயம் வேண்டாம்.

மே 7 – காலை 7:10 மணி – குமார் நன்றாகத் தூங்கினார். காய்ச்சலும் இல்லை, வயிற்று வலியும் இல்லை.

மே 8 – காலை 11:15 மணி – காய்ச்சல் இல்லை, கொஞ்சம் வலி இருந்தது. அடிக்கடி வாந்தி வருவதாகத் தெரிவிக்கிறார். சிவில் சர்ஜன் கவனித்துக் கொள்கிறார். கவலைப்பட வேண்டியதில்லை. உணவாக சாதம் கொடுக்கப்படுகிறது.

மேலும், டாக்டர் கால்வெர்ட் மற்றும் டாக்டர் நிப்பாரன் சந்திர சென், மேஜோ குமாருக்கு எழுதிக் கொடுத்த மருந்துகள் எதுவுமே Biliary Colicக்கான சிகிச்சை தொடர்பானது இல்லை.

டாக்டர் கால்வெர்ட், பெல்லாடோனா (Belladonna) ஆயின்மென்ட் எழுதிக் கொடுத்திருந்தார். அது, வயிற்று வலி கண்டவர்களுக்கு வயிற்றின் மேல் தடவப்படும் மருந்து.

டாக்டர் கில்கிறிஸ்ட் தன்னுடைய சாட்சியத்தில், மேஜோ குமார் வயிற்றுப் போக்கால் பாதிக்கப்பட்டிருந்தார் என்று வைத்துக் கொண்டால்கூட மருந்துச் சீட்டை பார்க்கும்பொழுது அதற்காக சிகிச்சை எதுவும் அவருக்கு அளிக்கப்படவில்லை என்று தெரிவித்தார்.

எனவே, மேஜோ குமார் Biliary Colicக்கால் இறந்தார் என்பது தவறு.

எனவே, அரசு மருத்துவரான டாக்டர் கால்வெர்ட் நீதிமன்றத்தில் பொய் சாட்சியம் அளித்திருக்கிறார். நீதிமன்றத்தில் பொய்சாட்சி சொல்வதற்கு ஆங்கிலத்தில் perjury என்று பெயர். நீதிமன்றத்தில் பொய் சாட்சியம் அளித்தால் அது சட்டப்படிக் குற்றம். அதற்குத் தண்டனையும் உண்டு.

சத்திய பாபுவுக்கு, மேஜோ குமார் இன்ன காரணத்தினால்தான் இறந்தார் என்று ஓர் ஆதாரம் தேவைப்பட்டது. அந்தப் போலி

ஆதாரம்தான், டாக்டர் கால்வெர்டினால் பாரா குமாருக்கு எழுதப்பட்ட கடிதம்.

அப்படியானால் மேஜோ குமாருக்கு மே 8 அன்று என்ன நடந்தது?

★

மேஜோ குமாருக்கு ஏற்பட்ட அறிகுறிகளை வைத்தும், ஏனைய மருத்துவர்களின் சாட்சியத்தை வைத்தும் மேஜோ குமாருக்கு என்ன நடந்தது என்று நீதிபதி தன்னுடைய தீர்ப்பில் பின்வரு மாறு தெரிவித்திருக்கிறார்.

'மேஜோ குமார் முதலில் அஜீரணக் கோளாறால் அவதிப் பட்டிருக்கிறார். பின்னர் அவருக்குத் தாங்கமுடியாத வயிற்று வலி ஏற்பட்டிருக்கிறது. பின்னர் சம்பவம் நடந்த அன்று காலை மேஜோ குமார் வாந்தி எடுத்திருக்கிறார். அதைத் தொடர்ந்து அவருக்கு அடிக்கடி வயிற்றுப் போக்கு ஏற்பட்டிருக்கிறது. அதிகமாக நீர்ச் சத்து வெளியேறியதால் உடல் இயக்கம் பாதிக்கப்பட்டிருக்கிறது. ரத்தப் போக்கு ஏற்பட்டதால் உடல் தடுமாற்றம் ஏற்பட்டு, மேஜோ குமார் சுயநினைவை இழந் திருக்கிறார்.'

மேஜோ குமாருக்கு ஏன் வயிற்றுக் கடுப்பு ஏற்பட்டது?

ஒருவர் வயிற்றில் நச்சுப் பொருள் உட்புகுந்தால் வயிற்றுக் கடுப்பு ஏற்படும். நச்சுத்தன்மை கொண்ட பொருள்களால் குடல் சுவர்கள் எரிச்சல் அடைந்து வீக்கமடையும். குடல் தீவிர அதிர்ச்சிக்குள்ளான காரணத்தால்தான் ரத்தப் போக்கு ஏற்படும். கூடவே நரம்பு மண்டலம் அதீதமாகத் தூண்டப்படுவதால் தாங்க முடியாத வலி ஏற்படும். இந்த அறிகுறிகள் அனைத்தும் ஒருவருக்கு இருந்தால், அவர் நிச்சயமாக ஏதோ நச்சுத் தாக்கு தலுக்கு ஆளாகியுள்ளார் என்று அர்த்தம்.

நச்சுப்பொருள் இயற்கையாக கிடைக்கக் கூடிய தாவர வகையைச் சேர்ந்ததாகவும் இருக்கலாம் அல்லது ரசாயனப் பொருளாகவும் இருக்கலாம்.

ஆஷ‌ு பாபு மேஜோ குமாருக்குக் குடிக்கக் கொடுத்தது ஆர்ஸனிக் என்னும் நச்சுப் பொருள். ஆர்ஸனிக்கை உட்கொண்டதால்தான்

164

மேஜோ குமாருக்கு மேற்சொன்ன பாதிப்புகளெல்லாம் ஏற்பட்டன.

ஆர்ஸனிக் ஒரு கொடிய நச்சுப் பொருள் என்றும், அதை ஒருவர் உட்கொண்டால் என்னென்ன விளைவுகளை ஏற்படுத்தும் என்ற விவரங்கள் 'Lyon's Jurisprudence' என்ற புத்தகத்தில் குறிப்பிடப் பட்டிருக்கிறது.

டாக்டர் கால்வெர்ட் மற்றும் டாக்டர் நிப்பாரன் சந்திர சென் ஆகியோர் எழுதிக்கொடுத்த மருந்துச் சீட்டுகளில் நச்சுத் தன்மை கொண்ட மருந்தோ அல்லது பொருளோ இடம்பெறவில்லை. ஆஷு பாபு எழுதிக் கொடுத்த மருந்துச் சீட்டில்தான் நச்சுத் தன்மை கொண்ட பொருளைப் பற்றிய குறிப்பு இருந்திருக்கிறது.

மலேரியாவை குணப்படுத்தும் தன்மை இந்த மருந்துகளுக்கு இருந்தன. ஆனால், ஆர்ஸனிக்கை மட்டும் ஒரு குறிப்பிட்ட அளவுக்கு அதிகமாக உட்கொண்டால் அது வயிற்றெரிச்சலை ஏற்படுத்துவதோடு இல்லாமல், வயிற்றுப்போக்கையும் ஏற்படுத்தும். அளவு மீறினால் உயிரே போய்விடும்.

யாருக்காவது நஞ்சூட்ட வேண்டுமென்றால் விஷயம் அறிந்த வர்கள் ஆர்ஸனிக்கைத்தான் பயன்படுத்துவார்கள். அவர்கள் மருந்துக் கடைகளில் மறைமுகமாக ஆர்ஸனிக் வாங்க, மேற் சொன்னவாறு மருந்துச் சீட்டைத் தயார் செய்து (மருத்துவரிடம் பெற்று) எடுத்துச் செல்வார்கள்.

ஆஷு பாபு மருந்துச் சீட்டை, தான் எழுதிக் கொடுக்கவில்லை என்று சாதித்தான். பின்னர் குட்டு வெளிப்பட்டவுடன் அந்தப் பழியை மற்றவர்கள் மீது போடப் பார்த்தான்.

மேஜோ குமாருக்குச் சிகிச்சை அளிக்க எந்த மருத்துவரும் மே 7ம் தேதி டார்ஜிலிங் பங்களாவுக்கு அழைத்து வரப்படவில்லை. டாக்டர் கால்வெர்டும், நிப்பாரன் சந்திர சென்னும் மே 8ம் தேதியன்றுதான் மேஜோ குமாருக்குச் சிகிச்சை அளித்தனர். டார்ஜிலிங்கில் உள்ள சிமித் ஸ்டேயின்ஸ்ட்ரீட் (Smith Stainstreet and Co) என்ற மருந்துக் கடையின் குறிப்பின்படி, ஆஷு தாஸ் குப்தாதான் (ஆஷு பாபு) சம்பந்தப்பட்ட மருந்து களை மே 7ம் தேதி அன்று வாங்கி இருக்கிறான். அதற்கான மருந்து விற்ற பதிவேட்டில் ஆஷு தாஸ் குப்தாவின் கையெழுத்து இருந்தது.

டாக்டர் கால்வெர்டைப் போல ஆஷு பாபுவும் நீதிமன்றத்தில் பொய் சாட்சி சொல்லியிருக்கிறான்.

நீதிபதி, மேஜோ குமார் Biliary Colicக்கால் இறக்கவில்லை என்று உறுதிபடுத்திக்கொண்ட பிறகு அடுத்த கேள்விக்குப் போனார். மேஜோ குமார் எப்பொழுது இறந்தார்? மாலையிலா அல்லது நள்ளிரவிலா? மேஜோ குமாருக்கு எப்பொழுது ஈமக்காரியம் நடைபெற்றது? மே 8ம் தேதி இரவிலா அல்லது மே 9ம் தேதி காலையிலா?

மே 8ம் தேதி மதியம், மேஜோ குமாரின் உடல் நிலை மோசமாகி இருக்கிறது என்ற செய்தியைத் தெரிவிக்க சத்திய பாபு ராஜ்பாரி அரண்மனைக்குத் தந்தி அனுப்பி இருக்கிறார். அந்தத் தந்தி மதியம் 3:10 மணிக்கு அனுப்பப்பட்டுள்ளது. அந்தத் தந்திக்கான பதில், பாரா குமாரிடமிருந்து மாலை 4: 45 மணி அளவில் டார்ஜிலிங்கில் கிடைத்தது. அதில், மேஜோ குமாரின் உடல் நிலை பற்றி கேள்விப்பட்டவுடன் மிகுந்த கவலைக்கு உள்ளாகியிருக்கிறோம். சிறந்த முறையில் மருத்துவ சிகிச்சை அளிக்குமாறு கேட்டுக் கொள்கிறோம். உடல் நிலை குறித்து அவ்வப்போது தந்தி அனுப்புமாறு கேட்டுக் கொள்ளப் பட்டிருக்கிறது.

விசித்திரமான விஷயம் என்னவென்றால், டார்ஜிலிங்கிலிருந்து ராஜ்பாரிக்கு மேஜோ குமாரின் உடல் நிலை குறித்து சத்திய பாபு அடிக்கடி அனுப்பிய தந்திகள் பிபாவதியின் சார்பில் நீதிமன்றத் தில் தாக்கல் செய்யப்பட்டாலும், மேஜோ குமார் இறந்த செய்தியைக் குறிப்பிட்டு அனுப்பப்பட்ட தந்தி நீதிமன்றத்தில் தாக்கல் செய்யப்படவில்லை. ஏன் தாக்கல் செய்யவில்லை? அதைத் தாக்கல் செய்தால் மேஜோ குமார் எந்த நேரத்தில் இறந்தார் என்ற உண்மை வெளியாகிவிடும். அதனால், அந்த இரங்கல் தந்தி நீதிமன்றத்தில் தாக்கல் செய்யப்படவில்லை.

சந்நியாசியின் கூற்றின்படி, மே 8ம் தேதி இரவு மேஜோ குமாரின் உடல், சுடுகாட்டுக்கு கமர்ஷியல் சாலை வழியாக எடுத்துச் செல்லப்பட்டிருக்கிறது.

பிபாவதியின் கூற்றின்படி, மேஜோ குமார் மே 8ம் தேதியன்று நள்ளிரவில் இறந்தார். அவரது உடலை இடுகாட்டுக்கு எடுத்துச் சென்றது, மே 9ம் தேதி காலை. சுடுகாட்டுக்குச் சென்ற வழி,

டார்ஜிலிங்கின் முக்கியமான தார்ன் சாலை. கமர்ஷியல் சாலை வழியாக இடுகாடு செல்வது குறைந்த தூரம். ஆனால், தார்ன் சாலை வழியாக சுடுகாட்டிற்குச் செல்வது அதிக தூரம் மற்றும் வளைந்தும், நெளிந்தும் செல்லும். தார்ன் சாலை வழியாக இடுகாடு செல்வதற்கு நிறைய நேரமாகும்.

இருதரப்பினர் சொல்வதில், யார் சொல்வது உண்மை?

மே 9ம் தேதியன்றுதான், தார்ன் என்ற முக்கிய சாலை வழியாக சவ ஊர்வலம் சென்றதாக பிபாவதி தரப்பில் சொல்லப்பட்டது. அதை நிரூபிக்க அவர் தரப்பில் சுமார் 26 சாட்சிகள் விசாரிக்கப் பட்டனர். சந்நியாசியின் தரப்பில் 9 சாட்சிகள் விசாரிக்கப் பட்டனர். பிபாவதியின் 26 சாட்சிகளும் ஒரே மாதிரி சாட்சியம் அளிக்கவில்லை. ஒரு சாட்சி சொன்னதற்கும் இன்னொருவர் சொன்னதற்கும் நிறைய வேறுபாடுகள் இருந்தன. பிபாவதியின் மூன்று சாட்சிகள் மிகவும் தெள்ளத் தெளிவாக சவ ஊர்வலம் கமர்ஷியல் சாலை வழியாக சென்றது என்று பிபாவதியின் கூற்றுக்கு மாறாக சாட்சியம் சொன்னார்கள்.

மே 9ம் தேதியன்று, வங்காளத்தின் கவர்னர் மிண்டோ பிரபு டார்ஜிலிங்கிற்கு வந்துவிட்டார். பொதுவாக, கோடைக்காலத் தின் வெயிலைத் தாங்காமல் மலைவாசம் செல்லும் ஆங்கிலேய கவர்னர்கள், கோடைக்காலம் முடியும்வரை அந்த வாசஸ் தலத்தில்தான் இருப்பார்கள். இந்தியாவில் ஆங்கிலேயர் காலத்தில், அந்தந்தப் பகுதிகளில் இருந்த கவர்னர்கள் அவரவர் ஆளுமைக்கு உட்பட்ட மலைவாசஸ்தலத்திற்குச் சென்று விடுவர். சென்னை மாகாண கவர்னர் ஊட்டிக்குச் சென்று விடுவார். பம்பாய் மாகாண கவர்னர் மகாபலேஷ்வருக்குச் சென்றுவிடுவார். பஞ்சாப் கவர்னர் சிம்லாவிற்குச் சென்று விடுவார். கோடை காலம் முடியும் வரை அரசாங்கமே மலைவாசஸ்தலங்களில்தான் நடைபெறும்.

டார்ஜிலிங்கைப் பொறுத்தவரை அரசுத் தலைமைச் செயலக மாகச் செயல்பட்டது, அங்குள்ள கச்சேரி பில்டிங்கில். அந்தக் கச்சேரி பில்டிங், டார்ஜிலிங்கின் முக்கிய சாலையில் பசாருக்கு எதிராக உள்ளது.

கவர்னர் டார்ஜிலிங்கிற்கு வந்ததால் அங்கு கெடுபிடி அதிகமாக இருந்தது. போதாத குறைக்கு, சுதந்தரப் போராட்ட வீரர்கள்

ஆங்கிலேயர்கள் மீதும், அரசு நிர்வாகத்தின் மீதும் தாக்குதல்கள் நடத்தி வந்தனர். அதுவும், வங்காளத்தில்தான் ஆங்கிலேயர்களுக்கு எதிரான வன்முறை அதிகமாக இருந்தது. அதனால், டார்ஜிலிங்கின் முக்கிய சாலைகளில் ஊர்வலங்கள் செல்ல காவல் துறை தடை விதித்திருந்தது.

எனவே, நீதிபதி தன்னுடைய தீர்ப்பில், காவல் துறை முக்கிய சாலைகளில் ஊர்வலங்கள் செல்லத் தடை விதித்திருந்ததால் மேஜோ குமாரின் கடைசி ஊர்வலம் தார்ன் சாலை (டார்ஜிலிங்கில் உள்ள முக்கிய சாலைகளில் ஒன்று) வழியாகச் சென்றிருக்க வாய்ப்பில்லை என்று தெரிவித்தார்.

இடுகாட்டில் மேஜோ குமாருக்கு அந்திமக் காரியங்கள் செய்யும் பொழுது அங்கு புரோகிதர் யாரும் இல்லை. எந்தச் சடங்கும் செய்யப்படவில்லை. இறந்தவரின் முகத்தை அங்கு இருந்தவர்கள் ஒருவரும் பார்க்கவில்லை. இறந்தவரின் சடலம் முழுதும் துணியால் சுற்றப்பட்டிருந்தது. உடலை எரியூட்டுவதற்கு முன்னர் அவ்வுடல் குளிப்பாட்டப்படவில்லை. உடல் நெய்யால் அபிஷேகம் செய்யப்படவில்லை. சவ ஊர்வலத்தில் கலந்து கொண்டவர்கள் யாருக்கும் பிண்டம் கொடுக்கப்படவில்லை. முக்கன்னி செய்யப்படவில்லை – அதாவது சவத்தின் வாயில் நெருப்பிடுவது. சடலம் தீயூட்டப்பட்டு சாம்பலான பிறகு அதனுடைய அஸ்தி எடுத்து வரப்படவில்லை. இறந்தவர்களின் அஸ்தியை கங்கையில் கரைப்பது முக்கியமான சடங்கு. அதுவும் நடைபெறவில்லை.

எனவே மேஜோ குமார் இறந்து விட்டார் என்றோ, அவருடைய உடல்தான் எரியூட்டப்பட்டது என்றோ தீர்மானமாகச் சொல்ல முடியவில்லை. மேஜோ குமார் இறந்துவிட்டார் என்று பிபாவதியால் ஆணித்தரமாக நிரூபிக்க முடியவில்லை என்று நீதிபதி தன்னுடைய தீர்ப்பில் வெளியிட்டார்.

★

சரி, மேஜோ குமார் சாகவில்லை என்றே வைத்துக்கொள்வோம். ஆனால், சந்நியாசிதான் மேஜோ குமார் என்று எப்படி முடிவுக்கு வருவது. சந்நியாசி வங்காளியே கிடையாது. அவர் ஒரு ஹிந்துஸ்தானி. எனவே, நீதிபதி இப்பொழுது முடிவு செய்ய வேண்டியது சந்நியாசி, வங்காளியா அல்லது ஹிந்துஸ்தானியா?

ஆங்கிலேயர்கள் ஆட்சியில் இந்திய துணைக் கண்டத்தின் வட பகுதியில் இமயமலையிலிருந்து விந்திய மலைக்கு உட்பட்ட பகுதிகள் ஹிந்துஸ்தான் என்று அழைக்கப்பட்டன. அங்கு வசித்து வந்த மக்கள் ஹிந்துஸ்தானிகள் என்று அழைக்கப் பட்டனர். ஆனால், வங்காளிகள் ஹிந்துஸ்தானியர்கள் இல்லை. மேஜோ குமார் வங்காளி. ஆனால் சந்நியாசி, அவர் பேச்சிலும் தோற்றத்திலும் ஹிந்துஸ்தானி போலக் காட்சியளித்தார். எனவே, அவர் வங்காளியாக இருக்கமுடியாது, அதுவும் அவர் குறிப்பாக மேஜோ குமாராக இருக்கமுடியாது. அவர் ஒரு போலி என்று வாதிட்டார் பிபாவதியின் வழக்கறிஞர்.

சந்நியாசி, தானே மேஜோ குமார் என்று எப்பொழுது தன்னை பறைசாற்றிக்கொண்டாரோ அப்போதிருந்தே சத்திய பாபு சுறுசுறுப்பாகிவிட்டார். சந்நியாசி மேஜோ குமாராக இருக்க முடியாது என்பதற்கு என்னென்ன ஆதாரங்கள் தேவைப் பட்டனவோ அதை எல்லாம் செய்ய ஆரம்பித்தார்.

நாம் ஏற்கெனவே பார்த்தது போல், உயர்மட்டத்தில் உள்ள பல ஆங்கில அதிகாரிகளைச் சந்தித்த சத்திய பாபு, தன்னுடைய தங்கைக்கு ஆதரவு தேடிக்கொண்டார்.

பின்னர், டார்ஜிலிங் சென்று தனக்குத் தேவையான சாட்சிகளை (பொய் சாட்சிகளை) திரட்டினார். இந்தச் சாட்சிகளெல்லாம் மேஜோ குமார் இறந்ததாகச் சொல்ல வேண்டும். மேஜோ குமார் உடல் தகனம் செய்யப்பட்டதாகச் சொல்ல வேண்டும். அதை அவர்கள் பார்த்ததாகச் சொல்லவேண்டும்.

இன்னொரு பக்கத்தில், சந்நியாசியும் அவரைச் சார்ந்தவர்களும், டாக்கா கலெக்டர் லிண்ட்சே-ஐ சந்தித்து, சந்நியாசிதான் மேஜோ குமாரா என்று விசாரணை நடத்த வேண்டும் என்று மனு கொடுத்தனர்.

லிண்ட்சே விசாரணையைத் தொடங்குவதற்கு முன்னர் ஒரு காரியம் செய்தார். தன்னுடைய ஆளுமைக்கு உட்பட்ட ஒரு காவல் துறை ஆய்வாளரான மம்தாஜூதினை பஞ்சாபுக்கு அனுப்பி, சந்நியாசியைப் பற்றி உண்மையான விவரங்களை அறிந்து வரச் சொன்னார். அந்த ஆய்வாளருக்குத் துணையாக பாவல் ஜமீனின் காரியதரிசியான சுரேந்திர சக்ரவர்த்தியையும் அனுப்பி வைத்தார்.

உண்மையைக் கண்டறியும் இருவர் குழு, தாங்கள் டாக்காவிலிருந்து புறப்பட்டுச் சரியாக இரண்டு மாதம் கழித்து ஓர் அறிக்கையை பாவல் ஜமீனின் மேலாளருக்கு அனுப்பி வைத்தது. அந்த அறிக்கை, வங்காள மொழியில் இருந்தது. அதைத் தயார் செய்தது ஜமீனின் காரியதரிசி, சுரேந்திர சக்ரவர்த்தி.

அந்த அறிக்கையில் இடம் பெற்ற விவரங்கள் பின்வருமாறு :

'நாங்கள் இருவரும் டாக்காவிலிருந்து புறப்பட்டு சுமார் 2000 மைல் தொலைவில் உள்ள பஞ்சாபுக்குச் சென்றோம். போகும் வழியில் ஹரித்வாருக்குச் சென்றோம். ஹரித்வாரில் நாங்கள் நடத்திய விசாரணையில், ஹிரானந்தா என்ற சாதுவைப் பற்றிய ஒரு துப்பு கிடைத்தது. அந்தச் சாது ஹிரானந்தாவைத் தேடிக் கொண்டு நானும் மம்தாஜுதினும் அமிர்தசரஸுக்குச் சென்றோம்.

நாங்கள் இருவரும் அமிர்தசரசில் ஹிரானந்தா சாதுவைச் சந்தித்தோம். அவரிடம் சந்நியாசியினுடைய புகைப்படத்தைக் காட்டி இவரைத் தெரியுமா என்று கேட்டோம். அதற்கு ஹிரானந்தாவின் சிஷ்யர் சாந்தாராம், புகைப்படத்தில் இருப்பது சந்நியாசி சுந்தர தாஸ் என்றார். பின்னர் இந்த சந்நியாசி, தரம் தாஸின் சிஷ்யர் என்ற விவரத்தையும் தெரிவித்தார்.

பின்னர், நாங்கள் தரம் தாஸை தேடி அவருடைய கிராமமான சோட்டு சன்சாராவுக்குச் சென்றோம். அந்தக் கிராமம் அமிர்தசரஸிலிருந்து 20 மைல் தொலைவில் உள்ளது. அங்கு நாங்கள் சாது தரம் தாஸைச் சந்தித்தோம். அவருடைய சிஷ்யர் தேப தாஸும் உடன் இருந்தார். சந்நியாசியினுடைய புகைப்படத்தை அவ்விருவரிடமும் காட்டினோம். புகைப்படத்தை பார்த்த அவர்கள், இது சுந்தர் தாஸ் என்று தெரிவித்தனர்.

தரம் தாஸ், சுந்தர தாஸின் பின்னணியைப் பற்றி எங்களிடம் தெரிவித்தார். சுமார் 15 ஆண்டுகளுக்கு முன்னர் லாகூருக்கு அருகாமையில் உள்ள அவுலா என்ற கிராமத்திலிருந்து, நாராயண் சிங் என்பவர் ஒரு சிறுவனை என்னிடம் அழைத்து வந்தார். அந்தச் சிறுவனின் பெற்றோர்கள் இறந்துவிட்டதாகத் தெரிவித்தார். அவனை நீங்கள் உங்களுடைய சிஷ்யனாக ஏற்றுக்கொள்ள வேண்டும் என்று கேட்டுக்கொண்டார். அந்தச்

சிறுவனின் பெயர் மால் சிங். நானும் அவனை என்னுடைய சிஷ்யனாக ஏற்றுக்கொண்டேன் என்றார் சாது தரம் தாஸ்.

நாங்கள் சாது தரம் தாஸை ஒரு கௌரவ மாஜிஸ்டிரேட்டான லெப்டினண்ட் ரகுபிர் சிங்கிடம் கூட்டிச் சென்றோம். இந்த லெப்டினண்ட் ரகுபிர் சிங் ஒரு முன்னாள் ராணுவ அதிகாரி.

சாது தரம் தாஸ், லெப்டினண்ட் ரகுபிர் சிங்கிடம் ஜுன் 27ம் தேதி, 1921ம் ஆண்டு ஒப்புதல் வாக்குமூலம் அளித்தார். அச்சமயத்தில் அங்கு எங்கள் இருவர் குழுவைத் தவிர, தரம் தாஸின் சிஷ்யர் தேபதாஸ், சாது ஹிரானந்தா மற்றும் அவருடைய சிஷ்யர் சாந்தாராம் தாஸ் மற்றும் நான்கு கிராமத்தவர்கள் இருந்தனர்.

தரம் தாஸ் சொன்ன விவரங்கள் அனைத்தும், இந்திய குற்றவியல் நடைமுறைச் சட்டத்தின் 164வது பிரிவின் கீழ் பிரமாணத்தின் அடிப்படையில், கௌரவ மாஜிஸ்டிரேட்டால் பதிவு செய்யப்பட்டது. தரம் தாஸ் கூற்றை அங்கிருந்த மற்றவர்கள் உறுதிப்படுத்தினார்கள். அவர்களது சாட்சியமும் கௌரவ மாஜிஸ்டிரேட்டால் பதிவு செய்யப்பட்டது. நாங்கள் கொண்டு வந்த புகைப்படம் தரம் தாஸுக்குக் காட்டப்பட்டு, அவர் இது சுந்திர தாஸுடையது என்று சொன்ன பிறகு, கௌரவ மாஜிஸ்டிரேட்டால் அந்தப் புகைப்படம் P1 என்று குறியீடு செய்யப்பட்டது. அந்தப் புகைப்படத்தில் சந்நியாசி நின்று கொண்டிருப்பதாகக் கௌரவ மாஜிஸ்டிரேட் ரகுபிர் சிங் தெரிவித்திருக்கிறார். அந்தப் புகைப்படத்தில் ரகுபிர் சிங் கையெழுத்து போட்டிருக்கிறார்.

தரம் தாஸ் தன்னுடைய விசாரணையில், மால் சிங் என்ற சிறுவன் தன்னிடம் ஒப்படைக்கப்படும்போது அவனுக்கு 11 வயது இருக்கும் என்றார். மேலும் அவர், தன்னுடைய சிஷ்யனான சுந்தர் தாஸ் ஆறு வருடங்களுக்கு முன்னர் தன்னை விட்டு பிரிந்து கல்கத்தாவுக்குச் சென்று விட்டதாக தெரிவித்தார்.'

சுரேந்திர சக்ரவர்த்தி அனுப்பி வைத்த இந்த ஆய்வறிக்கையை, பாவல் ஜமீனின் மேலாளர் ஆங்கிலத்தில் மொழிபெயர்ப்பு செய்து டாக்கா கலெக்டரான லிண்ட்சேவுக்கு ஜுலை 2ம் தேதி அனுப்பி வைத்தார்.

ஆனால், வேடிக்கை என்னவென்றால், இந்த அறிக்கை, கலெக்டருக்குக் கிடைப்பதற்கு முன்னரே, ஜுன் 3ம் தேதியே

சந்நியாசி உண்மையானவர் இல்லை; அவர் ஒரு போலி என்ற தன்னுடைய முடிவை கலெக்டர் வெளியிட்டிருக்கிறார்.

டாக்கா நீதிமன்றத்தில் வழக்கு விசாரணை நடந்த சமயத்தில், பிபாவதி தரப்பில் மேற்குறிப்பிட்ட சாட்சியங்கள் எல்லாம் தாக்கல் செய்யப்பட்டன. ஒரு பக்கம், சந்நியாசி, தானே மேஜோ குமார் என்று நிரூபிக்கும் பொருட்டு, நான்கு சாதுக்களைத் தனது சார்பாக சாட்சியம் அளிக்க வைத்துள்ளார். இன்னோரு பக்கம், சந்நியாசி வங்காளத்தவர் இல்லை; அவர் ஒரு ஹிந்துஸ்தானி என்று நிரூபிக்கும் பொருட்டு அதற்குண்டான சாட்சியங்கள் நீதிமன்றத்தில் தாக்கல் செய்யப்பட்டன. இரு தரப்பில், ஒரு தரப்பு சொல்வது கண்டிப்பாக பொய். யார் சொல்வது பொய் என்று நீதிபதி கண்டுபிடித்தாக வேண்டும்.

★

நீதிபதி ஒரு விஷயத்தில் மிகவும் உறுதியாக இருந்தார். சுரேந்திர சக்ரவர்த்தி அளித்த அறிக்கையை அப்படியே ஏற்றுக் கொள்ள முடியாது. தரம் தாஸ், சுந்தர் தாஸ் போன்ற பெயர்களை வட நாட்டில் பலரும் வைத்திருக்கிறார்கள். இவையெல்லாம் பொதுப் பெயர்கள். சுரேந்திர சக்ரவர்த்தியின் அறிக்கையில் கண்டுள்ள விவரங்கள் உண்மையானதுதான் என்பதை நிரூபிக்க தனிப்பட்ட சாட்சிகளை விசாரித்தாக வேண்டும் என்று சொல்லி விட்டார். டாக்கா வரை வந்து சாட்சியம் சொல்லமுடியவில்லை என்றாலும் பரவாயில்லை, சாட்சிகள் லாகூரிலேயே விசாரணை கமிஷன் முன்னர் ஆஜராகி சாட்சியம் அளிக்கலாம் என்றார்.

சந்நியாசி ஹிந்துஸ்தானிதான் என்பதை நிரூபிப்பதற்காக, முதல் சாட்சியாக தரம் தாஸ் என்று ஒருவரைப் பிரதிவாதியினர் டாக்கா நீதிமன்றத்துக்கு அழைத்து வந்தனர். அவர் சாட்சிக் கூண்டில் ஏறி 'நான்தான் தரம் தாஸ். நான்தான் கௌரவ மாஜிஸ்டிரேட்டான ரகுபிர் சிங்கிடம் நான்கு வருடங்கள் முன்னர் சாட்சியம் அளித்தேன். இந்த வழக்கில் வாதியாக இருப்பவர் வேறு யாரும் இல்லை. அவன் என்னுடைய சிஷ்யப் பிள்ளையாண்டான்தான். அவன் இதுவரைக்கும் டார்ஜிலிங் பக்கமே போனதில்லை' என்றார் அந்த சாட்சி. வாதியினுடைய உண்மையான பெயர் மால் சிங் என்றும், அவனுடைய சொந்த ஊர் பஞ்சாப் மாகாணத்தில் லாகூருக்கு அருகில் உள்ள அவுலா என்றும் கூறினார், தரம் தாஸ் என்ற பெயரில் சாட்சியம் அளித்த சாது.

தரம் தாஸ் என்று சொல்லிக்கொண்டு வந்த சாட்சியை சந்நியாசியின் வழக்கறிஞர் சாட்டர்ஜி குறுக்கு விசாரணை செய்தார். குறுக்கு விசாரணையில் அந்தச் சாட்சி இடக்கு மடக்காகப் பதில் சொல்லி மாட்டிக்கொண்டார்.

தரம் தாஸ் என்ற அந்தச் சாட்சி தனக்கு பஞ்சாபி அல்லது உருதுதான் தெரியும், ஹிந்தியும் வங்காள மொழியும் தெரியாது என்றார். வங்காளத்திலோ, ஹிந்தியிலோ தன்னிடம் கேள்வி கேட்டால், அதை பஞ்சாபி மொழியிலோ அல்லது உருது மொழியிலோ மொழிபெயர்ப்பு செய்து சொல்லவேண்டும் என்றார். ஆனால், கௌரவ மாஜிஸ்டிரேட்டான ரகுபிர் சிங் முன்பு ஆஜரான தரம் தாஸ், தன்னுடைய சாட்சியத்தை ஹிந்தியில்தான் கொடுத்திருந்தார். மேலும். சுரேந்திர சக்ரவர்த்தி தன்னுடைய அறிக்கையில், தான் தரம் தாஸைச் சந்தித்தபோது இருவரும் ஹிந்தியிலும், வங்காள மொழியிலும் கலந்துரையாடினோம் என்று குறிப்பிட்டிருந்தார்.

விசாரணையின்போது தரம் தாஸ் என்ற சாட்சியிடம், நீதிமன்றத்தில் குறியீடு செய்யப்பட்ட ஆவணமான A-24 காட்டப்பட்டது. அந்த ஆவணம் சந்நியாசியின் புகைப்படம். அந்தப் புகைப்படத்தில் சந்நியாசி லுங்கி கட்டி அமர்ந்திருந்தார். புகைப்படத்தைப் பார்த்த சாட்சி தரம் தாஸ், இது என்னுடைய சிஷ்யனுடைய புகைப்படம் என்றார்.

ஆவணம் A-24 புகைப்படம் அசலானது இல்லை, அது ஒரு நகல். அசல் புகைப்படம் நீதிமன்றத்தில் தாக்கல் செய்யப்படவில்லை. அசல் எங்கே போனது என்ற கேள்விக்குப் பிரதிவாதித் தரப்பில் சரியாக பதிலளிக்க முடியவில்லை. அந்தப் புகைப்படத்தில் கௌரவ மாஜிஸ்டிரேட்டான ரகுபிர் சிங்கின் கையெழுத்து எதுவும் இல்லை. மேலும், ஒரு புகைப்படத்தில் மால் சிங் என்று சொல்லப்படுபவரின் கையில் பச்சை குத்தப்பட்டிருந்தது. ஆனால், தரம் தாஸ் என்ற சாட்சி, விசாரணையின்போது, தன்னுடைய சிஷ்யனின் கையில் பச்சை எதுவும் குத்தப்பட்டிருக்காது என்று அப்பட்டமாகத் தெரிவித்தார். மேலும், குறுக்கு விசாரணை செய்ததில் தரம் தாஸ் என்ற அந்தச் சாட்சி, தனக்குக் கௌரவ மாஜிஸ்டிரேட்டின் முன் காட்டப்பட்ட புகைப்படமான ஆவணம் A-24, சந்நியாசியினுடையது இல்லை என்று ஒப்புக்கொண்டார்.

உண்மையில் அந்தப் புகைப்படத்தில் இருந்தது சந்நியாசி இல்லை. அது, வேறு ஒருவரின் புகைப்படம். குட்டு வெளிப் பட்டுவிடும் என்று ஆவணம் A-24, நீதிமன்றத்தில் தாக்கல் செய்யப்படவில்லை. குறிப்பிட்ட அந்த ஆவணம் எங்கே என்று நீதிபதி கேட்டதற்கு, பிரதிவாதியின் வழக்கறிஞர் சௌத்ரி தனக்கு அந்தப் புகைப்படம் எங்கே இருக்கிறது என்று தெரியாது என்று கூறினார். காவல் துறை ஆய்வாளரான மம்தாஜுதின், வடநாட்டில் சந்நியாசியைப் பற்றிய தன்னுடைய விசா ரணையை முடித்துவிட்டு விசாரணைக்கு உண்டான ஆவணங் களை டாக்கா கலெக்டரிடம் பத்திரமாக வைத்திருக்குமாறு ஒரு வாக்குமூலம் எழுதிக் கொடுத்து ஒப்படைத்துவிட்டார். காவல் துறை ஆய்வாளர், கலெக்டருக்கு எழுதிய வாக்குமூலம் இருக்கிறது. ஆனால், அவர் கலெக்டரிடம் ஒப்படைத்த புகைப் படம் இல்லை.

பிபாவதி தரப்பில் ஒரு புகைப்படத்துக்குப் பதிலாக இன்னொரு புகைப்படத்தை மாற்றி வைத்து நீதிமன்றத்தை ஏமாற்ற முயற்சி செய்திருக்கிறார்கள். தரம் தாஸ் என்று தன்னை சொல்லிக் கொள்பவர் கௌரவ மாஜிஸ்டிரேட் ரகுபிர் சிங் முன்னர் சாட்சியம் அளிக்கவில்லை. தரம் தாஸ் என்று சொல்லிக் கொள் பவர் வாதியின் (சந்நியாசி) உண்மையான குருவும் இல்லை.

பிபாவதியின் தரப்பில், மேலும் பத்து பேர் கமிஷன் முன் ஆஜராகி சாட்சியம் அளித்தனர். அவர்கள் சொன்ன சாட்சியத்தில் வேறுபாடுகள் இருப்பினும், அவர்கள் பொதுவாகக் கூறியது என்னவென்றால், இரண்டு வருடங்களுக்கு முன்னர் லாகூரில் ஒரு குருத்வாராவில் அர்ஜுன் சிங் என்பவர் ஒரு சந்நியாசியின் புகைப்படங்களை எங்களிடம் காட்டினார். அந்தப் புகைப் படங்கள் மால் சிங் என்பவருடையது. ஒரு படத்தில் சந்நியாசி லுங்கி அணிந்துகொண்டு அமர்ந்து கொண்டிருப்பதாக இருந் தது. மற்ற புகைப்படங்களில் என்ன இருக்கிறது என்பதே தெரியவில்லை. காரணம், ஏனைய புகைப்படங்கள் சேதம் அடைந்திருந்தது. ஆனால், சாட்சியம் அளித்த பத்து நபர்களும் இந்தப் புகைப்படத்தில் இருப்பவர் மால் சிங்கேதான் என்று தெரிவித்தனர்.

ஆனால், மால் சிங் என்று சொல்லப்படுபவரின் உறவினர்கள் யாரும் கமிஷன் முன் ஆஜராகி, மால் சிங் எங்களுடைய சொந்தக் காரன்தான் என்று சொல்ல முன்வரவில்லை. மேலும், கௌரவ

மாஜிஸ்டிரேட் ரகுபிர் சிங் முன்பு சாட்சியம் அளித்த எவரும் விசாரணை கமிஷன் முன்பு ஆஜராகி சாட்சியம் அளிக்கவில்லை.

லாகூர் சாட்சிகள் மால் சிங்கினுடைய உடல் நிறம், முடியின் நிறம், மீசையின் நிறம், நீண்ட தாடி, கருமையான கண்கள், தடித்த மூக்கு என்று அனைத்தையும் பற்றிக் கூறினர். மால் சிங்கின் தந்தையின் முடியைப் போன்றே மால் சிங்கின் முடியும் கரு கரு என்று இருக்கும் என்று தெரிவித்தனர். ஆனால், அவர் தந்தையார் யார் என்ற விவரத்தைச் சொல்லவில்லை. கௌரவ மாஜிஸ்டிரேட் முன், மால் சிங்கின் உறவினர்கள் சிலரின் விவரங்களைப் பற்றி சாட்சிகள் தெரிவித்திருந்தனர். ஆனால், லாகூர் சாட்சிகள் அந்த உறவினர்களைப் பற்றி எந்த விவரத்தையும் சொல்லவில்லை.

லாகூர் சாட்சிகள் அனைவருமே பொய் சாட்சிகள். அவர்கள் பஞ்சாப் மாகாணத்தைச் சேர்ந்த விவசாயிகள். அவர்களுக்கும் மால் சிங்குக்கும் எந்தத் தொடர்பும் இல்லை. அவர்களிடம் சந்நியாசியின் புகைப்படத்தைக் காட்டி, அவரைப் பற்றிய விவரங்களைச் சொல்லிக் கொடுத்து, பிபாவதியின் சார்பில் கமிஷன் முன்னர் சாட்சியம் சொல்ல அழைத்துவரப் பட்டிருந்தார்கள்.

நீதிபதி தன்னுடைய தீர்ப்பில், ‘சுரேந்திர சக்ரவர்த்தியின் அறிக்கை ஒரு மோசடி. சுரேந்திர சக்ரவர்த்தியும், காவல் துறை ஆய்வாளரான மம்தாஜுதினும் சாது தரம் தாஸைப் பார்க்கவே இல்லை. கலெக்டர் லின்ஸ்டே இவர்கள் இருவருக்கும் இட்ட கட்டளை, எப்பாடுபட்டாவது அந்தச் சாதுவை கண்டுபிடித்தாக வேண்டும். ஆனால், சுரேந்திர சக்ரவர்த்தியும், மம்தாஜுதினும் அர்ஜுன் சிங் என்பவனின் துணையுடன் ஒரு சாதுவைத் தயார் செய்து, அவர்தான் தரம் தாஸ் என்று அவரிடமே சாட்சியம் பெற்றனர். பணத்துக்காக யாரோ சிலருடைய தூண்டுதலின் பேரில், சுரேந்திர சக்ரவர்த்தியும் மம்தாஜுதினும் போலியான சாட்சிகளைத் தயார் செய்திருக்கிறார்கள். இதில் கொடுமையான விஷயம் என்னவென்றால், கௌரவ மாஜிஸ்டிரேட்டான ரகுபிர் சிங்கிடம் தரம் தாஸ் என்று சாட்சியம் அளித்த நபரைக் கூட இவர்கள் பார்க்கவில்லை. ஒரு சிலரின் தூண்டுதலின் பேரில் சுரேந்திர சக்ரவர்த்தியும் மம்தாஜுதினும் தங்களுடைய கடமையைச் சரிவரச் செய்யாமல், டாக்கா திரும்பிவிட்டனர். இவர்களுடைய செயல் மிகவும் கண்டிக்கத்தக்கது. மிகவும்

பொறுப்பற்றத்தனமாக நடந்து கொண்டிருக்கிறார்கள்' என்று நீதிபதி தன்னுடைய தீர்ப்பில் வெளியிட்டார்.

நீதிபதி தன்னுடைய தீர்ப்பில் ஒரு அடிப்படை உண்மையைத் தெரிவித்தார். சந்நியாசி டாக்கா வந்து 12 ஆண்டுகள் ஆகி விட்டன. இன்னும் அவர் யார் என்று பிபாவதியால் கண்டுபிடிக்க முடியவில்லை. பிபாவதிக்கு ஜமீனின் வசதியும், ஆள் பலமும் இருக்கிறது. போதாத குறைக்கு ஆங்கிலேய அரசாங்கத்தின் ஆதரவு வேறு இருக்கிறது. இவ்வளவு இருந்தும் பிபாவதியால் சந்நியாசி யார் என்று அடையாளம் கண்டுகொள்ள முடிய வில்லை. இத்தனைக்கும் சந்நியாசி எங்கேயும் மறைந்தோ அல்லது ஒளிந்துகொண்டோ இருக்கவில்லை. அவர் சர்வ சுதந்திரமாக கல்கத்தாவையும், டாக்காவையும் சுற்றி வந்துகொண்டிருந்தார்.

★

சரி, சந்நியாசி ஹிந்துஸ்தானி இல்லை என்றால் அவர் வங்காளியா?

சந்நியாசி யாரும் எளிதில் புரிந்து கொள்ளமுடியாத ஹிந்தியில் பேசுகிறார். அவர் தாய்மொழி வங்காளம் இல்லை. இது பிரதிவாதிகளின் வாதம்.

சந்நியாசியின் கூற்று இது. 'நான் 12 ஆண்டுகாலம் சாதுக்களுடன் வாழ்ந்து வந்தேன். எனக்கு நினைவு திரும்பும்வரை சாதுக் களுடன்தான் இருந்தேன். முழு நேரமும் அவர்களுடன்தான் சுற்றித் திரிந்து வந்தேன். ஒரு சந்நியாசியின் வாழ்க்கை மிகவும் கடினமானது. உடுத்த உடை கிடையாது. பிச்சை எடுத்துதான் உண்ண வேண்டும். சில சமயம் உணவு எதுவும் கிடைக்காமலும் போகும். படுக்க வசதியெல்லாம் கிடையாது. கட்டாந்தரை யிலோ அல்லது மரத்தின் மீதோ படுத்துக்கொள்ளவேண்டும். வெறும் காலில்தான் காடு, மலையெல்லாம் கடக்க வேண்டும். 12 வருடங்களாக, மற்ற சாதுக்கள் ஹிந்தியில் பேசிவருவதைத் தான் கேட்டு வந்தேன். அவர்களுடன் நான் தொடர்பு கொள்ள வேண்டும் என்றால் ஹிந்தியில் தான் பேசியாகவேண்டும். ஹிந்தி இல்லாமல் என் அடிப்படைத் தேவைகளை நிறைவேற்ற முடியாது என்னும் கட்டாயம். அதனால் அவர்களுடைய பாஷை, பேச்சு வழக்கு எல்லாம் தொற்றிக்கொண்டது. இது தவிர்க்க இயலாதது.'

மேஜோ குமார் சில சமயங்களில் ஹிந்தியில் பேசியிருந்தாலும், பொதுவாக அவர் எந்தக் கலப்பும் இல்லாத பாவாலி பிரதேச வங்காள மொழியில்தான் பேசுவார். அதாவது தமிழில் கோவைத் தமிழ், நெல்லைத் தமிழ், மதுரைத் தமிழ் என்று தமிழ்நாட்டிலேயே இடத்துக்கு இடம் பேச்சுத் தமிழ் மாறு படுவது போல், வங்காளத்திலும் பிரதேச வாரியாக வங்காள மொழி பேச்சு வழக்கில் மாறுபட்டு காணப்படும். மேஜோ குமார், பாவல் ராஜ்ஜியத்தில் பிறந்து வளர்ந்து வந்ததால், அவர் பாவாலி பிரதேச வங்காள மொழியில்தான் பேசுவார். மேஜோ குமார், பாவாலி பிரதேச வங்காள மொழியில் பேசுவதை, வங்காள மொழி பேசுபவர்களாலேயே அவ்வளவு எளிதில் புரிந்து கொள்ள முடியாது என்று நீதிமன்றத்தில் சிலர் சாட்சியம் அளித்தனர்.

நீதிமன்றத்தில் சாட்சியம் அளிக்கும் போதுகூட, சந்நியாசி வங்காளத்தையும் ஹிந்தியையும் கலந்தே பேசினார். சாட்சியம் அளிக்கும்போது அவர் பயன்படுத்திய சில வார்த்தைகள் பின்வருமாறு:

குயிலுக்கு ஹிந்தியில் தித்தர் என்று பெயர். வங்காள மொழியில் குயிலுக்கு தித்திர் என்று பெயர். அதுவே பாவாலி பிரதேச பாஷையில் குயிலை தித்தர் என்றுதான் குறிப்பிடுவார்கள்.

அதேபோல் கணக்கு என்ற சொல் ஹிந்தியில் ஜிண்டே என்று குறிப்பிடப்படும். பாவாலி பிரதேச பாஷையிலும் கணக்கு என்ற சொல் ஜிண்டே என்ற வார்த்தையால்தான் அறியப்படுகிறது.

கல்கத்தாவை ஹிந்தியில் கல்கட்டா என்று சொல்வார்கள். அதே போல் பாவாலி பிரதேச பாஷையில் அச்சிடப்பட்ட ஒரு துண்டுப் பிரசுரத்திலும் கல்கட்டா என்றுதான் குறிப்பிடப்பட்டிருந்தது.

எனவே ஒருவர் பேசும் பாஷையை வைத்து அவருடைய தாய்மொழி என்னவென்று முடிவு செய்வது தவறு.

ஒருவர் 12 ஆண்டு காலம் தொடர்ந்து ஹிந்தியில் பேசிவிட்டு, திடீரென்று வங்காளத்தில் பேசினால் அவர் ஹிந்தியை முழுவதுமாகப் புறக்கணித்து விடுவார் என்று சொல்வதற் கில்லை. சந்நியாசி தன்னுடைய சாட்சியத்தில் பிஸ்கட், பாடி கார்ட், ஃபாமிலி, ஜாக்கி போன்ற சுமார் 50 ஆங்கிலச் சொற்களை பயன்படுத்தி இருக்கிறார். அதனால் அவர் ஆங்கிலேயர் என்று

முடிவுக்கு வரமுடியுமா என்ற கேள்வியை நீதிபதி எழுப்பினார். சந்நியாசி, ராஜ்பாரியில், தான் யார் என்று அனைவரிடமும் வெளிபடுத்தியவுடன் ஹிந்தி பேசுவதை நிறுத்திவிட்டார் என்று பிரதிவாதித் தரப்பில் உள்நோக்கம் கற்பிப்பது ஏற்றுக் கொள்ளமுடியாத ஒன்று என்று நீதிபதி திட்டவட்டமாக சொல்லி விட்டார்.

பிபாவதியின் வழக்கறிஞரான சௌத்ரி, சந்நியாசி பேசும் வங்காள மொழி ஏன் தெளிவாக இல்லை என்ற கேள்வியை எழுப்பினார். அவருடைய கூற்று சந்நியாசியின் தாய்மொழி வங்காள மொழி இல்லை, அதனால்தான் அவரால் வங்காள மொழியைத் தெளிவாகப் பேச முடியவில்லை என்பதாகும்.

ஆனால், அதற்கு சந்நியாசியின் வழக்கறிஞரான சாட்டர்ஜி, சந்நியாசி எந்த மொழி பேசினாலும் அப்படித்தான் இருக்கும். சிப்பிலிஸ் நோய் தாக்கத்தின் காரணமாக நாக்கு பாதிப்பு அடைந்திருக்கிறது. அதனால் பேசும்போது நாக்கு குளறும். அதன் காரணமாக சந்நியாசி எந்த வார்த்தைகள் பேசினாலும் அது தெளிவாக இருக்காது. அவர் பேசுவதைக் கேட்பவர் களுக்கு அவர் என்ன பேசினார் என்று எளிதில் புரிந்து கொள்ள முடியாது. இப்பொழுது மட்டுமல்ல, சந்நியாசி டாக்காவுக்குத் திரும்பி வந்த காலந்தொட்டே அவர் பேசிய வங்காள மொழி, ஹிந்தி ஒலியின் தன்மையைக் கொண்டதாகவே இருக்கிறது. அதற்கு ஆதாரமாக பல சாட்சிகள் நீதிமன்றத்துக்கு வர வழைக்கப்பட்டு விசாரிக்கப்பட்டனர். 1921 மே 19ம் தேதி ஜெய்தேபூர் காவல் துறையின் நாட்குறிப்பில்கூட, சந்நி யாசியைக் காண மக்கள் கூட்டம் கூட்டமாக வருகிறார்கள் என்றும், மக்கள் அவரை இரண்டாம் குமாராக கருதுகிறார்கள் என்றும், சந்நியாசி மக்களுடன் வங்காள மொழியில் பேசி வருகிறார் என்றும் குறிப்பு எழுதப்பட்டிருக்கிறது என்ற விவரத்தை வழக்கறிஞர் சாட்டர்ஜி மேற்கோளாகக் காட்டினார்.

ஒருவருக்குப் பல பாஷைகள் தெரிந்திருக்கும். அதனால், அவருடைய தாய்மொழி என்னவென்று முடிவு செய்வது கடினமாக இருக்கும். ஆனால், ஒருவருக்குப் பல மொழிகள் தெரிந்திருந்தாலும் அவருடைய பூர்வீக அடையாளம் என்று ஒன்று இருக்கும். அவருடைய புத்தி, சிந்தனை அந்தப் பூர்வீக அடையாளத்தைச் சார்ந்துதான் இருக்கும். அது, அவர் பேசும் போது வெளிப்படும். அதை வைத்து அவர் எந்த ஊரைச்

சேர்ந்தவர் என்று எளிதில் சொல்லிவிடமுடியும். இந்த அடிப்படையில் பிபாவதியின் வழக்கறிஞர் செயல்பட ஆரம்பித்தார். சந்நியாசி எந்த ஊரைச் சேர்ந்தவர் என்று நிரூபிக்கும் பொருட்டு, சௌத்ரி, சந்நியாசியைச் சில கேள்விகள் கேட்டு குறுக்கு விசாரணை செய்தார். சௌத்ரி சிலேடையாகப் பேசி சந்நியாசியை மடக்கலாம் என்று பார்த்தார். ஏனென்றால், சௌத்ரியின் கணிப்பின்படி, வெளித்தோற்றத்தில்தான் அவர் ஒரு வங்காளி. ஆனால், அவருக்கு ஒரு வங்காளிக்கே உண்டான எண்ணமோ சிந்தனையோ இல்லை என்பதுதான்.

சௌத்ரி: சுவேத்தபர்னா என்றால் என்ன?

சந்நியாசி: வெள்ளை நிறம்

சௌத்ரி: ரக்தபர்னா?

சந்நியாசி: சிவப்பு

சௌத்ரி: பயஞ்சபர்னா?

சந்நியாசி: கத்தரிக்காயின் நிறம்

சந்நியாசி சொன்ன முதல் இரண்டு பதில்களும் சரி. பர்னா என்றால் வங்காள மொழியில் வர்ணம். பயஞ்சபர்னா என்றால் அது ஒரு எழுத்தைக் குறிப்பதாகும். ஆனால், சந்நியாசி குழம்பிவிட்டார். தொடர்ந்து வர்ணங்களைப் பற்றியே கேட்டு வந்ததால் சந்நியாசி மூன்றாவது கேள்விக்கும் வர்ணம் சம்பந்தமான பதிலைக் கூறி தவறு செய்துவிட்டார். உடனே சௌத்ரி, பயஞ்சான் என்றால் பஞ்சாபி மொழியில் கத்தரிக்காய் என்று அர்த்தம். சந்நியாசி ஒரு பஞ்சாபி, அதனால்தான் அவர் அந்தப் பதிலை தெரிவித்திருக்கிறார். அவர் வங்காளியாக இருந்திருந்தால் சரியான பதிலைக் கொடுத்திருப்பார் என்று வாதிட்டார். மேலே கொடுக்கப்பட்ட கேள்வி பதில், ஓர் உதாரணம்தான். சௌத்ரி, சந்நியாசியைப் பல கேள்விகள் கேட்டு மடக்கப் பார்த்தார்.

ஆனால், நீதிபதி இதை ஏற்றுக்கொள்ளவில்லை. 'படிப்பறி வில்லாத ஒருவரை ஒரே மாதிரியாக கேள்வியைக் கேட்டு வந்தால், அவர் அது தொடர்பான பதில்களைத்தான் தருவார். அதை வைத்துக்கொண்டு அவர் இந்த இனத்தவர், இந்த மொழி பேசுபவர் என்று முடிவு செய்துவிட முடியாது. சந்நியாசி ஹிந்துஸ்தானியாக இருந்தால், அதை வேறுவிதத்தில்

நிரூபித்திருக்கலாம். ஆனால், அதை செய்வதை விட்டு விட்டு தேவையற்ற கேள்விகளைக் கேட்டு சௌத்ரி நேரத்தை வீணடித்து விட்டார். ஒருவர் உண்மையாகவே ஹிந்துஸ்தானி யாக இருந்தால் அவர் எத்தனை ஆயிரம் மைல் தொலைவில் இருந்தாலும் அவருடைய அடிப்படை எண்ணத்தை, சிந் தனையை, குணாதிசயத்தை மாற்ற முடியாது. அதை வெளிக் கொணர்வது என்பது பெரிய கஷ்டமான விவகாரம் ஒன்றும் கிடையாது. அதுவும் சந்நியாசி போன்ற படிப்பறிவில்லாத நபரிடம்!'

சௌத்ரி, சந்நியாசியை ஒரு ஹிந்துஸ்தானி என்று நிரூபிக்கக் கையாண்ட ஒவ்வொரு முயற்சியும் தோல்வியில் முடிந்தது.

சந்நியாசி தொடுத்த வழக்கில் சாட்சி விசாரணை, விவாதம் எல்லாம் முடிந்தது. வழக்கு விசாரணை மூன்று ஆண்டுகள் நடைபெற்றது. மொத்தமாக சுமார் 1548 சாட்சிகள் விசாரிக்கப் பட்டனர். 2000 ஆவணங்கள் குறியீடு செய்யப்பட்டன. 21 வயது முதற்கொண்டு 100 வயது நிரம்பியவர்கள் வரை சாட்சி யமளித்தனர். சாட்சியமளித்தவர்களில் இந்துக்கள், முஸ்லீம் கள், கிறிஸ்தவர்கள், சீக்கியர்கள், பார்சிகள், நாக சந்நியாசிகள், திபெத்தியர்கள், ஆங்கிலேயர்கள் என்று பலரும் அடக்கம். வழக்கறிஞர்கள், மருத்துவர்கள், கல்லூரிப் பேராசிரியர்கள், பண்டிதர்கள், புகைப்படக்காரர்கள், சிற்பக் கலைஞர்கள், ஜமீன்தார்கள், விவசாயிகள், யானைப் பாகன்கள், வண்டி இழுப்பவர்கள், விலை மாதர்கள் என சமுதாயத்தின் அனைத்துத் தரப்பு மக்களும் சந்நியாசி வழக்கில் சாட்சியம் அளித்திருந்தனர். பதிவு செய்யப்பட்ட சாட்சியங்கள் மட்டும் 26 புத்தகங்களாகத் தொகுக்கப்பட்டன.

டாக்கா மாவட்ட நீதிபதியான பன்னாலால் பாசு, தான் நடத்திய வழக்கு விசாரணையின்போது தாக்கல் செய்யப்பட்ட அனைத்து ஆவணங்களையும் பரிசீலனை செய்தார். 26 புத்தகங்களில் தொகுக்கப்பட்ட சாட்சியங்களையும் படித்தார். பின்னர், சுமார் 600 பக்கங்கள் கொண்ட தன்னுடைய தீர்ப்பைத் தயார் செய்தார். அனைவரும் ஆவலுடன் எதிர்பார்த்த அந்த நாளும் வந்தது. 1936, ஆகஸ்ட் 24.

இந்தத் தீர்ப்புக்காக டாக்கா, கல்கத்தா மட்டுமல்ல, வங்கதேசம் மட்டுமல்ல, இந்தியா முழுவதுமே ஆங்கிலேயர்களின்

ஆட்சிக்கு உட்பட்ட அனைத்து பிரதேசங்களுமே மிகுந்த எதிர்
பார்ப்புடன் காத்திருந்தன. இம்மாதிரி ஒரு வழக்கு இது
வரைக்கும் நடந்ததேயில்லை. இந்த வழக்கில் நீதிபதி என்ன
தீர்ப்பு வழங்கப்போகிறாரோ என்று இருதரப்பினரும், அவர்
களைச் சார்ந்தவர்களும் கையைப் பிசைந்து கொண்டு
காத்திருந்தனர்.

★

தீர்ப்பு அளிக்கப்பட்டது.

'நான் வழக்கில் கொடுக்கப்பட்ட அனைத்து சாட்சியங்களையும்
மிகுந்த கவனத்துடன் அலசினேன். இரு தரப்பு வழக்கறிஞர்
களும் வழக்கு தொடர்பான எந்த ஒரு விஷயத்தையும் விட்டு
வைக்கவில்லை. இந்த வழக்கில் நான் வழங்கும் தீர்ப்பின்
தாக்கம் அளப்பரியதாக இருக்கும் என்பதை நான் உணர்வேன்.
சாதாரண மனிதர்கள் தொடங்கி மெத்தப் படித்த மேதாவிகள்
வரை அனைவரும் இந்த வழக்கில் சாட்சியம் அளித்திருக்
கிறார்கள். இவர்தான் அவர் என்று முடிவு செய்வது அவ்வளவு
எளிமையான செயல் இல்லை. ஆனால், எது எப்படியோ ஒரு
விஷயத்தை நாம் அனைவரும் ஏற்றுக்கொண்டுதான்
ஆகவேண்டும். ஒரு மனிதனின் உடம்பில் இருக்கும் அனைத்து
அங்க அடையாளங்களும் ஒரு சேர இன்னொரு மனிதனிடம்
காணமுடியாது.

இந்த வழக்கே சந்நியாசியின் சதி என்று எதிர் தரப்பில் வாதிடப்
பட்டது. ஆனால், சதி எதுவும் நிரூபிக்கப்படவில்லை. இந்த
வழக்கு இவ்வளவு தீவிரமாக நடத்தப்பட்டதற்கு காரணம்
ஒருவர்தான். அவர் வேறு யாரும் இல்லை. பிபாவதியின்
சகோதரராகிய சத்திய பாபு. இந்த வழக்கை எப்படியாவது
ஜெயிக்கவேண்டும் என்று சத்திய பாபு பல தகிடுதத்தங்களைச்
செய்திருக்கிறார். அவருக்குத் துணையாக ஆங்கில அரசாங்கம்
செயல்பட்டிருக்கிறது. ஒரு கட்டத்தில் மக்களுக்கே இந்த வழக்கு
சந்நியாசிக்கும் பிபாவதிக்கும் இடையே நடக்கவில்லை,
ஆங்கிலேய அரசாங்கத்துக்கும் சந்நியாசிக்கும் இடையே
நடக்கிறது என்ற உணர்வை ஏற்படுத்தத் தவறவில்லை.

இந்த வழக்கின் முடிவால், பிபாவதிக்கு எந்த நன்மையோ
அல்லது பாதிப்போ ஏற்படப்போவதில்லை. பிபாவதி ஒரு

கைப்பாவை. இந்த வழக்கின் நல்லது கெட்டது அனைத்தும் சத்திய பாபுவைத்தான் பாதிக்கும். சத்திய பாபு என்ன சொல்கிறாரோ அதன்படிதான் நடந்து கொண்டிருக்கிறாள் பிபாவதி. பிபாவதி, மேஜோ குமாரின் மனைவி என்று அறியப்பட்டதைவிட, அவள் சத்திய பாபுவின் சகோதரி என்பது மக்களுக்குப் பரிட்சயம். உண்மையை மறைக்க சத்திய பாபு பலவாறாகப் போராடினார். இருந்தும் என்ன பயன்? உண்மையை யாராலும் மறைக்க முடியாது. சாட்சிகளின் அடிப்படையில் பார்க்கும்பொழுது தெள்ளத் தெளிவாக தெரிவது, சந்நியாசிதான் மேஜோ குமார், பாவல் ராஜ்ஜியத்தின் இரண்டாம் குமாரான ராமேந்திர நாராயண் ராய்.'

நீதிபதி சொன்னதுதான் தாமதம், நீதிமன்றத்தில் கூடி இருந்த கூட்டம் உணர்ச்சி வயப்பட்டது. அதுவரைக்கும் குண்டூசி விழுந்தால்கூட கேட்கும் அளவுக்கு நீதிமன்றத்தில் அமைதி காத்த கூட்டம், சந்நியாசிதான் மேஜோ குமார் என்று அறிவிக்கப்பட்டவுடன் சந்தோஷத்தில் கத்த ஆரம்பித்துவிட்டது. நீதிமன்றத்தின் உள்ளே இருந்த கூட்டத்தினரிடம் சந்தோஷம் கரை புரண்டோடியது. நீதிமன்றத்துக்கு வெளியே நின்ற கூட்டத்தினருக்குச் செய்தி கிடைத்தவுடன் பட்டாசுகள் வெடிக்க ஆரம்பித்துவிட்டன. தீர்ப்பைக் கேட்க வந்த பெருந்திரளான கூட்டத்தினர் 'ராமேந்திரா வாழ்க' என்று கோஷம் போட ஆரம்பித்து விட்டனர்.

இந்தத் தீர்ப்பைக் கேட்ட மாத்திரத்தில் பிபாவதிக்கு மயக்கமே வந்துவிட்டது. சத்திய பாபுவுக்கும் அவனைச் சேர்ந்தவர்களுக்கும் முகத்தில் ஈயாடவில்லை. பிபாவதித் தரப்பினரை நீதிமன்ற வளாகத்திலிருந்து வெளியே கூட்டிச் சென்று காரில் ஏற்றுவதற்குள், காவல் பாதுகாப்பு வழங்கியவர்களுக்குப் போதும் போதும் என்றாகிவிட்டது.

நீதிபதி பன்னாலால் எழுதி வழங்கிய தீர்ப்பைப் படித்தவர்கள், அதை வெகுவாகப் பாராட்டினர். அதில், சட்ட ரீதியாகவோ அல்லது சம்பவ ரீதியாகவோ ஒரு தவறைக் கூட சுட்டிக்காட்ட முடியவில்லை என்று பலரும் புகழ்ந்தார்கள்.

★

பாவல் சந்நியாசி வழக்கு விசாரணை நடந்து கொண்டிருந்த சமயத்தில் நீதிபதி பன்னாலால் பாசு ஒரு வாடகை வீட்டில்

வசித்து வந்தார். அந்த வீட்டுக்குத் தினமும் காய்கறிகள் மற்றும் பழங்கள் விற்க வரும் ஒருவரிடம் அந்த வீட்டில் இருந்த ஒரு பெண்மணி, 'ஏம்பா சந்நியாசி வழக்கைப் பற்றித்தான் ஊரெல்லாம் பேச்சு, நீ என்ன நினைக்கிறாய்? அந்த சந்நியாசி உண்மையாகவே ராஜ்குமாரா அல்லது போலியா?' என்று பேச்சு வாக்கில் விசாரித்தார். அதற்கு அந்தக் காய்கறி வியாபாரி, 'அம்மா அந்த சந்நியாசிதான் உண்மையான குமார். அதுல எந்தச் சந்தேகமும் இல்லை. ஆனா இந்த ஜட்ஜு இருக்கான் பாருங்க, அவன்தான் அதைச் சொல்லி இந்த வழக்கை சீக்கிரமாக முடிக்கணும்!' என்றார்.

காய்கறிக்காரர் சொல்வதைக் கேட்டு சிரித்துக் கொண்ட அந்தப் பெண்மனி ஒன்றும் சொல்லாமல் சென்றுவிட்டார். பாவம் அந்த காய்கறிக்காரருக்குத் தெரியாது, அந்தப் பெண்மணிதான் நீதிபதி பன்னாலால் பாசுவின் மனைவி என்று.

பாவல் சந்நியாசி வழக்கில் விசாரணை முடிந்து தீர்ப்பு எழுதுவதற்கு நீதிபதி பன்னாலால் பாசுவுக்கு மூன்று மாதங்கள் தான் தேவைப்பட்டன. சிக்கலான ஒரு பெரிய வழக்கில், வசதிகள் குறைந்த அக்காலத்தில் இவ்வளவு சீக்கிரம் தீர்ப்பு வெளியிட்டது மிகவும் பாராட்டுக்குரிய விஷயம். இன்றைய நீதிமன்றங்களிலெல்லாம் சாதாரண வழக்குகளில்கூட தீர்ப்பு வழங்குவதற்கு பல மாதகாலம் எடுத்துக்கொள்ளப்படுகின்றது.

பன்னாலால் பாசு தினமும் காலையில் சுறுசுறுப்பான நடைப் பயணம் மேற்கொள்வார். பின்னர், காலை உணவை முடித்து விட்டு மாலை வரை தீர்ப்பு எழுதுவதில் தன்னுடைய நேரத்தை செலவிடுவார். தன்னுடைய தீர்ப்பை தன் கைப்பட எழுதுவார். பின்னர் அவரே அதைத் தட்டச்சு இயந்திரத்தில் டைப் செய்வார். அரசாங்கம் அவருக்கு இரண்டு டைப்பிஸ்ட்/ஸ்டெனோ அளித் திருந்த போதும் அவர்களுடைய சேவையை அவர் உபயோகிக்க வில்லை. காரணம், விசாரித்த வழக்கு அப்படிப்பட்டது. தன்னுடைய தீர்ப்பு விவரங்கள் தன்னால் வெளியிடப்படும்வரை யாருக்கும் தெரியக்கூடாது என்று மிகவும் கவனமாகப் பார்த்துக் கொண்டார். தன்னுடைய தீர்ப்பு, மேல் முறையீட்டுக்கு ஆட் படும் என்று உணர்ந்த நீதிபதி பன்னாலால் பாசு, தன்னுடைய தீர்ப்பைத் தெளிவாகவும், சுருக்கமாகவும், சரியாகவும் இருக்கும் படி மிகவும் கவனத்துடன் எழுதினார். அவர் தீர்ப்பில் இடம்

பெற்ற ஒவ்வொரு வார்த்தையும், வரியும், பத்தியும் முக்கிய மானவை.

மாலையில் தன்னுடைய வேலையை முடித்துக்கொண்டு தன்னுடைய படிக்கும் அறையைப் பூட்டுபோட்டு பூட்டிவிட்டு உணவருந்தச் சென்றுவிடுவார். இரவில் தூங்கும்போது படிப்பறையின் சாவியை தன் தலைமாட்டுக்குக் கீழ் உள்ள தலையணையின் அடியில் வைத்துவிட்டு தூங்கச் செல்வார். அவருடைய படிப்பறையின் சுவர்களில் வழக்குக்குத் தொடர் புடைய ஆவணங்களும், புகைப்படங்களும், நாளேடுகளில் வந்த செய்திகளும் மாட்டப்பட்டிருக்கும்.

பாவல் சந்நியாசி வழக்கில் தீர்ப்பளித்த பிறகு, பன்னாலால் பாசு, நீதித் துறையிலிருந்து விருப்ப ஓய்வு பெற்றுக் கொண்டார். அப்போது அவருக்கு வயது 49. அந்த வயதில் அவர் டாக்கா போன்ற ஒரு முதன்மையான மாவட்ட நீதிமன்றத்தில் அமர்வு நீதிபதியாக செயல்புரிந்திருக்கிறார் என்றால், அவர் வெகு விரைவிலேயே கல்கத்தா உயர் நீதிமன்றத்திற்குப் பதவி உயர்வு பெற்று உயர்நீதிமன்ற நீதிபதியாகி இருக்கக்கூடும். ஆனால், பன்னாலால் பாசு அதற்கு விரும்பவில்லை. இந்தியாவில் மட்டும் இல்லை, இங்கிலாந்து, அமெரிக்கா போன்ற நாடுகளிலும் அவருக்கு நல்ல பெயர் இருந்தது. பாவல் சந்நியாசி வழக்கைச் சிறந்த முறையில் கையாண்டதால் அனைவரின் பாராட்டையும் பெற்றார். இந்த வழக்கில் பன்னாலால் பாசு வழங்கிய தீர்ப்பு, இந்திய ஆவணக் காப்பகத்தில் பாதுகாப்பாக வைக்கப்பட்டிருக்கிறது.

★

நீதிபதி பன்னாலால் பாசு எதிர்பார்த்ததுபோல், பிபாவதி மற்றும் பாவல் ஜமீனை நிர்வகித்து வந்த நீதிமன்றக் காப்பாளர்கள் அனைவரும் சேர்ந்து, டாக்கா மாவட்ட நீதிமன்றத் தீர்ப்பை எதிர்த்து கல்கத்தா உயர் நீதிமன்றத்தில் மேல் முறையீடு செய்தனர். மேல் முறையீடு 1936ல் தாக்கல் செய்யப்பட்டாலும், விசாரணைக்கு 1939ல்தான் எடுத்துக் கொள்ளப்பட்டது.

கல்கத்தா உயர் நீதிமன்றம், பிபாவதியும் மற்றவர்களும் தாக்கல் செய்த மேல்முறையீட்டு வழக்கை விசாரிக்க சிறப்பு பெஞ்ச் ஒன்றை ஏற்பாடு செய்தது. சிறப்பு பெஞ்ச்சில் மூன்று நீதிபதிகள்

இருந்தனர். அவர்கள், கல்கத்தா நீதிமன்றத்தின் தலைமை நீதிபதி சர் லியோனார்ட் காஸ்டெல்லோ, நீதிபதி சாரு சந்திர பிஸ்வாஸ் மற்றும் நீதிபதி ரொனால்ட் பிரான்சிஸ் லாட்ஜ்.

1938 நவம்பர் 14ல், மேல்முறையீட்டு விசாரணை தொடங்கியது. இரு தரப்பிலிருந்தும் சிறந்த வழக்கறிஞர்கள் வாதாடினார்கள். மேல்முறையீட்டாளர்கள் தரப்பில், 'மேஜோ குமார் இறக்க வில்லை என்று சந்நியாசியால் நிரூபிக்க முடியவில்லை' என்று வாதிட்டனர். சந்நியாசி தரப்பில், 'மேஜோ குமார் இறக்க வில்லை என்றும், மேஜோ குமார்தான் சந்நியாசி என்றும் நிரூபிக்கப்பட்டுவிட்டதாகவும், கீழ் நீதிமன்றத்தின் தீர்ப்பில் எந்தத் தவறும் இல்லை' என்றும் வாதிடப்பட்டது. மேல்முறை யீட்டின் விசாரணை, 1939 ஆகஸ்ட் 14ல் முடிவடைந்தது.

விசாரணை முடிந்ததும் தலைமை நீதிபதி காஸ்டெல்லோ, தன்னுடைய சொந்த ஊரான இங்கிலாந்துக்கு விடுப்பில் சென்றுவிட்டார். அவர் கல்கத்தா திரும்பியவுடன் அந்த ஆண்டு நவம்பர் மாதமே மேல் முறையீட்டு வழக்கில் தீர்ப்பு வெளி யிடுவதாக திட்டமிடப்பட்டிருந்தது. ஆனால், துரதிர்ஷ்டவச மாக தலைமை நீதிபதியால் குறிப்பிட்ட தேதியில் கல்கத்தா வுக்குத் திரும்பமுடியவில்லை. காரணம், ஹிட்லர். அடால்ஃப் ஹிட்லர் 1939 செப்டம்பர் 19ல், ஐரோப்பாவில், இரண்டாம் உலக யுத்தத்தைத் தொடங்கியிருந்தார். இரண்டாம் உலக யுத்தத்தால் இங்கிலாந்துக்கும் இந்தியாவுக்கும் இடையிலான கப்பல் போக்குவரத்து தடைபட்டிருந்தது.

விசாரணை முடிந்த ஒரு வழக்கில் வெகுநாள்களுக்குத் தீர்ப்பைத் தள்ளிப் போட முடியாது. எனவே, நீதிபதி பிஸ்வாசும், நீதிபதி லாட்ஜும் தத்தம் தீர்ப்புகளை வெளியிட்டனர். பெருந்திரளான கூட்டம் கூடியிருந்த கல்கத்தா உயர் நீதிமன்ற வளாகத்தில், முதலில் நீதிபதி பிஸ்வாஸ் தன்னுடைய தீர்ப்பைப் படித்தார். அவருடைய தீர்ப்பு, சுமார் 433 பக்கங்களைக் கொண்டது. வழக்கின் ஒவ்வொரு விஷயத்தையும் தன்னுடைய தீர்ப்பில் நன்கு அலசியிருந்தார், நீதிபதி பிஸ்வாஸ்.

'நான் டாக்கா நீதிபதி பன்னாலால் பாசுவின் தீர்ப்பில் உடன் படுகிறேன். மிகவும் சிக்கலான இம்மாதிரி வழக்கில் மிகவும் ஆழமாகவும், தெளிவாகவும் முடிவெடுத்திருக்கும் நீதிபதி பன்னாலால் பாசுவுக்கு என் முதன்மைப் பாராட்டுகள். நான்

நீதிபதி பன்னாலால் பாசுவின் தீர்ப்பைத் திரும்பத் திரும்பப் படித்துப் பார்த்தேன். அதிலிருந்து என்னால் ஒரு தவறைக் கூட சுட்டிக்காட்ட முடியவில்லை. சிறிய விஷயங்களில்கூட நீதிபதி பன்னாலால் பாசு மிகவும் கவனமாக இருந்திருக்கிறார். நான் என்னுடைய இந்தத் தீர்ப்பை தயாரிக்கும்போதுதான் ஒரு விஷயத்தை நினைத்து மிகவும் நெகிழ்ந்து போனேன். நான் என்னுடைய தீர்ப்பை எழுத எடுத்துக்கொண்ட நேரத்தில் பாதி நேரத்தைத்தான் நீதிபதி பன்னாலால் பாசு எடுத்துக்கொண்டிருக் கிறார். அதிலும், குறிப்பிடப்பட வேண்டிய செய்தி என்ன வென்றால், எனக்கு உயர் நீதிமன்றத்தில் இருக்கும் வசதிகள் போல நீதிபதி பன்னாலால் பாசுவுக்கு டாக்கா மாவட்ட நீதிமன்றத்தில் வசதிகள் கிடையாது. நீதிபதி பன்னாலால் பாசு வெளியிட்ட தீர்ப்பில் எந்தத் தவறும் இருப்பதாகத் தெரிய வில்லை. அதனால் நான் அவரது தீர்ப்பில் தலையிட விரும்ப வில்லை. இதன் காரணம் பொருட்டு, பிபாவதியும் ஏனையவர் களும் உயர் நீதிமன்றத்தில் தாக்கல் செய்த இந்த மேல்முறை யீட்டை தள்ளுபடி செய்கிறேன்.'

அடுத்து நீதிபதி ரொனால்ட் லாட்ஜ் தன்னுடைய தீர்ப்பை வாசிக்க ஆரம்பித்தார். அவர் 300 பக்கங்களுக்குத் தன்னுடைய தீர்ப்பை எழுதியிருந்தார். நீதிபதி லாட்ஜ் தன்னுடைய தீர்ப்பை வாசித்து, அதை கேட்டுக் கொண்டிருந்த கூட்டத்தினர் மத்தியில் ஒரு குண்டைப் போட்டார்.

'நான் கீழ் நீதிமன்றத் தீர்ப்பை ஏற்றுக்கொள்ளவில்லை. மதிப்புமிக்க நீதிபதி பன்னாலால் பாசு, பாரபட்சமாக முடி வெடுத்ததாகத் தெரிகிறது. வழக்கு விசாரணை முழுவதிலும் சந்நியாசி தரப்பில் அளிக்கப்பட்ட சாட்சியங்களுக்கு, நீதிபதி பன்னாலால் பாசு அதிக முக்கியத்துவம் கொடுத்ததாகத் தெரிகிறது. அப்படி, சந்நியாசியின் சாட்சிகளுக்கு முக்கியத் துவம் கொடுத்ததால், அந்தச் சாட்சிகளின் நம்பகத்தன்மையைச் சோதித்ததாகத் தெரியவில்லை. மேஜோ குமாரின் சகோதரி ஜோதிர்மாயி நீதிமன்றத்தில் அளித்த சாட்சியத்தை என்னால் ஏற்றுக்கொள்ளவே முடியவில்லை. ஜோதிர்மாயியின் சாட்சியம் உண்மையானதாக இருக்குமா என்பது என் சந்தேகம். மேலும், மேஜோ குமாருக்கு அஷுதோஷ் பாபுவால் ஆர்ஸனிக் விஷம் கொடுக்கப்பட்டது என்றும், அதன் பாதிப்பால்தான் அவர் மூர்ச்சை அடைந்தார் என்றும், அதற்குப் பிறகு அவருக்கு ஈமக்

காரியங்கள் செய்ய சுடுகாட்டுக்கு எடுத்துச்செல்லப்பட்டார் என்பதற்கெல்லாம் ஒரே சாட்சி, சந்நியாசி மட்டுமே. அந்தச் சாட்சியை உறுதி செய்ய வேறு சாட்சிகள் இல்லை. இப்படிப் பட்ட சூழ்நிலையில் சந்நியாசியின் சாட்சியத்தை மட்டுமே வைத்துக்கொண்டு முடிவு எடுப்பது சரியானதாகத் தோன்ற வில்லை.

மேஜோ குமார் நோய்வாய்ப்பட்டு இறந்ததாகச் சொல்லப்படும் செய்தியில் மூன்று விதமான கருத்து நிலவுகிறது. இப்படி பல்வேறு கருத்துகள் நிலவும் பட்சத்தில் சந்நியாசியின் கூற்று தான் சரியாக இருக்கும் என்று முடிவெடுத்திருப்பது சரியில்லை.

டாக்கா நீதிமன்றத்தில் வழக்கு நடந்த சமயத்தில் பார்வை யாளர்கள், மக்கள் என்று அனைவருமே சந்நியாசியின் பக்கம் தான் இருந்திருக்கின்றனர். பத்திரிகைகளிலும், நாளேடு களிலும், துண்டுப் பிரசுரங்களிலும் சந்நியாசியின் பக்கம் நியாயம் இருப்பதாகவும், எதிர்தரப்பு அநியாயம் செய்துவிட்ட தாகவும், அவர்கள் மீது தேவையில்லாத அவதூறுகள் செய்யப் பட்டிருக்கின்றன. நீதிமன்றத்தில் வழக்கு நடந்து கொண்டிருந்த சமயத்தில், பிபாவதியின் தரப்புக்கு விரோதமான சூழ்நிலையே இருந்திருக்கிறது. இந்த நிலையில், டாக்கா நீதிமன்றத்தில் வழக்கு நடைபெற்றது பிபாவதித் தரப்பினருக்குப் பாதகமாக அமைந்துவிட்டது.

அஷுதோஷ் பாபு, மேஜோ குமாருக்கு ஆர்ஸனிக் கலந்த மருந்தைக் கொடுத்தது, மேஜோ குமாரைக் கொலை செய் வதற்குத்தான் என்று சொல்வது ஏற்புடையதல்ல. மலேரியா போன்ற நோயைக் குணப்படுத்துவதற்கு ஆர்சனிக் குறிப்பிட்ட அளவு பயன்படுத்தப்பட்டு வருகிறது. உண்மையாக மேஜோ குமாரை குணப்படுத்துவதற்காகக் கூட, அவருக்கு ஆர்சனிக் கொடுக்கப்பட்டிருக்கலாம்.

அதேபோல், டாக்டர் கால்வெர்ட், மேஜோ குமாருக்கு Biliary Colic இருந்திருக்கலாம் என்று சொன்னதைச் சந்தேகிக்க வில்லை. மே 8ம் தேதி, மேஜோ குமாருக்கு உடல் ரீதியில் ஏற்பட்ட அறிகுறிகள் எல்லாம் அவர் மேற்படி நோயால் பாதிக்கப்பட்டதாலும், அவருக்குப் பேதி மருந்து வழங்கப் பட்டதாலும்தான் ஏற்பட்டிருக்கிறது.'

டார்ஜிலிங்கில் சம்பவத்தன்று மழை பெய்தது, டார்ஜிலிங் பங்களாவின் மேற்பார்வையாளர் ராம் சிங் சுபாவின் சாட்சி, சாதுக்கள் மேஜோ குமாரைக் காப்பாற்றியதாகச் சொல்வது என அனைத்தையும் மறுஆய்வு செய்து, அவற்றின் நம்பகத் தன்மையைக் குறித்து பல கேள்விகளை எழுப்பி, இறுதியில் இவையெல்லாம் கட்டுக்கதை என்ற தன்னுடைய முடிவை வெளியிட்டார்.

உடன்பிறந்ததாகச் சொல்லப்படும் சகோதரிக்கு, 12 வருடங் களாகத் தேடிவரும் தன்னுடைய தமையனாரை பார்த்த வுடனேயே அடையாளம் கண்டுபிடிக்கமுடியாமல் போனது ஏன் என்ற கேள்வியை எழுப்பினார் நீதிபதி லாட்ஜ்.

சந்நியாசியின் சகோதரி மகள் தேபூ, குடும்பப் புகைப்படத்தை சந்நியாசியிடம் காட்டியவுடன் அவர் அதைப் பார்த்து அழுதார் என்று சொல்வது ஹாலிவுட் படத்தையே மிஞ்சிவிட்டது என்று தெரிவித்தார் நீதிபதி லாட்ஜ்.

சந்நியாசி ஜெய்தேபூரில் முதன் முதலில் தன்னுடைய தங்கை ஜோதிர்மாயி வீட்டுக்குச் சென்றதும், அங்கு அவருடைய பாட்டி மற்றும் ஏனைய குடும்பத்தாரைப் பார்த்தது, பின்னர் உண வருந்தியது, அதன் பின்னர் 'நான் அவன் இல்லை' என்று சொன்னது போன்ற நிகழ்ச்சிகளை சந்நியாசி விவரித்திருப்பது, ஒரு நல்ல குடும்ப நாவலைப் படித்த உணர்வை ஏற்படுத்திய தாகவும் நீதிபதி லாட்ஜ் தெரிவித்தார்.

மேலும், நீதிபதி லாட்ஜ் தன்னுடைய தீர்ப்பில் குறிப்பிட்ட பின்வரும் விவரங்கள் அனைவரையும் தூக்கிவாரிப்போட்டன. அவர் தன்னுடைய தீர்ப்பில், சந்நியாசியும் மேஜோ குமாரும் ஒரே உருவம் கொண்டிருந்தார்கள் என்று சொல்வது தவறு என்று கூறினார். இருவரின் உடலிலும் உள்ள அங்க, அடையாளங் களைப் பார்க்கும்போது இருவரும் ஒருவரே என்ற முடிவுக்கு என்னால் வரமுடியவில்லை. சந்நியாசி வங்காள மொழியை விட ஹிந்தி நன்றாகப் பேசியிருக்கிறார். அதனால் அவர் ஒரு வங்காளியாக இருக்கமுடியாது. அவர் நிச்சயமாக ஒரு ஹிந்துஸ் தானியாகத்தான் இருக்க முடியும். அந்த ஹிந்துஸ்தானியான சந்நியாசிக்கு மேஜோ குமார் பற்றிய அனைத்து விவரங்களும் சொல்லிக்கொடுக்கப்பட்டிருக்கின்றன. மேஜோ குமார் இறந்து விட்டார் என்பதில் சிறிதளவும் ஐயம் இல்லை. இப்பொழுது

நான்தான் மேஜோ குமார் என்று சொல்லிக் கொள்பவர் ஒரு போலி; உண்மையான மேஜோ குமார் இவரில்லை என்று நீதிபதி லாட்ஜ் தன்னுடைய தீர்ப்பை வெளியிட்டு, கூடி இருந்த அனைவரையும் வாய்பிளக்கும்படி அதிர்ச்சியில் ஆழ்த்திவிட்டார். மேலும், பிபாவதியும் மற்றவர்களும் தாக்கல் செய்த மேல் முறையீட்டை செலவுத் தொகையுடன் அனுமதித்து, நீதிபதி பன்னாலால் பாசு வெளியிட்ட தீர்ப்பைத் தள்ளுபடி செய்தார், நீதிபதி ரொனால்ட் பிரான்சில் லாட்ஜ்.

தீர்ப்பைப் படித்து முடித்தவுடன் அங்கிருந்தவர்கள் முகங்களில் (பிபாவதி தரப்பினர்களைத் தவிர) ஈயாடவில்லை. பிபாவதித் தரப்பினர்களுக்கு லாட்ஜின் தீர்ப்பு, இன்ப அதிர்ச்சி. அவர்கள் முகத்தில் ஒரே மலர்ச்சி. தீர்ப்பைக் கேட்ட சில நிமிடங்களில் பார்வையாளர்கள் மத்தியில் சலசலப்பு ஏற்பட்டது. என்னடா இது! ஒரு நீதிபதி சந்நியாசிதான் மேஜோ குமார் என்று தீர்பளித் திருக்கிறார். ஆனால், இன்னொருவர் சந்நியாசி, மேஜோ குமார் இல்லை என்கிறாரே என்று அனைவர் மத்தியிலும் ஒரு கேள்வி. அடுத்தது என்னவாகும் என்று குழப்பம். கிரிக்கெட் விளையாட்டில் இரண்டு அணிகளுக்கும் இடையே டை ஆனது போல் ஆகிவிட்டதே? இந்த இருவேறுபட்ட கருத்தை வைத்துப் பழைய சர்ச்சைகள் அனைத்தும் புதிய வடிவம் பெற்றன. 20 ஆண்டுகளுக்கு முன்னர் இந்த வழக்கு எங்கு ஆரம்பித்ததோ அதே இடத்துக்குப் போய்விட்டது.

கல்கத்தா முழுவதும் இந்த வழக்கையும் அதன் தீர்ப்பையும் பற்றித்தான் பேச்சு. அடுத்த நாள் வெளியான அனைத்து செய்தித்தாள்களிலும் நாளேடுகளிலும், இந்த வழக்கைப் பற்றிய விவரங்கள், தலைப்புச் செய்தியாக வெளியாகியிருந்தன. வழக்கின் செய்தியும் அதன் சுவாரஸ்யமும் கல்கத்தாவையும் கடந்து சென்னை, தில்லி, பம்பாய் போன்ற இடங்களுக்கும் பரவியது. ராய்ச்சர் மற்றும் ஏனைய சர்வதேசப் பத்திரிகை நிறுவனங்களும் லண்டன், நியூயார்க் என்று அனைத்து உலக நகரங்களிலும் உள்ள தங்களது பத்திரிகைகளில் இந்த வழக்கைப் பற்றியும் அதன் தீர்ப்பைப் பற்றியும் செய்திகளை வெளியிட்டன.

ஆக, உயர் நீதிமன்ற நீதிபதிகள் இருவரும் இருவேறு முரண்பாடான தீர்ப்புகளை வெளியிட்டுவிட்டனர். சந்நியாசிதான் மேஜோ குமாரா? இல்லையா? என்ற கேள்விக்குப் பதிலளித்து,

இந்த வழக்கை முடிவுக்குக் கொண்டுவர ஒரே நபரால்தான் முடியும். அவர்தான் கல்கத்தா உயர் நீதிமன்றத்தின் தலைமை நீதிபதி சர் லியோனார்ட் காஸ்டெல்லோ. பாவம், அவர்தான் இரண்டாம் உலக யுத்தம் தொடங்கியதால் இங்கிலாந்தில் மாட்டிக்கொண்டாரே, என்ன செய்வது! இங்கிலாந்து சென்று கிட்டத்தட்ட ஓர் ஆண்டு ஆகும் தருவாயிலும், தலைமை நீதிபதி காஸ்டெல்லோவால் கல்கத்தாவுக்குத் திரும்ப முடியவில்லை. ஆனால் தலைமை நீதிபதி, தீர்ப்பு வழங்குவதில் இன்னமும் காலம் தாழ்த்த விரும்பவில்லை. தான் எழுதித் தயார் செய்து வைத்திருந்த தீர்ப்பை கல்கத்தா நீதிமன்றத்துக்குத் தபாலில் அனுப்பி வைத்தார்.

சந்நியாசி வழக்கில், தலைமை நீதிபதியின் தீர்ப்பை கல்கத்தா நீதிமன்றத்தில் வெளியிடுவதற்கு ஏற்பாடுகள் செய்யப்பட்டன. தலைமை நீதிபதியின் தீர்ப்பு வெளியிடப்படும் நாள், அனைத்து தரப்பினருக்கும் அறிவிக்கப்பட்டது. தீர்ப்பு வெளியிடப்படும் நாளன்று ஜே ஜே என்று கூட்டம். நீதிமன்றத்தின் உள்ளே, வெளியே, நீதிமன்ற வளாகத்தைச் சுற்றியுள்ள தெருக்கள் என அனைத்து இடங்களிலும் தீர்ப்பைக் கேட்பதற்குக் கூட்டம் நிறைந்தது. கல்கத்தா நகரத்தின் முக்கிய சாலைகளெல்லாம் போக்குவரத்து நெரிசலால் ஸ்தம்பித்தன. நீதிமன்றத்தில் நீதிபதிகள் பிஸ்வாசும், லாட்ஜும் வந்து அமர்ந்தார்கள்.

நீதிபதி பிஸ்வாஸ் ஆரம்பித்தார். ‘முதலில் இந்த வழக்கை விசாரித்த எங்களின் மூத்த நீதிபதியான சர் லியோனார்ட் காஸ்டெல்லோவால், அவருடைய தீர்ப்பை வெளியிட இங்கு வரமுடியவில்லை. ஆனால், அவர் எழுதிய தீர்ப்பை எங்களுக்கு அனுப்பி, அதை வெளியிடுமாறு பணித்திருக்கிறார். நானும் என்னுடைய சகோதர நீதிபதியுமான நீதிபதி லாட்ஜும், தலைமை நீதிபதியின் தீர்ப்பை இன்றுவரை படிக்கவில்லை. உங்கள் முன்னர்தான் நாங்கள் முதன் முதலாக தீர்ப்பைப் படித்து, அதில் என்ன குறிப்பிடப்பட்டிருக்கிறது என்று தெரிந்து கொள்ளப்போகிறோம்’ என்று கூறிவிட்டு, சீல் செய்யப்பட்ட கவரைத் திறந்து அதிலிருந்த தீர்ப்பை எடுத்து வாசிக்க ஆரம்பித்தார் நீதிபதி பிஸ்வாஸ்.

‘இம்மாதிரி ஒரு வழக்கு இந்திய நீதிமன்றத்தில் இதுவரை வந்ததில்லை. எந்த நாட்டு நீதிமன்றத்திலும் வந்ததில்லை. நீதித் துறையின் சரித்திரத்திலேயே இவ்வழக்கு தனித்துவம் பெற்றது

என்று சொன்னால் அது மிகையாகாது' என்று குறிப்பிட்ட தலைமை நீதிபதி, மற்ற இரண்டு நீதிபதிகளையும் போல் இந்த வழக்கை ஆரம்பம் முதல் கடைசி வரை ஆராய்ந்து, முடிவில், கீழ் நீதிமன்றம் வழங்கிய தீர்ப்பில் தலையிடுவது சரியாக இருக் காது. எனவே இந்த மேல்முறையீடு நிலைக்கத்தக்கதல்ல.' என்ற தன்னுடைய முடிவை தெரிவித்திருந்தார். இந்தத் தீர்ப்பை வாசிக்கக் கேட்ட பெருவாரியானவர்கள் நிம்மதிப் பெருமூச்சு விட்டனர். மூன்று நீதிபதிகளில், இருவர் மேல்முறையீட்டு மனு நிலைக்கத்தக்கதல்ல என்று முடிவெடுத்ததால், சந்நியாசி மேல்முறையீட்டு வழக்கிலும் ஜெயித்துவிட்டார்.

சர் லியோனார்ட் காஸ்டெல்லோவின் தீர்ப்பு வெளியான மறுநாள், கல்கத்தாவில் அதிகப் பிரதிகளை விற்கும் 'தி ஸ்டேட்ஸ்மன்' நாளேட்டில், 'The Romance of a Sanyasi' என்ற தலைப்பில் இந்த வழக்கைப் பற்றி மக்களின் கருத்தைப் பிரதி பலிக்கும் வகையில் ஒரு கட்டுரை வெளியிடப்பட்டது.

ஆனால், வழக்கு இன்னும் முடிந்த பாடு இல்லை. பிபாவதியின் சார்பில் மேலும் ஒரு மேல்முறையீடு தாக்கல் செய்யப்பட்டது. இந்தியா சுதந்தரம் அடையவில்லை. உச்ச நீதிமன்றம் தோற்றுவிக்கப்படவில்லை. அந்தச் சூழ்நிலையில் ஏதாவது ஒரு உயர் நீதிமன்றத்தின் தீர்ப்பை எதிர்த்து மேல்முறையீடு செய்ய வேண்டுமென்றால், லண்டனில் உள்ள ப்ரிவி கவுன்சிலில்தான் மேல்முறையீடு செய்யவேண்டும். பிபாவதியும் அதைத் தான் செய்தாள்.

ப்ரிவி கவுன்சிலில் பிபாவதிக்கு ஆஜரானவர், பிரபல வழக்கறிஞர் W.W.W.K. பேஜ். அவருக்குத் துணையாக செயல்பட்டவர், இந்திய வழக்கறிஞர் பி.பி.கோஷ். ப்ரிவி கவுன்சிலில் சந்நியாசிக்கு ஆஜரானவர், மிகவும் பிரசித்தி பெற்ற வழக்கறிஞர் டி.என்.பிரிட். இவர், இந்தியர்களின் சுதந்தரக் கோரிக்கைக்கு மிகவும் ஆதரவு தெரிவித்தவர். இந்த வழக்கில் இவருக்குத் துணையாக செயல்பட்ட இந்திய வழக்கறிஞர்கள் ஆர்.கே.ஹாண்டூ, யு. சென் குப்தா மற்றும் அரோபிந்தா குகா.

ப்ரிவி கவுன்சிலில் இந்த வழக்கை விசாரித்த நீதிபதிகள் லார்ட் தாங்கர்டன், லார்ட் டுயு பார்க் மற்றும் சர் மாதவன் நாயர். இந்த மாதவன் நாயர் சென்னை உயர் நீதிமன்றத்தில் நடைபெற்ற ஆஷ் கொலை வழக்கை விசாரித்த நீதிபதிகளில் ஒருவரான சர் சங்கரன்

நாயர் அவர்களின் மருமகன். இந்தியாவைப் பற்றி நன்கு தெரிந்தவரும், சிறந்த சட்ட வல்லுநருமாக இருந்ததால்தான், சர் மாதவன் நாயர் ப்ரிவி கவுன்சிலில் இந்த வழக்கை விசாரிக்க நீதிபதியாக அமர்த்தப்பட்டார்.

ப்ரிவி கவுன்சிலில், சுமார் 28 நாள்கள் விசாரணை நடைபெற்றது. மூன்று நீதிபதிகளின் சார்பில் லார்ட் தங்கர்டன், 1946 ஜூலை 30 அன்று தீர்ப்பை வெளியிட்டார். வெறும் பத்து பக்கங்களிலேயே அந்தத் தீர்ப்பு முடிந்துவிட்டது. கல்கத்தா உயர் நீதிமன்ற தலைமை நீதிபதியின் தீர்ப்பு சரிதான் என்று சொல்லி, செலவுத் தொகை எதுவும் இல்லாமல் மேல்முறையீட்டைத் தள்ளுபடி செய்தது ப்ரிவி கவுன்சில்.

ப்ரிவி கவுன்சிலின் தீர்ப்பைப் பற்றி லண்டன் டைம்ஸ் செய்தி வெளியிட்டது. அதைத் தொடர்ந்து கல்கத்தாவின் பிரபல வங்காள மொழிப் பத்திரிகை 'அம்ரித பசார் பத்திரிக்கா' தன்னுடைய தலைப்புச் செய்தியில் 'ப்ரிவி கவுன்சிலின் தீர்ப்பு, குமார் ராமேந்திர நாராயண் ராய்க்குச் சாதகம்' என்று வெளியிட்டது.

★

அப்பாடா இதற்கு மேல், மேல் முறையீடு என்று ஒன்றும் இல்லை. ஒருவாறாக சந்நியாசி வழக்கு முடிவுக்கு வந்தது. இனியும் சந்நியாசி என்று அவரைச் சொல்லக்கூடாது. அது நியாயமாக இருக்காது. அதுதான் மூன்று நீதிமன்றங்களும் சந்நியாசிதான் மேஜோ குமார் என்று அறிவித்து விட்டனவே. எனவே, நாம் இனிமேல் அவரை மேஜோ குமார் என்றே அழைப்போம்.

மேஜோ குமார் திரும்பி வந்து 21 ஆண்டுகள் ஆகியும், பிபாவதி அவரை ஏறெடுத்தும் பார்க்கவில்லை. அவர் என் கணவர் இல்லை என்றே சொல்லிவந்தார். அந்த ஆள் ஒரு போலிச் சாமியார் என்றே வாதாடி வந்தார். வழக்கு நிலுவையில் இருக்கும் போதே, மேஜோ குமார் 1942ம் ஆண்டு சிரிஜுக்தோ தாரா தேவி என்பவரைத் திருமணம் செய்து கொண்டார்.

மேஜோ குமார், தான் சந்நியாசியாக இருந்த சமயத்தில் யோக அபியாசங்கள் செய்து வந்த காரணத்தாலும், அதை வெகு நாள்கள் தொடர்ந்து வந்ததாலும் தனக்குச் சில சித்திகள்

கிடைத்ததாகத் தன்னைச் சுற்றியிருந்தவர்களிடம் சொல்லி வந்தார்.

'நான் தொடர்ந்த வழக்கில் இறுதிவரை எனக்குச் சாதகமாகவே தீர்ப்பு வரும். தீர்ப்பு வந்த சில நாள்களுக்குள்ளாகவே நான் இறந்து விடுவேன்' என்று மேஜோ குமார் சிலரிடம் தெரிவித் திருக்கிறார்.

ப்ரிவி கவுன்சிலின் தீர்ப்பு, தந்தி மூலம் கிடைக்கப்பெற்று சரியாக நான்காவது நாள், கல்கத்தாவில் உள்ள தாந்தோனியா கோயி லுக்குச் சென்று நன்றிக் கடன் செலுத்த வேண்டும் என்று விரும்பிய மேஜோ குமார், தனது வேண்டுதலின்படி அந்தக் கோயிலில் உள்ள காளிக்கு அபிஷேகம், ஆராதனை செய்தார். பின்னர் அங்கிருந்து வீடு திரும்பிய மேஜோ குமார், ரத்த வாந்தி எடுத்தார். சற்று நேரத்திற்கெல்லாம் மேஜோ குமார் இறந்து விட்டார். அப்போது அவர் வயது, 63.

★

மேஜோ குமார் இறுதி வழக்கில் வெற்றி பெற்றதற்குப் பாராட்டு தெரிவிக்கும் பொருட்டு அங்கு வந்த அவருடைய சொந்தக் காரர்கள் மற்றும் வேண்டப்பட்டவர்களால் இறுதியில், இரங்கல் தான் தெரிவிக்க முடிந்தது.

மேஜோ குமார், அவருடைய குரு தரம் தாஸ் சொன்னதுபோல் தன்னுடைய கர்மத்தைக் கடந்துவிட்டார். ராஜ்குமாராகத் தோன்றி சந்தர்ப்பவசத்தால் சந்நியாசியாகி மறுபடியும் ராஜ் குமாராக அங்கீகரிக்கப்பட்டு, ஆனால், அது நிலைப்பதற்குள் அனைவரையும் கடந்து சென்றுவிட்டார். எதுவுமே இந்த உலகத்தில் நிலையானதில்லை என்று தன்னுடைய வாழ்க்கை மூலம் அனைவருக்கும் உணர்த்திவிட்டுச் சென்றுவிட்டார் மேஜோ குமார்.

ஆனால், பிபாவதி அப்படி நினைக்கவில்லை. நீதிமன்றத்தில் வேண்டுமானால் தன்னுடைய மேல்முறையீடு தோற்றுப் போயிருக்கலாம். ஆனால், கடவுளிடம் தன்னுடைய முறையீடு தோற்கவில்லை என்றே கருதினாள்.

மேஜோ குமார் இறந்த பிறகு பிபாவதிக்கும் மேஜோ குமாரின் இரண்டாம் மனைவியான தாரா தேவிக்கும் சொத்துத் தகராறு

ஏற்பட்டது. மேஜோ குமாரின் இரண்டாம் மனைவி தாரா தேவி, பிபாவதி, மேஜோ குமாரின் சொத்தை அனுபவிக்கத் தகுதி யற்றவர்; அதனால் Court of Wards பிபாவதிக்குச் சொத்தில் பங்கு எதுவும் கொடுக்கக்கூடாது என்று பரிகாரம் கேட்டு நீதிமன்றத்தில் வழக்குத் தாக்கல் செய்தார். அவ்வாறு பரிகாரம் கேட்பதற்காக அவர் சொல்லிய காரணம் - ப்ரிவி கவுன்சில் சந்நியாசிதான் மேஜோ குமார் என்று தீர்ப்பு அளித்த பிறகும், பிபாவதி, சந்நியாசியை மேஜோ குமாராக அங்கீகரிக்கவில்லை, கணவராக ஏற்றுக்கொள்ளவில்லை. மேஜோ குமார் சமீபத்தில் இறந்தபோது கூட அவரை வந்துப் பார்க்கவில்லை. மேஜோ குமாரின் ஈமக் காரியங்களில் கலந்துகொள்ளவில்லை. முறைப் படி, தான் செய்யவேண்டிய சடங்குகள் எதையும் பிபாவதி செய்யவில்லை. எனவே, அவள் இந்து சாஸ்திரத்தின்படி உண்மையான தர்மபத்தினி கிடையாது. பிபாவதி ஒரு தர்ம பத்தினியின் கடமையைச் செய்யத் தவறியதால், இறந்த கணவனின் சொத்தை அனுபவிக்க முடியாது.

கீழ் நீதிமன்றம் இதை ஏற்றுக்கொண்டு தாரா தேவிக்குச் சாதகமாக தீர்ப்பு வழங்கியது. அதையடுத்து பிபாவதியின் சார்பில் கல்கத்தா உயர் நீதிமன்றத்தில் மேல் முறையீடு தாக்கல் செய்யப்பட்டது. மேல் முறையீட்டை விசாரித்த உயர் நீதிமன்ற நீதிபதிகள், ப்ரிவி கவுன்சிலின் உத்தரவை ஏற்காததால், ஒருவர் தர்ம பத்தினி அந்தஸ்தை இழந்துவிடுவார் என்ற வாதத்தை ஏற்கமுடியாது என்று கூறி மேல் முறையீட்டை அனுமதித்து, பிபாவதிக்கும் தாரா தேவிக்கும் மேஜோ குமாரின் சொத்தில் சரி சம பங்கு உண்டு என்று தீர்ப்பு வழங்கினர். பிபாவதி, சந்நியாசிதான் மேஜோ குமார் என்பதைத் தன் வாழ்நாள் இறுதி வரை ஏற்க மறுத்தார். பிபாவதி தன்னுடைய கொள்கையில் உறுதியாக இருந்து, சுமார் 20 வருடங்கள் கழித்து இறந்து போனார்.

இந்திய சுதந்தரத்திற்குப் பிறகு, பாவல் ராஜ்ஜியம் பாகிஸ்தானின் பகுதியாகிப் போனது. அப்பகுதியை கிழக்கு பாகிஸ்தான் என்று அழைத்தார்கள். இந்தியாவில் ஜமீன் முறை ஒழிக்கப்பட்டது. அதே போல், கிழக்கு பாகிஸ்தானிலும் ஜமீன் முறை ஒழிக்கப் பட்டது. பாவல் ஜமீனின் சொத்துகளெல்லாம் அரசுடைமை யாக்கப்பட்டன. அதை எதிர்த்து மூன்றாவது ராணியின் தத்துப் பிள்ளையும், மேலும் பல ஜமீன்தார்களும் அரசாங்கத்துக்கு

எதிராக வழக்குத் தொடர்ந்தார்கள். ஜமீன்தார்களுக்காக இந்த வழக்கை வாதிட்டவர் டி.என். பிரிட் (ப்ரிவி கவுன்சிலில் பிபாவதிக்கு எதிராக வாதாடி வெற்றி பெற்ற அதே வழக்கறிஞர் தான்). வழக்கு தொடுத்தவர்களுக்குச் சொத்துகள் கிடைக்க வில்லை. ஆனால், அரசாங்கத்திடமிருந்து நஷ்ட ஈடு கிடைத்தது.

★

1971ம் ஆண்டு கிழக்கு பாகிஸ்தான், தனி நாடாக பங்களாதேஷ் என்ற பெயரில் உதயமானது. பாவல் ஜமீன் இப்பொழுது பங்களாதேஷ் காசிபூர் மாவட்டத்தில் உள்ளது. ராஜ்பாரி அரண்மனையில் மேஜோ குமார் வசித்து வந்த அறைகளெல் லாம் இப்பொழுது அரசு அலுவலகங்களாக மாறிவிட்டன. மேஜோ குமார் போலோ விளையாடி வந்த அரண்மனை மைதானம், இப்பொழுது அரசாங்கத்தின் கால்பந்து மைதானம்.

ஆனால், இப்பொழுதும் விடுமுறை நாள்களில், ராஜ்பாரி அரண் மனையைச் சுற்றிப் பார்க்க பலர் வந்து போகிறார்கள். ராஜ் பாரியைச் சுற்றிப்பார்க்க வருபவர்கள், அங்கு வாழ்ந்த மேஜோ குமாருடைய கதையைப் பகிர்ந்து கொள்ளாமல் செல்வதில்லை.

டாக்காவில் உள்ள பாவல் ராஜ்ஜியத்துக்குச் சொந்தமான பங்களா, பங்களாதேஷ் அரசால் அருங்காட்சியமாக மாற்றப் பட்டுவிட்டது. ஆனால், அந்த அருங்காட்சியகமும் சரியாகப் பராமரிக்கப்படாமல் சிதிலம் அடைந்துவிட்டது.

★

பங்களாதேஷின் தலைநகரான டாக்கா, பாவல் ராஜ்ஜியத்தின் ஒரு பகுதியில்தான் இருக்கிறது. இப்பொழுது அங்கு ஒரு ராஜ்ஜியம் இருந்ததற்கோ, அரண்மனைகள் இருந்ததற்கோ அடையாளங்கள் எதுவும் இல்லை. புதிய அடுக்குமாடிக் கட்டடங்களும், அபார்ட்மெண்டுகளும் கட்டப்பட்டு வரு கின்றன. பழைய சம்பவங்கள் சரித்திரமாக அங்கீகரிக்கப் படுவதற்கு முன்னர், கண்களை விட்டு மெல்ல மறைந்து கொண்டிருக்கின்றன.

எல்லா இடங்களையும் பற்றிச் சொல்லியாகிவிட்டது, ஒன்றைத் தவிர. அனைத்து சம்பவங்களுக்கும் காரணமாக இருந்த,

டார்ஜிலிங்கில் அந்த நிகழ்வு நடந்த இடமான 'ஸ்டெப் அசைட்' பங்களா, இப்பொழுதும் டார்ஜிலிங்கில் பார்க்கவேண்டிய ஒரு முக்கியமான சுற்றுலா இடமாக மாறிவிட்டது. அதற்கான முழுப் பெருமையும் மேஜோ குமாருடையது அல்ல. தேசபந்து என்று அனைவராலும் அழைக்கப்படும் பிரபல சுதந்தரப் போராட்டத் தியாகியும், பிரபல வழக்கறிஞருமான சித்தரஞ்சன் தாஸ், அந்த பங்களாவில்தான் தன் கடைசி மூச்சை விட்டார். சித்தரஞ்சன் தாஸ் அங்கு தங்கியிருக்கும்போது அவரைக் காண காந்தியும், டாக்டர் அன்னிபெசன்ட் அம்மையாரும் ஸ்டெப் அசைட் பங்களாவுக்கு வருகை தந்தனர். இப்பொழுது அந்த பங்களா வில், தேசபந்து மெமோரியல் சங்கம் என்ற பெயரில் எளிய மக்களுக்கு கல்வி, மருத்துவம் போன்ற பல பொதுச் சேவைகள் அளிக்கப்பட்டு வருகின்றன. மேலும், தேசபந்து பயன்படுத்திய பொருள்களும் ஸ்டெப் அசைட் பங்களாவில் காட்சிப் பொருள் களாக வைக்கப்பட்டிருக்கிறன.

———————

கிழக்கு வெளியீடுகள்

ISBN 978-81-8493-347-5

இடி அமின்   *ச.ந. கண்ணன்*

எதிர்ப்பவர்களை மட்டுமல்ல, எதிர்க்க நினைப்பவர்களையும் அழித்திருக்கிறார் இடி அமின். உகாண்டாவில், இடி அமின் செய்துகொண்டிருந்தது சீர்திருத்தமா, சீரழிவா என்பதை உகாண்டா மட்டுமல்ல உலகமும்கூட நீண்ட காலத்துக்குப் புரிந்துகொள்ளவில்லை. உண்மை தெரிய வந்தபோது, நிலைமை கைமீறியிருந்தது. ஒரு தேசம் அங்கே அழிந்து போயிருந்தது.

ஹிட்லர், முஸோலினி வரிசையில் மனித குலத்துக்குப் பெரும் நாசம் விளைவித்த சர்வாதிகாரியான இடி அமினின் வாழ்க்கை வரலாறு.

ISBN 978-81-8493-311-6

ராஜிவ் கொலை வழக்கு   **கே. ரகோத்தமன்**

இந்திய சரித்திரத்தில் மட்டுமல்ல உலக சரித்திரத்திலும்கூட ராஜிவ் கொலை வழக்குக்கு இணையான இன்னொரு வழக்கு இல்லை. வழக்கின் ஆரம்பப்புள்ளி முதல் முடிவு வரையிலான நேர்மையான அலசல். முழுமையான பின்னணித் தகவல்கள், ஆதாரங்களுடன் கூடிய விசாரணை விவரங்கள். வழக்கின் தலைமை புலனாய்வு அதிகாரி கே. ரகோத்தமனின் இந்நூலை, ராஜிவ் கொலை வழக்கு பற்றிய ஆதாரபூர்வமான முதன்மை ஆவணமாகக் கொள்ளலாம்.

ISBN 978-81-8493-514-1

வில்லாதி வில்லன்　*பாலா ஜெயராமன்*

வில்லன் என்றதும் ஹிட்லர் மற்றும் முசோலினியின் பிம்பங்கள் உடனடியாக நம் நினைவுக்கு வருவதற்குக் காரணம், லட்சக் கணக்கானவர்களின் மரணத்துக்கு அவர்கள் நேரடிக் காரணம் என்பதால். ஆனால், இவர்களைக் காட்டிலும் குரூரமான பலரை வரலாறு கண்டிருக்கிறது.

மறக்கமுடியாத கொடூரங்களையும், படுகொலைகளையும், ஆகப் பெரும் அழிவுகளையும்... மக்களின் பெயரால், நாட்டின் பெயரால், மதத்தின் பெயரால், இனத்தின் பெயரால், கொள்கை யின் பெயரால் நிகழ்த்திக்காட்டியவர்களின் உண்மைப் பக்கங்கள்.